ശ്രേഷ്ഠഭാഷ മലയാളം

sreshtabhasha malayalam

•

dr. naduvattom gopalakrishnan

•

first edition
august 2014

•

second edition
september 2018

•

second impression
january 2021

•

typesetting & published
chintha publishers, thiruvananthapuram

•

printed
repro india ltd, mumbai

•

cover
ambeesh

•

price
rupees one hundred and eighty only

വിതരണം

ദേശാഭിമാനി ബുക്ക് ഹൗസ്

H O തിരുവനന്തപുരം-695 035
phone: 0471-2303026, 6063026
www.chinthapublishers.com
chinthapublishers@gmail.com

ബ്രാഞ്ചുകൾ

ഹെഡ്ഡാഫീസ് ബ്രാഞ്ച് കുന്നുകുഴി • സ്റ്റാച്യു തിരുവനന്തപുരം • കെ എസ് ആർ ടി സി ബസ് സ്റ്റേഷൻ ആലപ്പുഴ • കെ എസ് ആർ ടി സി ബസ് സ്റ്റേഷൻ എറണാകുളം • മച്ചിങ്ങൽ ലെയ്ൻ തൃശൂർ • ഐ ജി റോഡ് കോഴിക്കോട് • മാവൂർ റോഡ് കോഴിക്കോട് • എൻ ജി ഒ യൂണിയൻ ബിൽഡിങ് കണ്ണൂർ • സെൻട്രൽ ബസ് ടെർമിനൽ കോംപ്ലക്സ് താവക്കര കണ്ണൂർ

CR - 1905 / 4742
ISBN - 978-93-83903-44-3

ശ്രേഷ്ഠഭാഷ മലയാളം

ഡോ. നടുവട്ടം ഗോപാലകൃഷ്ണൻ

ചിന്ത പബ്ലിഷേഴ്സ്
തിരുവനന്തപുരം-695 035
വില : ₹ 180

ഡോ. നടുവട്ടം ഗോപാലകൃഷ്ണൻ

1951 ൽ ആലപ്പുഴ ജില്ലയിലെ പള്ളിപ്പാട്ടു വില്ലേജിൽ നടുവട്ടം മുറിയിൽ ജനിച്ചു. പിതാവ്: പെരുമ്പള്ളിൽ പരമേശ്വരൻ നായർ. മാതാവ്: തങ്കമ്മ.

നടുവട്ടം സ്കൂൾ, ഹരിപ്പാട് ബോയ്സ് ഹൈസ്കൂൾ, നങ്ങ്യാർ കുളങ്ങര, ടി കെ എം എം കോളേജ്, പന്തളം എൻ എസ് എസ് കോളേജ്, കേരള സർവ്വകലാശാല മലയാള വിഭാഗം, ഭാഷാശാസ്ത്രവിഭാഗം എന്നിവിടങ്ങളിൽ വിദ്യാഭ്യാസം. മലയാളത്തിലും സാഹിത്യത്തിലും എം എ ബിരുദം. ഭാഷാശാസ്ത്രത്തിൽ പി എച്ച് ഡി. 1976 മുതൽ വിവിധ ഗവൺമെന്റ് കോളേജുകളിൽ അദ്ധ്യാപകൻ. കല്പറ്റ, ആറ്റിങ്ങൽ ഗവൺമെന്റ് കോളേജുകളിൽ പ്രിൻസിപ്പൽ. കോളേജ് വിദ്യാഭ്യാസ ഡെപ്യൂട്ടി ഡയറക്ടറായിരിക്കെ സർവ്വീസിൽനിന്നും വിരമിച്ചു. തുടർന്ന് ഇന്റർനാഷണൽ സ്കൂൾ ഓഫ് ദ്രവീഡിയൻ ലിംഗ്വിസ്റ്റിക്സിൽ സീനിയർ ഫെലോ. മലയാളത്തിനു ശ്രേഷ്ഠഭാഷാപദവി വിദഗ്ദ്ധ സമിതി കൺവീനർ. ഇപ്പോൾ കേരളസർവ്വകലാശാല മലയാളവിഭാഗത്തിൽ എമിരറ്റസ് ഫെലോ.

കൃതികൾ: *കേരള ചരിത്രധാരകൾ, ജീവചരിത്ര സാഹിത്യം മലയാളത്തിൽ, ആത്മകഥാസാഹിത്യം മലയാളത്തിൽ, രാമചരിതവും പ്രാചീനഭാഷാവിചാരവും, ഭാഷാപരിമളം, ഭാഷാവിചാരം, സാഹിത്യമാല്യം, സംസ്കാരമുദ്രകൾ, ഗവേഷണരീതിശാസ്ത്രം, മലയാളം ക്ലാസിക് ഭാഷ പഴക്കവും വ്യക്തിത്വവും, ഭാഷാസാഹിത്യ പ്രബോധനം* (പഠനം), *നാടോടി ചരിത്രകഥകൾ, Early Middle Malayalam.*

ഭാര്യ : ജലജാ ഗോപാലകൃഷ്ണൻ
മക്കൾ : ഹരികൃഷ്ണൻ, ഉണ്ണികൃഷ്ണൻ
വിലാസം : കൈരളി, കാര്യവട്ടം പി ഒ
തിരുവനന്തപുരം - 695 581

ഉള്ളടക്കം

പ്രസാധകക്കുറിപ്പ്

രണ്ടായിരത്തി പതിമൂന്ന് മെയ് 23 ന് മലയാളത്തിന് ശ്രേഷ്ഠഭാഷാ പദവി ലഭിച്ചു. ശ്രേഷ്ഠഭാഷാ പദവി കൈവരിക്കാൻ നിരവധി ഭാഷാ പണ്ഡിതരുടെയും സാംസ്കാരിക പ്രവർത്തകരുടെയും കേരള സർക്കാരിന്റെയും സംയോജിതമായ പ്രവർത്തനങ്ങൾ വേണ്ടിവന്നു. ക്ലാസിക് പദവിക്ക് ആവശ്യമായ 1500 വർഷത്തെ പഴക്കം മലയാള ഭാഷയ്ക്ക് ഇല്ലെന്നായിരുന്നു ഒരു കൂട്ടം ഭാഷാപണ്ഡിതരുടെ മതം. അവർക്ക് തമിഴിന്റെ ഒരു ഉപഭാഷ മാത്രമായിരുന്നു മലയാളം. ആ വാദത്തെ ഖണ്ഡിച്ച് മലയാളത്തിന് 2300 വർഷത്തെ പഴക്കമുണ്ടെന്ന വസ്തുത സ്ഥാപിച്ചെടുക്കാൻ പ്രയത്നിച്ചവരിൽ പ്രധാനിയാണ് ഡോ. നടുവട്ടം ഗോപാലകൃഷ്ണൻ. ഒരു സാധാരണ മലയാളിയെ സംബന്ധിച്ച് തന്റെ മാതൃഭാഷയുടെ പഴക്കം ഒരു ആലോചനാ വിഷയം തന്നെ ആയിക്കൊള്ളണമെന്നില്ല. എന്നാൽ അനുദിനം വളരുന്ന ഒരു ഭാഷയുടെ മൂലരൂപം തേടിയുള്ള അന്വേഷണം അനിവാര്യവും ഭാവിയിലേക്കുള്ള ഈടുവയ്പുമാണ്. ശ്രേഷ്ഠഭാഷാ പദവി എന്നത് ഭാഷയുടെ പേരിലുള്ള ഗവേഷണങ്ങൾക്ക് ആക്കം കൂട്ടും. അധിനിവേശനാളുകളിൽ മാതൃഭാഷ ചെറുത്തുനില്പിന്റെ പ്രതീകം കൂടിയാണ്. മലയാളഭാഷയുടെ പഴക്കം സംബന്ധിച്ച് ഉയർത്തിയ വാദങ്ങളും നിഗമനങ്ങളും സാധാരണക്കാർക്ക് മനസ്സിലാകുന്ന രീതിയിൽ പണ്ഡിതക്കസർത്ത് തീർത്തും ഒഴിവാക്കി ഡോ. നടുവട്ടം ഗോപാലകൃഷ്ണൻ അവതരിപ്പിക്കുകയാണീ ഗ്രന്ഥത്തിൽ. ഏതൊരു ഭാഷാസ്നേഹിയും കൈയിൽ കരുതേണ്ട ഈ പുസ്തകം സാഭിമാനം സമർപ്പിക്കുന്നു.

ചിന്ത പബ്ലിഷേഴ്സ്

1

ശ്രേഷ്ഠഭാഷാ പദവി മലയാളത്തിന്റെ നാൾവഴികൾ

മാതൃഭാഷയെ സ്നേഹിക്കുന്ന ഏതാനും പണ്ഡിതന്മാരും സാഹിത്യകാരന്മാരും മലയാളഭാഷയ്ക്ക് ക്ലാസിക് പദവി ലഭിക്കുന്നതിന് സർക്കാർ തലത്തിൽ ശ്രമമുണ്ടാകണമെന്ന് 2010 ഏപ്രിലിൽ അന്നത്തെ ബഹു. മുഖ്യമന്ത്രി വി എസ് അച്യുതാനന്ദനെയും ബഹു. വിദ്യാഭ്യാസ മന്ത്രി ശ്രീ. എം എ ബേബിയെയും കണ്ട് അഭ്യർത്ഥിച്ചു. തുടർന്ന് മലയാള ഭാഷയുടെ പ്രത്യേകതകൾ ചൂണ്ടിക്കാണിക്കുന്ന ഒരു പഠനക്കുറിപ്പ് 2010 മേയ് 6 ന് പ്രൊഫ. ഒ എൻ വി കുറുപ്പ്, പ്രൊഫ. പുതുശ്ശേരി രാമചന്ദ്രൻ, സുഗതകുമാരി, പ്രതിപക്ഷനേതാവ് ശ്രീ. ഉമ്മൻ ചാണ്ടി, സച്ചിദാനന്ദൻ, ഓംചേരി, കേരള സാഹിത്യ അക്കാദമി സെക്രട്ടറി പുരുഷൻ കടലുണ്ടി, വിദ്യാഭ്യാസ മന്ത്രി എം എ ബേബി എന്നിവർ ഉൾപ്പെട്ട ഒരു പ്രതിനിധിസംഘം മുഖ്യമന്ത്രി വി എസ് അച്യുതാനന്ദന്റെ നേതൃത്വത്തിൽ പ്രധാനമന്ത്രിക്കു സമർപ്പിച്ചു. സംഘം മേയ് 5 – 7 ദിവസങ്ങളിൽ കേന്ദ്രമന്ത്രിസഭയിലെ അംഗങ്ങളെ കണ്ട് മലയാള ഭാഷയ്ക്ക് ശ്രേഷ്ഠഭാഷാ പദവി ലഭ്യമാക്കുന്നതു സംബന്ധിച്ച് വിശദമായ ചർച്ചകൾ നടത്തി. ക്ലാസിക് പദവി ലഭിക്കുന്നതിന് വേണ്ട മാനദണ്ഡങ്ങൾ മലയാളം പാലിക്കുന്നുണ്ടെന്നു കാണിക്കുന്ന വിശദമായ ഒരു റിപ്പോർട്ട് ലഭിച്ചാൽ തുടർനടപടികൾ സ്വീകരിക്കാമെന്ന് പ്രധാനമന്ത്രി നിവേദക സംഘത്തിന് മറുപടി നല്കി.

2010 ജൂൺ അവസാനവാരത്തിൽ കോയമ്പത്തൂരിൽ നടന്ന ക്ലാസിക്കൽ തമിഴ് സമ്മേളനത്തിൽ ദ്രവീഡിയൻ ലിംഗ്വിസ്റ്റിക്സ് അസോസിയേഷന്റെ പ്രതിനിധികളായി പുതുശ്ശേരി രാമചന്ദ്രനും നടുവട്ടം ഗോപാലകൃഷ്ണനും പങ്കെടുത്തു. ജൂൺ 27 ന് പ്രസിദ്ധ ഭാഷാശാസ്ത്രജ്ഞനായ പ്രൊഫ. വചക്കിന്റെ അദ്ധ്യക്ഷതയിൽ നടന്ന സെമിനാറിൽ

''മലയാളഭാഷക്ക് 2300 വർഷത്തെ പഴക്കമുണ്ടെന്നും ക്ലാസിക് പദവിക്ക് ആ ഭാഷ അർഹമാണെന്നും" സ്ഥാപിക്കുന്ന പ്രബന്ധം ഡോ. നടുവട്ടം ഗോപാലകൃഷ്ണൻ അവതരിപ്പിച്ചു. തമിഴ് പണ്ഡിതന്മാരിൽ ചിലർ എതിർത്തെങ്കിലും പ്രൊഫ. വചക്, പ്രൊഫ. എസ് വി ഷൺമുഖം, പ്രൊഫ. എ ഗോവിന്ദൻകുട്ടി മേനോൻ, പ്രൊഫ. രങ്കൻ തുടങ്ങിയവർ മലയാളം ക്ലാസിക് പദവിക്ക് അർഹമാണെന്ന് വാദിക്കുകയുണ്ടായി. കേരളത്തിനു പുറത്തുനടന്ന അഖില ലോകപ്രസിദ്ധമായ ഒരു സമ്മേളനത്തിൽ മലയാളത്തിന്റെ അവകാശം അവതരിപ്പിക്കാൻ കഴിഞ്ഞത് എന്തുകൊണ്ടും ശുഭോദർക്കമായിരുന്നു.

പ്രൊഫ. ഒ എൻ വി കുറുപ്പിന്റെ ശുപാർശയിന്മേൽ റിപ്പോർട്ട് തയ്യാറാക്കുന്നതിനുള്ള ചുമതല ഗവൺമെന്റ് മേനംകുളത്തു പ്രവർത്തിക്കുന്ന 'ഇന്റർനാഷണൽ സ്കൂൾ ഓഫ് ദ്രവീഡിയൻ ലിംഗ്വിസ്റ്റിക്സി'നെ ഏല്പിച്ചു. ഡോ. പുതുശ്ശേരി രാമചന്ദ്രൻ അദ്ധ്യക്ഷനും ഡോ. എം രാമ മെമ്പറും ഡോ. നടുവട്ടം ഗോപാലകൃഷ്ണൻ കൺവീനറുമായി ഒരു വിദഗ്ദ്ധ സമിതി രൂപീകരിക്കപ്പെട്ടു. തിരുവനന്തപുരം ആയുർവേദ കോളേജിനടുത്ത് കുന്നിൻപുറത്ത് പ്രവർത്തിക്കുന്ന ദ്രവീഡിയൻ ലിംഗ്വിസ്റ്റിക്സ് അസോസിയേഷന്റെ കെട്ടിടത്തിൽ 'മലയാളം ക്ലാസിക്കൽ ഭാഷ' എന്ന പേരിൽ ഒരു ഓഫീസ് 2010 ജൂലൈ 7 ന് ബഹു. ഭക്ഷ്യവകുപ്പുമന്ത്രി സി ദിവാകരൻ ഉദ്ഘാടനം ചെയ്തു. തദവസരത്തിൽ ബഹു. വിദ്യാഭ്യാസ മന്ത്രി എം എ ബേബി സന്നിഹിതനായിരുന്നു. സാഹിത്യ അക്കാദമിയെ പ്രതിനിധീകരിച്ച് സെക്രട്ടറി പുരുഷൻ കടലുണ്ടി, പ്രൊഫ. ഒ എൻ വി കുറുപ്പ്, പ്രൊഫ. പുതുശ്ശേരി രാമചന്ദ്രൻ, ഡോ. നടുവട്ടം ഗോപാലകൃഷ്ണൻ, ഡോ. എം രാമ, ഡോ. ജി കെ പണിക്കർ തുടങ്ങിയവർ ചടങ്ങിൽ പങ്കെടുത്തു.

റിപ്പോർട്ട് തയ്യാറാക്കുന്ന ദൗത്യം കേരളസർക്കാർ ആദ്യം ഏല്പിച്ചത് കേരള സാഹിത്യ അക്കാദമിയെയാണ്. എന്നാൽ കാര്യങ്ങൾ എങ്ങും എത്താതെ വന്നപ്പോഴാണ് റിപ്പോർട്ട് തയ്യാറാക്കാൻ ഇന്റർ നാഷണൽ സ്കൂൾ ഓഫ് ദ്രവീഡിയൻ ലിംഗ്വിസ്റ്റിക്സിനോട് (ഐ എസ് ഡി എൽ) സർക്കാർ ആവശ്യപ്പെട്ടത്. ക്ലാസിക് പദവിക്കുള്ള അർഹത സ്ഥാപിക്കുന്നതിനാവശ്യമായ വസ്തുതകൾ ശേഖരിക്കുക എന്നതായിരുന്നു ആദ്യത്തെ ചുവടുവയ്പ്. കേരളസാഹിത്യ അക്കാദമിയിൽ ലഭിച്ചിരുന്ന ചില പഠന റിപ്പോർട്ടുകൾ വിദഗ്ദ്ധ സമിതിക്ക് അവർ കൈമാറി. എപ്പിഗ്രാഫിസ്റ്റ് ഐരാവതം മഹാദേവൻ മലയാളത്തിന്റെ പഴക്കം സ്ഥാപിക്കുന്നതിന് സഹായകമായ ഏതാനും പുരാതന ലിഖിതങ്ങൾ ശ്രദ്ധയിൽപ്പെടുത്തുകയുണ്ടായി. ഡോ. ടി ബി വേണുഗോപാലപ്പണിക്കർ പ്രൊഫ. എം ലീലാവതി, ഡോ. നടുവട്ടം ഗോപാലകൃഷ്ണൻ എന്നിവരുടെ പ്രബന്ധങ്ങൾ കേരളസാഹിത്യ അക്കാദമി വഴിക്കാണ് വിദഗ്ദ്ധസമിതിക്ക് ലഭിച്ചത്. 2010 നവംബർ 24 ന് തൈക്കാട് ഗവൺമെന്റ് ഗസ്റ്റ് ഹൗസിൽ വച്ച് ഭാഷാപണ്ഡിതന്മാരുടെയും സാഹിത്യകാരന്മാരുടെയും

വിപുലമായ ഒരു യോഗം വിളിച്ചു ചേർത്തു. വിദഗ്ദ്ധ സമിതി തയ്യാറാക്കിയ റിപ്പോർട്ടിന്റെ കരട് യോഗം ചർച്ച ചെയ്തു. അംഗങ്ങൾ നിർദ്ദേശിച്ച കാര്യങ്ങൾ കൂടി ഉൾക്കൊള്ളിച്ചുകൊണ്ട് റിപ്പോർട്ടിന്റെ സമ്പൂർണ്ണ രൂപം ഗവൺമെന്റിന് നല്കാൻ തീരുമാനിച്ചു. ഈ യോഗം ഉദ്ഘാടനം ചെയ്തത് ബഹു. മുഖ്യമന്ത്രി വി എസ് അച്യുതാനന്ദനായിരുന്നു. വിദ്യാഭ്യാസ മന്ത്രി എം എ ബേബിയുടെ സാന്നിദ്ധ്യത്തിൽ നടന്ന ചർച്ചയിൽ പുതുശ്ശേരി രാമചന്ദ്രൻ, പി ഗോവിന്ദപ്പിള്ള, പി വത്സല, പ്രൊഫ. എം ലീലാവതി, അടൂർ ഗോപാലകൃഷ്ണൻ, സുഗതകുമാരി, എം മുകുന്ദൻ ഡോ. കെ എൻ പണിക്കർ, പുരുഷൻ കടലുണ്ടി, സി രാവുണ്ണി, പ്രഭാവർമ്മ, ഡോ. സ്കറിയാ സക്കറിയ, ചാത്തനാത്ത് അച്യുതനുണ്ണി, എം ആർ രാഘവവാര്യർ, എം തോമസ് മാത്യു, പ്രൊഫ. ഹൃദയകുമാരി, ഡോ. സാം, ഡോ. എം കെ നമ്പ്യാർ, ഡോ. ഡി ബഞ്ചമിൻ, ഡോ. ഇ സർദാർ കുട്ടി തുടങ്ങിയവരെ കൂടാതെ കേരള, സംസ്കൃത, കാലിക്കറ്റ് സർവ്വകലാശാലകളിലെ മലയാള വിഭാഗം പ്രൊഫസർമാർ, ശ്രീശങ്കരാ, മഹാത്മാഗാന്ധി സർവ്വകലാശാല വൈസ്ചാൻസലർമാർ, കേരള കലാമണ്ഡലം രജിസ്ട്രാർ, ഫോക്‌ലോർ അക്കാദമി, ലളിതകലാ അക്കാദമി കേരളസാഹിത്യ അക്കാദമി പ്രതിനിധികൾ എന്നിവരും ചർച്ചയിൽ പങ്കെടുത്തു. (യോഗത്തിൽ സന്നിഹിതരായവരുടെ പട്ടിക റിപ്പോർട്ടിൽ ചേർത്തിട്ടുണ്ട്).

ചെന്നൈയിലെ മലയാളി സംഘടനയായ 'ദക്ഷിണ', മലയാളത്തിന്റെ ക്ലാസിക് പദവി സംബന്ധിച്ച ഒരു ചർച്ചാ സമ്മേളനം ചെന്നൈയിൽ വച്ച് 2010 ഡിസംബർ 18 ന് നടത്തി. കേരളത്തിൽപ്പോലും വേണ്ടത്ര പ്രോത്സാഹനം സാംസ്കാരിക സംഘടനകളുടെ ഭാഗത്തുനിന്നും മലയാളഭാഷയ്ക്ക് കിട്ടാതിരുന്ന പശ്ചാത്തലത്തിൽ ചെന്നൈയിലെ 'ദക്ഷിണ' നല്കിയ പിന്തുണ, വിദഗ്ദ്ധ സമിതിക്ക് അക്ഷരാർത്ഥത്തിൽ ത്തന്നെ വളരെ പ്രചോദനകരമായിരുന്നു.

മലയാളഭാഷയ്ക്ക് ക്ലാസിക് പദവിക്ക് അർഹതയുണ്ടെന്ന് സ്ഥാപിക്കുന്ന റിപ്പോർട്ട് നാലു വോല്യങ്ങളിലായി വിദഗ്ദ്ധസമിതി തയ്യാറാക്കി. ശ്രേഷ്ഠഭാഷാപദവി ലഭിക്കുന്നതിനുള്ള യോഗ്യത മലയാളഭാഷയ്ക്കുണ്ടെന്ന് ഒന്നാം വോല്യത്തിൽ സ്ഥാപിച്ചിരിക്കുന്നു. ഇതിനാസ്പദമായ രേഖകളുടെയും നിരീക്ഷണങ്ങളുടെയും അസൽ പകർപ്പുകളാണ് 2, 3, 4 വോല്യങ്ങളിലുള്ളത്. പ്രൊഫ. ഒ എൻ വി കുറുപ്പ്, പ്രൊഫ. പുതുശ്ശേരി രാമചന്ദ്രൻ, സുഗതകുമാരി, ഡോ. നടുവട്ടം ഗോപാലകൃഷ്ണൻ എന്നിവർ വിദഗ്ദ്ധ സമിതി റിപ്പോർട്ട് 2011 ജനുവരി 13 ന് വിദ്യാഭ്യാസ വകുപ്പുമന്ത്രി എം എ ബേബിക്ക് കൈമാറി. ജനുവരി 15 ന് പ്രസ്തുത റിപ്പോർട്ട് വിദ്യാഭ്യാസ മന്ത്രി എം എ ബേബി നേരിട്ട് പ്രധാനമന്ത്രിക്ക് നല്കി.

കേന്ദ്രസാഹിത്യ അക്കാദമി നിയോഗിച്ച വിദഗ്ദ്ധ സമിതി കേരളം സമർപ്പിച്ച റിപ്പോർട്ട് 2012 ഫെബ്രുവരിയിൽ ചർച്ചയ്ക്കെടുത്തുവെങ്കിലും

തീരുമാനം കൈക്കൊണ്ടില്ല. വിദഗ്ദ്ധ സമിതിയിൽ മലയാളം അറിയാവുന്ന ഏകവ്യക്തി ഡോ. ശ്രീനാഥൻ ആയിരുന്നു. സമിതിയിലെ ബാക്കിയുള്ളവർക്ക് 'അല്പം തമിഴ് അതിലും കുറച്ച് മലയാളം' എന്ന അറിവാണ് മലയാളത്തെ സംബന്ധിച്ച് ഉണ്ടായിരുന്നത്. തമിഴിന്റെ ഉപഭാഷയാണ് മലയാളമെന്ന കാഴ്ചപ്പാടായിരുന്നു ഭൂരിപക്ഷം പണ്ഡിതന്മാർക്കും. പ്രമുഖ ഭാഷാ ശാസ്ത്രജ്ഞനായ ബി എച്ച് കൃഷ്ണമൂർത്തിയും പി എസ് സുബ്രഹ്മണ്യവും പ്രഥമ മീറ്റിങ്ങിൽ പങ്കെടുക്കാതിരുന്നതുകൊണ്ട് വിദഗ്ദ്ധസമിതിയുടെ അടുത്തയോഗം മാർച്ച് 5 ന് ഹൈദരാബാദിൽ വെച്ച് ബി എച്ച് കൃഷ്ണമൂർത്തിയുടെ അദ്ധ്യക്ഷതയിൽ നടന്നു. മലയാളത്തിന് 1500 വർഷത്തെ പഴക്കമില്ലെന്നായിരുന്നു സമിതിയുടെ കണ്ടെത്തൽ. മാനദണ്ഡങ്ങളിൽ 2,3,4 എന്നിവ മലയാളം പൂർണ്ണമായും പാലിക്കുന്നുണ്ടെന്ന് സമിതി അഭിപ്രായപ്പെട്ടു. ഈ യോഗത്തിൽ പ്രൊഫ. അൻവിത അബ്ബി, പ്രൊഫ. കെ വി സുബ്ബറാവു, പ്രൊഫ. ബി എൽ പട്നായിക്, ഡോ. ടി എസ് കെ കണ്ണൻ, പ്രൊഫ. പി എസ് സുബ്രഹ്മണ്യം, സാഹിത്യ അക്കാദമി സെക്രട്ടറി അഗ്രഹാര കൃഷ്ണമൂർത്തി, ഡെപ്യൂട്ടി സെക്രട്ടറി കെ എസ് റാവു എന്നിവർ പങ്കെടുത്തു. കേന്ദ്രസാംസ്കാരിക മന്ത്രാലയത്തിലെ ജോയിന്റ് സെക്രട്ടറിയും മലയാളിയുമായ ഡോ. വേണു ഈ യോഗത്തിൽ പങ്കെടുത്തില്ല. ജൂൺ 29 ന് കേരള മുഖ്യമന്ത്രി ശ്രീ. ഉമ്മൻചാണ്ടി വിളിച്ചുചേർത്ത ഭാഷാഭിമാനികളുടെ യോഗം തുടർനടപടികളെക്കുറിച്ച് ചർച്ചചെയ്തു. മലയാളത്തിന്റെ വിശദീകരണം കേൾക്കാതെ വിദഗ്ദ്ധ സമിതി കൈക്കൊണ്ട തീരുമാനത്തെ കേരളസർക്കാർ ചോദ്യം ചെയ്തു.

തുടർന്ന് 2012 ഡിസംബർ 19 ന് കേന്ദ്ര സാഹിത്യ അക്കാദമി മലയാളത്തിന്റെ ക്ലാസിക് പദവി ചർച്ച ചെയ്യാനായി വിദഗ്ദ്ധസമിതിയുടെ ഒരു യോഗം വിളിച്ചു ചേർത്തു. മലയാളത്തെ പ്രതിനിധീകരിച്ച് താരതമ്യാത്മക ഭാഷാശാസ്ത്രജ്ഞനായ ഡോ. ബി ഗോപിനാഥൻനായരും ഡോ. നടുവട്ടം ഗോപാലകൃഷ്ണനും മലയാളസർവ്വകലാശാല വൈസ് ചാൻസലർ കെ ജയകുമാറും ആ യോഗത്തിൽ പങ്കെടുത്തു.

ഏതിന്റെ അടിസ്ഥാനത്തിലാണോ തമിഴിന് ക്ലാസിക് പദവി നല്കിയത് അതേ അടിസ്ഥാനത്തിൽത്തന്നെ മലയാളത്തിനും ക്ലാസിക് പദവി നൽകേണ്ടതാണെന്ന് കേരളത്തിൽനിന്നുള്ള പ്രതിനിധികൾ വാദിച്ചു. കേന്ദ്ര സാഹിത്യ അക്കാദമിയുടെ പ്രത്യേക ക്ഷണിതാവായിരുന്ന ഡോ. എം ജി എസ് നാരായണനും ഈ വാദത്തെ അനുകൂലിച്ച് തന്റേതായ വീക്ഷണം അവതരിപ്പിക്കുകയുണ്ടായി. വിദഗ്ദ്ധ സമിതി അംഗമായ ഡോ. ശ്രീനാഥനും നരവംശശാസ്ത്രജ്ഞനായ ഡോ. വി ആർ റാവുവും മലയാളത്തിനുവേണ്ടി ശക്തിയായി വാദിച്ചു. അങ്ങനെ 2012 ഡിസംബർ 19 ലെ മീറ്റിങ് മലയാളഭാഷയ്ക്ക് ക്ലാസിക് പദവി നല്കാനുള്ള തീരുമാനം കൈക്കൊണ്ടു.

കേന്ദ്രസാംസ്കാരിക വകുപ്പ് മലയാളത്തിന് ശ്രേഷ്ഠഭാഷാ പദവി

നൽകാൻ 2013 ഫെബ്രുവരി 24 ന് തീരുമാനിച്ചു. ഇതിന് കേന്ദ്രമന്ത്രിസഭയുടെ അംഗീകാരം 2013 മെയ് 23 ന് ലഭിച്ചു.

ഏതെങ്കിലും വ്യക്തിയുടെ മിടുക്കുകൊണ്ടല്ല, മറിച്ച് ഒരു പറ്റം ഭാഷാപ്രണയികളുടെ അക്ഷീണ പ്രവർത്തനം കൊണ്ടാണ് നമ്മുടെ ഭാഷയ്ക്ക് ശ്രേഷ്ഠഭാഷാ പദവി ലഭിച്ചത്. ശ്രീ. വി എസ് അച്യുതാനന്ദന്റെ നേതൃത്വത്തിലുണ്ടായിരുന്ന ഗവൺമെന്റും, പ്രത്യേകിച്ച് അന്നത്തെ വിദ്യാഭ്യാസമന്ത്രി എം എ ബേബി പ്രകടിപ്പിച്ച താല്പര്യവും, പിന്നീട് അധികാരത്തിൽ വന്ന ശ്രീ. ഉമ്മൻചാണ്ടിയുടെ നേതൃത്വത്തിലുള്ള ഗവൺമെന്റിന്റെ ശക്തമായ ഇടപെടലും മലയാളഭാഷയുടെ മഹത്ത്വവും കൊണ്ടുമാണ് ശ്രേഷ്ഠഭാഷാ പദവി കൈവന്നത്. മലയാളത്തിന് ക്ലാസിക് പദവി ലഭിക്കാൻ സാംസ്കാരികവകുപ്പുമന്ത്രി കെ സി ജോസഫ് കാണിച്ച ശുഷ്കാന്തിയും പ്രശംസനീയമാണ്.

ഇനിയെന്ത്? ക്ലാസിക് പദവി ലഭിക്കുന്ന ഭാഷകൾക്ക് കേന്ദ്രഗവൺമെന്റിന്റെ നിയന്ത്രണത്തിലുള്ള ഒരു ഗവേഷണ കേന്ദ്രം അനുവദിച്ചുകിട്ടുമെന്നതാണ് എടുത്തുപറയേണ്ട ഒരുനേട്ടം. വിജ്ഞാപനപ്രകാരം മറ്റ് രണ്ട് നടപടികൾകൂടി ക്ലാസിക് പദവി ലഭിച്ച ഭാഷകൾക്കു കേന്ദ്രഗവൺമെന്റിന്റെ ഭാഗത്തുനിന്നുണ്ട്. സെൻട്രൽ യൂണിവേഴ്സിറ്റികളിൽ ക്ലാസിക് പദവി ലഭിച്ച ഭാഷകൾക്ക് പഠനവിഭാഗങ്ങൾ തുടങ്ങാനുള്ള നിർദ്ദേശമാണ് ഒന്ന്. അന്തർദ്ദേശീയ നിലവാരം പുലർത്തുന്ന ഭാഷാസാഹിത്യ പഠനങ്ങൾക്ക് പുരസ്കാരങ്ങൾ ഏർപ്പെടുത്തുമെന്നതാണ് മറ്റൊന്ന്. മൈസൂറിലെ സെൻട്രൽ ഇൻസ്റ്റിറ്റ്യൂട്ട് ഓഫ് ഇന്ത്യൻ ലാംഗ്വേജസ് പോലെ അന്താരാഷ്ട്ര നിലവാരമുള്ള ഒരു ഭാഷാഗവേഷണകേന്ദ്രം മലയാളത്തിന് ഉണ്ടാവുകയെന്നത് ഏതൊരു മലയാളിക്കും അഭിമാനാവഹമായിരിക്കും. സംസ്കാരം, ചരിത്രം, പാരമ്പര്യം, ഭാഷ തുടങ്ങിയവയുമായി ബന്ധപ്പെട്ട എല്ലാപഠനങ്ങളും ഗവേഷണകേന്ദ്രത്തിൽ അത്യന്താധുനിക സംവിധാനങ്ങൾ ഉപയോഗിച്ച് നടത്താനാകും. മാതൃഭാഷാപഠനത്തിന് വിവിധ മാതൃകകൾ കണ്ടെത്തുക, നാശോന്മുഖമായിക്കൊണ്ടിരുന്ന ഭാഷാഭേദവസ്തുതകൾ രേഖയിലാക്കുക, കേരളത്തിന്റെ പാരമ്പര്യവിജ്ഞാനത്തിന്റെ ശാസ്ത്രീയത വ്യക്തമാക്കുന്ന പഠനങ്ങൾ നടത്തുക, മലയാളത്തിലെ ക്ലാസിക് കൃതികൾ ബന്ധഭാഷകളിലേക്കും വിദേശഭാഷകളിലേക്കും പരിഭാഷപ്പെടുത്തുക, പുരാരേഖകൾ സംരക്ഷിക്കുക തുടങ്ങി കേരളത്തിന്റെ സമസ്തമേഖലകളെക്കുറിച്ചും ശാസ്ത്രീയമായ നിരീക്ഷണപഠനങ്ങൾ നടത്താൻ ഇങ്ങനെയൊരു ഗവേഷണകേന്ദ്രത്തിന്റെ ആവിർഭാവംകൊണ്ട് സാധിക്കുന്നതാണ്.

മലയാളഭാഷയും സാഹിത്യവും മറുനാടൻ മലയാളികൾക്കും, മലയാളേതരർക്കും പഠിക്കാനുള്ള സംവിധാനം കൂടുതൽ കാര്യക്ഷമമാക്കേണ്ടതുണ്ട്. മലയാളമിഷന്റെ പ്രവർത്തനം വ്യാപകമാക്കാനുള്ള ശ്രമം ഉണ്ടാകണം. മലയാളം കമ്പ്യൂട്ടിങ്ങിനുള്ള ഒരു കേന്ദ്രവും അടിയന്തരമായി നമുക്കുവേണം. തമിഴ് ഭാഷയിൽ ഉണ്ടായതുപോലെ ഇന്റർനെറ്റ്

സഹായത്തോടെ ഒരു വെർച്ച്വൽ മലയാളം സർവ്വകലാശാല യാഥാർത്ഥ്യമാക്കാനും ശ്രേഷ്ഠഭാഷാപദവി ലബ്ധിയാൽ നമുക്കു സാധിക്കേണ്ടതാണ്. നമ്മുടെ ഭാഷാപാരമ്പര്യത്തിന്റെ തെളിവുകൾ കാണെക്കാണെ തിരോഭവിച്ചുകൊണ്ടിരിക്കുന്നു. ഉള്ളവയെങ്കിലും ശേഖരിക്കാനുള്ള തീവ്രയത്നങ്ങളും ഗവേഷണപഠനകേന്ദ്രത്തിന്റെ ഉദ്ദേശ്യലക്ഷ്യങ്ങളിൽപ്പെടുത്താം. നമ്മുടെ ഗ്രാമീണവായനശാലകൾ പുനരുദ്ധരിച്ച് വായനാശീലത്തെ പ്രോത്സാഹിപ്പിക്കാനും ഗ്രാമീണരിലേക്ക് പുതുവിജ്ഞാനങ്ങൾ അവരുടെ ഭാഷയിലൂടെ എത്തിക്കാനുമുള്ള സംരംഭങ്ങൾക്കും ക്ലാസിക് പദവി പ്രയോജനകരമാക്കാവുന്നതാണ്.

വലിയൊരു ദൗത്യത്തിന്റെ മേഖലയാണ് ശ്രേഷ്ഠഭാഷാപദവി വിജ്ഞാനകുതുകികൾക്കായി തുറന്നിട്ടിരിക്കുന്നത്. മലയാളവും ഇതര ഭാഷകളുമായി ബന്ധപ്പെടുത്തിയുള്ള ദ്വിഭാഷ, ത്രിഭാഷാ നിഘണ്ടുക്കൾ ഓരോ വിജ്ഞാനശാഖയിലും പെടുന്ന മലയാള സർവ്വവിജ്ഞാനകോശങ്ങൾ, നൂതന പദ നിർമ്മിതികൾ, മെഷീൻ വിവർത്തനത്തിനു ഭാഷയെ സജ്ജമാക്കൽ തുടങ്ങി എത്രയെത്ര കർമ്മപദ്ധതികളാണ് ഏറ്റെടുക്കാവുന്നത്. ഭാഷയെയും സംസ്കാരത്തെയും സ്നേഹിക്കുന്ന ഭരണാധികാരികൾ ഉണ്ടെങ്കിൽ ഇതൊക്കെ സാധിക്കാവുന്നതേയുള്ളൂ. മലയാളത്തെ സംബന്ധിച്ചിടത്തോളം ഇച്ഛാശക്തിയുള്ള പണ്ഡിതന്മാരുടെയും ഭരണകർത്താക്കളുടെയും കുറവ് എക്കാലത്തും അനുഭവപ്പെട്ടിട്ടുണ്ട്. വിശേഷിച്ചും ഭാഷാ പരിഷ്കരണ സംരംഭങ്ങളെ ഏതുവിധത്തിലും എതിർത്തു തോല്പിക്കുന്നതിൽ മലയാളിക്കുള്ള മിടുക്ക് പ്രശംസനീയമാണല്ലോ.

(*ദേശാഭിമാനി*)

2

പ്രഥമറിപ്പോർട്ട്

On Conferring Classical Status to Indian Languages

Prof. O N V Kurup

Malayalam is one of the four daughters of the Proto Dravidian Language along with Tamil, Telugu and Kannada. The separation from the mother was A prolonged process of evolution which appears to have been spread over a period of several centuries. It is significant that Malayalam versions and commentaries of Sanskrit works were mentioned as *Tamil Kattu* (Tamil book) for example the Malayalam annotation of the famous Sanskrit Lexicon, *Amarakosham* was mentioned as 'Amaram Tamil Kattu'. Even the 15th Century Malayalam Poet, Niranam Rama Panikkar says that he wants to narrate the *Brahmandapuranam* in Tamil. It is evident that in these centuries the word Tamil was used by Keralites to denote their language though the actual language was remarkably different from Tamil. The word 'Tamil' was a synonym of the word language. In fact this served as a misty curtain to hide the antiquity of Malayalam Language.

While the people on the eastern side of the western ghats held a puritantial attitude in preserving their old alphabet and linguistic expressions, the inhabitants of the western side of the ghats (ie. Chera/

Kerala) held a very liberal attitude in accepting words and usages from the spoken and written dialects of those people with whom they have interacted and those who have settled here as evidenced in history. In the course of its development as an independent language Malayalam has lavishly accepted words from many other languages, such as Sankrit, Prakrit, Pali, Marathi, Arabic, Persian, Syriac, Hebrew, Portuguese, Dutch, French & English.

Sanskrit	-	Through Aryan Settles. The Entire Vocabulary of Sanskrit was taken over into Malayalam and the resultant richness has made Malayalam equal to any great language in its capacity to deal with literary and non literary themes.
Prakrit & Pali	-	Through Buddhist & Hain Preachers & Monks.
Marathi	-	Through traders and musicians who enjoyed royal patronage.
Arabic	-	Through Arabic traders & the advent of Islam in the coastal districts of Kerala.
Persian	-	By Local rulers in the process of modernizing the administration and judiciary.
Syriac	-	Through Christian missionaries.
Hebrew	-	Through Jews who often visited and settled here.
Protuguese, Dutch, French & English	-	During the period of struggle for settlement by these three European Colonial powers and finally during the period of British supremacy.

It is beyond doubt that Tamil in the Chera Country has undergone changes due to the liberal tolerant attitude and accommodative nature of those who spoke it in this area without hurting its basic Dravidian structure.

This transition occurred in the alphabet of the local Tamil also. Along with the preservation of the old Tamil roots, Malayalam has absorbed all the phonemes in Sanskrit. The same is the case with

Kannada and Telugu also. Fortunately these sister languages have won the 'classic; status while Malayalam which has undergone the same transition through centuries towards sophistication and modernization, alone is marginalized as an outcaste from the illustrious Dravidian family of Languages. We do endorse the 'Classic' Status rendered to Tamil. But while giving the same status to Kannada and Telugu, the denial of the same to an equally great language is surprisingly illogical in a democratic country where any sort of discrimination is deplorable.

The period of the first available literary work in a language should not be the sole criterion to adjudge the antiquity of that language. That should not be the decisive factor to confer 'classic' status. The first available work in Malayalam. *Ramacharitham* evidences in itself, the rich heritage of a poetic culture of a glorious past. It is eloquent of the presence of "full many a gem" that lies hidden in the repository of ancient Malayalam Poetry. Moreover it is a historical fact that Dravidian Culture thrived in equal excellence in Vanchi (Chera in Kerala) Kanchi (Chola) and Pukar (Pandya). The *Vanchi Chapter* is immortalized in *Silappathikaram* which was authored by Ilango Adikal, the Prince of Chera country who turned an ascetic. This *Vanchi* is today's Kodungalloor the premises of which even today invites excavators to explore Kerala's relation with European ports and the resultant cultural impact. Doesn't it speak a lot about the antiquity of Kerala's culture and its language and literature? It is a fault that the Tamil (both its common parance and its literary diction) used by Keralites had developed itself to greater cosmopolitan dimensions? Does this noble innate nature of its stand in the way to achieve 'Classic' status?

The vast seacoast of Kerala facing the west and the variety of rare spices produced here have benefited Kerala with a vast exposure to Arabia and Europe. Traders who sailed to Kerala's sea ports even discovered a helpful seawind that bears a greek name 'Hippolatus'. This constant contact with various peoples, their varied faiths, Cultures and languages enriched the diction of Malayalam as the wings of a butterfly become embedded with pollen grains from various flowers its comes into contact with.

No wonder Malayalam produced a translation of the *Bhagavadgeetha* by a non caste-Hindu poet like Madhava Panicker early as the 14th Century. No wonder a single poet has translated the Epic of *Mahabharatha* into Malayalam fully using the same metre as in the original. The poet was Kunjukuttan Thampuran and it was in the 19th Centure in kodungalloor itself where the poet of *Silappathikaram* had his adobe. Kodungalloor has become famous in history as the port where landed one of the disciples of Jesus Christ, St Thomas the same town is the abode of an ancient Muslim Mosque constructed by the last Chera King who embraced Islam and went to Mecca. Malayalam language keeping pace with these memorable changes in the land's history has acquired a cosmopolitan nature. It is significant that Keralites have never raised their voice against any other language, especially Hindi which they consider as the language of the majority of the sons and daughters of Mother India.

We can find that Malayalam fulfills all the essential criteria for 'classic' status.

(i) It is ancient as it belongs to the Proto-Dravidian Family of Languages. It was the language of the ancient 'Chera' Kingdom, which underwent gradual transition like its sister language Kannada and Telugu.

(ii) It is deep-rooted in Dravidian tradition and is not at all an offshoot of any other tradition.

(iii) It has a rich tradition both oral and written. If at all the poetic diction of modern Malayalam differs from that of *Silappathikaram* and *Ramacharitham* (12th Cent). It is nothing but the natural consequence of historical development. *Silappathikaram* leaves a common heritage that is to be shared by the entire descendants of the Chera, Chola and Pandya People of Yore.

a. The present Malayalam small Script Granthalipi can be found to ancient Kerala writings and AD 9th Century.

b. 'Vazhappalli Cheppered' of AD 9th Century is an example. From that time onwards this script can be seen in all Kerala manuscripts.

c. The Pallava Kings wrote Sanskrit in this script and it is proved that the script took shape out of the Brahmi Lipi later. It is from this same script that Tamil, Kannada & Telugu lipis also shaped themselves.

d. One letter found in 2000 year old Dakshina Brahmi lipi, is still seen in Malayalam only without any change. It is Zha (ഴ).

e. Even in *Silappathikaram* (4th Cent. AD) there are many words which are not present in the vocabulary of today's Tamil. These are lavishly used even in the common parlance of Malayalam (അളിയൻ, അങ്ങാടി അടയ്ക്ക, കൂറ്, തോണി, പാനി, പിഴ, പൊതി, പായൽ, വഴിപാട്) etc. to cite a few. These are termed as *Malainattuvazhakkam* which gradually matured into Malayalam.

f. In Kerala from AD 9th Century onwards we can find literary, scientific & political works in this script. Eg: *Thapathisamvaranam Subhadra Dhananjayam*, translation of *Kautaliyam* etc.

This means Malayalam Language has developed sufficiently much earlier than 12th Century. Such masterly works cannot burst out all on a sudden but needs centuries of nurturing.

Just as the red rays of dawn and the hot silvery rays of midnoon and the crimson rays of dusk, though apparently different are all actually the same sunshine. Tamil, Malayalam, Telugu and Kannada are of the same Dravidian tradition. Hence lowering the status of one of these four languages, is against historical facts that should never happen in an age of democratic justice.

The demand for Classic status for Malayalam is not 'sentimental' but based on historical facts. At the same time the Malayalees not only in Kerala but all over India and abroad cherish a very noble sentiment towards this effort to regain the status of their motherlanguage. The ‘Classic’ status will open new venues for the development of Malayalam. It will promote the most precious values envisaged by our great leaders of Renaissance. Malayalaees want to build bridges of understanding with other Indian and foreign language and thereby help the emergence of ‘Universal Man’ on the firm ground of our national culture. A Malayalam University with such a motto a fond dream of Keralites can become a reality as a result of this recognition and its associated benefits.

Wonders occurs not only in Nature and Architecture as the Niagra falls or Taj Mahal respectively, but it occurs in Literature also. In the very same town Kodugalloor where *Silappathikaram* was written by a prince turned ascetic, fifteen centuries later, a single hand did translate the entire *Mahabharatham* into Malayalam- that too the very first fulfledged translation of the great Indian Epic in a regional language of India. Kodungalloor, supposed to be the ancient port city Muziris as mentioned by foreign travelers was the nucleus of ancient Kerala culture. Dravidian culture is like ‘Bhrahma’ The creator, having four faces- Tamil, Malayalam, Kannada and Telugu. Alienating Malayalam from the other three is like cutting off one head of the creator. We should not commit that sin.

3

ശ്രേഷ്ഠഭാഷാ പദവി വിദഗ്ദ്ധസമിതിറിപ്പോർട്ട്

മലയാളം ക്ലാസിക് ഭാഷാ പദവിക്ക് അർഹമാണെന്നു സ്ഥാപിക്കുന്നതിനായി സമർപ്പിച്ച റിപ്പോർട്ടിന്റെ സാരസംഗ്രഹമാണ് ചുവടെ ചേർക്കുന്നത്. റിപ്പോർട്ടിന് നാലു ഭാഗമുണ്ട്. ആദ്യഭാഗത്തിൽ ക്ലാസിക് ഭാഷാ പദവിക്ക് നിശ്ചയിച്ചിട്ടുള്ള മാനദണ്ഡങ്ങളെ മലയാളഭാഷ എത്രത്തോളം സംതൃപ്തിപ്പെടുത്തുന്നുവെന്നു കാണിക്കുന്ന വസ്തുതകളാണ് ഉൾക്കൊള്ളിച്ചിട്ടുള്ളത്. തുടർന്നുള്ള ഭാഗങ്ങളിൽ വസ്തുതകൾക്ക് ആധാരമായിട്ടുള്ള പ്രമാണങ്ങളുടെ പ്രസക്തഭാഗങ്ങൾ നൽകിയിരിക്കുന്നു.

മാനദണ്ഡം A

High antiquity of its early texts/recorded history over 1500-2000 years

അശോകമൗര്യന്റെ രണ്ടാം ശാസനത്തിലാണ് കേരളത്തെക്കുറിച്ചുള്ള ഏറ്റവും പഴയ പരാമർശമുള്ളത്. *വാല്മീകിരാമായണം, മഹാഭാരതം അഷ്ടാധ്യായി* തുടങ്ങിയ കൃതികളിലും കേരള പരാമർശമുണ്ടെങ്കിലും അവയുടെ രചനാകാലത്തിന് കൃത്യതയില്ലാത്തതിനാൽ ബി സി 277–300 കാലത്തുണ്ടായ അശോകന്റെ രണ്ടാം ശാസനമാണ് കേരളമെന്ന വാക്കിന്റെ പഴക്കം സൂചിപ്പിക്കുന്നതിനായി റിപ്പോർട്ടിൽ സ്വീകരിച്ചത്. ശാസനത്തിലെ 'കേതലപുത' എന്ന പദം കേരളപുത്ര എന്ന പദത്തിന്റെ പാലിരൂപമാണ്.

പ്രാചീന സംസ്കൃതഗ്രന്ഥകാരന്മാർക്ക് സുപരിചിതമായിരുന്ന 'കേരള' ശബ്ദം പ്ലിനി, ടോളമി, പെരിപ്ലസ്കാരൻ എന്നീ വിദേശസഞ്ചാരി

കളുടെ കുറിപ്പുകളിലും കാണുന്നുണ്ട്. എന്നാൽ, ദ്രാവിഡ ഭാഷാ ഗോത്രത്തിലെ ഏറ്റവും പ്രാചീനമായ സംഘകൃതികളിലൊന്നിലും 'കേരളം' എന്ന വാക്കിന് പ്രവേശനം കിട്ടിയിട്ടില്ലെന്നത് ശ്രദ്ധേയമാണ്. കേരളശബ്ദത്തിന്റെ സ്ഥാനത്ത് ചേരശബ്ദമാണ് സംഘകാലകൃതികളിലുള്ളത്. ചേരം, ചേരൻ, ചേരലാതൻ. ചേരലം, ചേരമാൻ തുടങ്ങിയ വാക്കുകളെല്ലാം കേരള സംബന്ധിയാണ്. അശോകശാസനത്തിൽ 'ഏവമപിപ്രചംതേസു യഥാ ചോഡാപാഡാ സതിയപുതോ കേതലപുതോ ആതംബപാണി' എന്നാണ് പര്യന്തദേശങ്ങളെക്കുറിച്ചുള്ള പ്രസ്താവന. ചോഡാ ചോളദേശവും പാഡാ പാണ്ഡ്യദേശവും ആണ്. ചേര സംജ്ഞ അന്നുണ്ടായിരുന്നെങ്കിൽ ചോഡാ പാഡാകളോടൊപ്പം ശാസനത്തിൽ അതിന് ഇടം കിട്ടുമായിരുന്നു. ചകാരം ബ്രാഹ്മിലിപിക്ക് അന്യമല്ല. ഇതിൽനിന്നും വ്യക്തമാകുന്നത് കകാരചകാര പരിണാമം തമിഴിൽ സംഭവിക്കുന്നതിനു മുമ്പുതന്നെ ഉടലെടുത്ത പദമാണ് കേരളം. പിൽക്കാലത്തുണ്ടായവയാണ് ചേരം, ചേരലം, ചേരമാൻ തുടങ്ങിയ പദങ്ങൾ. കേരളപുത്രന്റെ തമിഴ് രൂപാന്തരമാണ് ചേരമാൻ (ചേരമകൻ). ഭാഷാ ശാസ്ത്രപരമായി ഒരു വാക്കിന് കകാരഘടിതവും ചകാരഘടിതവുമായ രൂപങ്ങളുണ്ടെങ്കിൽ കകാരാദിയായ വാക്കായിരിക്കും പ്രാചീനം. താലവ്യാദേശം കൊണ്ടാണ് കകാരം ചകാരമാക്കുന്നത്.

ഇൻഡോ-ആര്യൻ ഭാഷക്കാർ ദക്ഷിണേന്ത്യയെക്കുറിച്ച് അറിയുന്ന കാലത്തുതന്നെ കേരളം എന്ന പദമുണ്ടായിരുന്നു. പാണ്ഡ്യ ചോള ദേശങ്ങളോടൊപ്പം അറിയപ്പെട്ടിരുന്നത് കേരളമാണ്, ചേരമല്ല. കേരളം ഒരു മലയാളം വാക്കാണ്.

അനുബന്ധം. 1

'Collected papers on Dravidian Linguistics' by Prof. T. Burrow, Annamalai University, Annamalai nagar, S. India 40, 41.

2. തേനിജില്ലയിലെ പുളിമാങ്കൊമ്പ് എന്ന സ്ഥലത്തുനിന്നു കിട്ടിയ ഒരു വീരക്കൽ ലിഖിതത്തിൽ 'പെടു' എന്ന വാക്കുണ്ട്. ഈ വാക്ക് നിയതാർത്ഥത്തിൽ മലയാളത്തിലേ പ്രയോഗത്തിലുള്ളൂ. 'കൂടലൂർ ആകോൾ പെടു തീയൻ അന്തവൻ കൽ' എന്നാണു ലിഖിതം. ഐരാവതം മഹാദേവന്റെ നിരീക്ഷണത്തിൽ 'പെടു' എന്ന ധാതു മലയാളമാണ്. മരിച്ചുവീഴുക, മരണത്തിനു കീഴ്പ്പെടുക എന്നീ അർത്ഥങ്ങളിൽ ഈ വാക്ക് മറ്റു ദ്രാവിഡ ഭാഷകളിൽ ഉപയോഗത്തിലില്ല. ലിപിയുടെ സ്വഭാവം വെച്ചുകൊണ്ട് പുളിമാങ്കൊമ്പ് ലിഖിതത്തിന്റെ കാലം ബി സി ഒന്നാം നൂറ്റാണ്ടാണെന്ന് നിർണ്ണയിച്ചിട്ടുണ്ട്.

അനുബന്ധം 2

Antiquity of Malayalam. Recent Epigraphical Evidence: Iravatam Mahadevan DLA NEWS Vol 34. No. 8, August 2010.

അനുബന്ധം 2. A

3. എറണാകുളം ജില്ലയിൽ വടക്കൻ പറവൂരിനടുത്തുള്ള പട്ടണം എന്ന ദേശത്ത് നടന്ന ഉൽഖനനം മുഖേന ലഭിച്ച ഒരോട്ടക്കലക്ഷണത്തിൽ തമിഴ്-ബ്രാഹ്മി ലിപിയിൽ. ഊർപാവ ഓ...' എന്നു രേഖപ്പെടുത്തിയിട്ടുണ്ട്. ക്രി. വ. ആദ്യദശകങ്ങളിൽ വിദേശങ്ങളിലും പ്രസിദ്ധമായിരുന്ന മുസിരസ്സാണ് പട്ടണം എന്ന സ്ഥലമെന്ന് കരുതപ്പെടുന്നു. ഈ ലിഖിതത്തിലെ ഭാഷ മലയാളമാണ്. സ്വരസംവരണം വന്ന 'പാവ' എന്ന പദം മലയാളത്തിന്റെ വ്യക്തിത്വത്തിന് നിദർശനമാണ്. ഈ രേഖയുടെ കാലം ക്രി. വ. രണ്ടാം നൂറ്റാണ്ടാണ്.

അനുബന്ധം 3

IJDL (International Journal of Dravidian Linguistics.) Vol. XXXV Number 2, June 2006. 'Inscriptions and Graffiti on Pottery from Pattanam (Muciri) Kerala V. Selvakumar, K P Shajan, I Mahadevan P P 117-119.

4. സംഘംകൃതികളിലെ മലയാളപദങ്ങൾ

സംഘകാലകൃതികളിൽ ധാരാളം മലനാട്ടു വഴക്കങ്ങളുണ്ട്. കേരളത്തിലെ വായ്മൊഴി സഹ്യപർവ്വതത്തിനു കിഴക്കുള്ള വായ്മൊഴിയിൽനിന്ന് അകന്നു തുടങ്ങിയതിന്റെ അംഗീകാരമാണ് തമിഴ്വൈയാകരണന്മാർ തന്നെ ചൂണ്ടിക്കാണിച്ചിട്ടുള്ള 'മലൈനാട്ടുവഴക്കങ്ങൾ, *തൊൽകാപ്പിയം, ചിലപ്പതികാരം, ജീവകചിന്താമണി* തുടങ്ങിയ കൃതികളുടെ വ്യാഖ്യാതാക്കളാണ് *മലൈനാടുവഴക്കങ്ങ*ളെപ്പറ്റി സൂചിപ്പിച്ചിട്ടുള്ളത്. *സംഘപ്പാട്ടുകൾ, മണിമേഖല, ചിലപ്പതികാരം, തൊൽകാപ്പിയം, പുറപ്പൊരുൾ വെൺപാമാലൈ, നാലായിര ദിവ്യ പ്രബന്ധം* എന്നിവയിൽ കാണുന്ന ഏതാനും മലയാളഭാഷാപദങ്ങൾ താഴെ കൊടുക്കുന്നു. Dravidian Etymological Dictionary (DED revised edition)യിൽ ഉൾപ്പെടുത്തിട്ടുള്ളവ അതാതു വാക്കുകൾക്കു നേരെ സൂചിപ്പിച്ചിരിക്കുന്നു.

4.1. സംഘപ്പാട്ടുകൾ

അങ്ങനെ (ഇപ്പോൾ സാഹിത്യതമിഴിൽ മാത്രം)	DED. 1
ആർപ്പ്	DED. 367
കടവ്	DED. 1109

കുപ്പായം		
ചിതൽ		DED. 1548
ചോര		DED. 2883
തീറ്റ		DED. 3863
തെല്ല്		
പണിക്കൻ		DED. 3884
പുഴുക്ക്	കിഴങ്ങുവർഗങ്ങൾ ചേർത്തുണ്ടാക്കുന്ന ഭക്ഷണം	DED. 4315
പൂച്ചൈ-പൂച്ച		DED. 4355
പൂള	പഞ്ഞിമരം (ഇലവ്)	DED. 4378
മതി		
മിടുക്ക്		DED. 4846
വഴിപാട്		

4.2 മണിമേഖല

ഊൺ		DED. 600
കാ(വ്)	പൂന്തോട്ടം	DED. 1416
തൊഴുതു		DED. 3525

4.3 ചിലപ്പതികാരം

അങ്കാടി (അങ്ങാടി)		
അടയ്ക്ക		DED. 88
അളിയൻ	സഹോദരിയുടെ ഭർത്താവ്	DED. 2410
ആശാൻ		
ഈട്		DED. 442
എക്കൽ		DED. 770
കരയാമൽ	കരയരുത്	DED. 1291
കൂവനീറ്		DED. 1872
ചാന്തി	(ശാന്തിക്കാരൻ)	
തുന്നൽക്കാരൻ		
പടുകാലം		
പടിഞായിറ് (പടിഞ്ഞാറ്)		
പട്ടാങ്ങ് (സത്യം)		
പനി (ജ്വരം)		DED. 4035
പിണക്കം		DED. 4160
പിഴ		DED. 4187
പീടിക		
പൊതി		DED. 4509
മാണി		
മാന്നിക്കായ്		
വാലായ്മ		

4.4 തൊൽകാപ്പിയം

അത്ത്	ഉച്ചാരണലാഘവത്തിനായി ചേർക്കുന്ന ഇടനില	DED. 685
ഉന്നം	(ഇലവ് വൃക്ഷം)	
ഉഴിന	ഒരു സസ്യം	
കണ്ടി	(പോത്ത്)	
തത്ത		
പൂച്ചൈ	(പൂച്ച)	DED. 4355
പോത്ത്		DED. 4586
മൂങ്ക	(മൂങ്ങ)	
വളി	(കാറ്റ്)	

4.5 പുറപ്പൊരുൾ വെൺപാമാലൈ

ആൾ		DED. 399
ഊഴം		DED. 2736
കളരി		
കൂറ്	പങ്ക്	
തോണി		
പാണി	ഒരു രാഗം	

4.6 നാലായിര ദിവ്യപ്രബന്ധം

അടിയറൈ -	അടിയറ ദൈവത്തിനോ രാജാവിനോ നല്കുന്ന വഴിപാട്	
അറ്റകുറ്റം		
ആലി	മഴത്തുള്ളി	
ഉഴവാൻ	ഉഴലുക	
ഒരുപാട്	ധാരാളം	
കവളം	ചെള്ള	
കിളിപ്പൈതൽ		
കുട്ടൻ		DED. 1670
കുരവ-കുരവൈ	സ്ത്രീകളുടെ വായ്ക്കുരവ	
ചിക്കനെ	പെട്ടെന്ന്	
ചിറുക്കൻ (ചെറുക്കൻ)		DED. 1594
നിച്ചലും	നിത്യവും	
പണ്ടി	വയർ	DED. 3898
പയലുതൽ - പയറ്റുതൽ	കളരിയഭ്യാസം	DED. 3942
പള്ളി	ഉറക്കം, രാജാവിന്റെ കട്ടിൽ	DED. 4018
പറയൽ-പറൈതൽ		DED. 4031
പാവ		DED. 4101
പുലരി		
പയ്യ		DED. 3945
വാരം ഓതൽ	വേദാഭ്യാസം	DED. 1052

റാവു സാഹിബ്ബ് എം രാഘവയ്യങ്കാരും മഹാകവി ഉള്ളൂരും ധാരാളം മലയാളവാക്കുകളും പ്രയോഗങ്ങളും തമിഴ് മലയാള ഭാഷകളുടെ ബന്ധത്തെപ്പറ്റി പറയുമ്പോൾ എടുത്തുകാണിച്ചിട്ടുണ്ട്. ഈ മട്ടിൽ ധാരാളം മലനാട്ടു പദങ്ങൾ സംഘസാഹിത്യത്തിലുണ്ട്.

അനുബന്ധം 4

Some aspects of Kerala and Tamil literature Rao Sahib M Raghava Aiyangar (1948) University of Kerala 1973 edition pp 158-165.

അനുബന്ധം 4 A

കേരള സാഹിത്യചരിത്രം ഒന്നാം വോള്യം, റാവു സാഹിബ്ബ് മഹാകവി ഉള്ളൂർ എസ് പരമേശ്വരയ്യർ, പ്രസിദ്ധീകരണ വകുപ്പ് കേരള സർവ്വകലാശാല, 1990 എഡിഷൻ, പുറം 28-36.

അനുബന്ധം 4 B

Commemoration Volume. Cochin Synagogue quartercentenary celebrations, December 15, 16, 17, 18, & 19. 1968. *Role of Tamil in the Development of Malayalam.* V I Subramoniom p p 151-159.

അനുബന്ധം 4 C

ചെന്തമിഴ് പ്രചരിച്ചിട്ടുള്ള നാടിന് ചുറ്റുമുള്ള 12 നാടുകളിലെ ഭാഷയിലെ പദങ്ങളെ തിചൈച്ചൊൽ എന്നാണ് തമിഴ് വൈയാകരണന്മാർ വിളിച്ചിട്ടുള്ളത്. തിചൈച്ചൊല്ലുകളിൽ തള്ള (തള്ളൈ), അച്ഛൻ (അച്ചൻ) എന്നീ വാക്കുകൾ മലനാട്ടിലെ കുട്ടനാട്, കുടനാട് വഴക്കങ്ങളിൽപ്പെടുന്നു. അരുവാനാട്ടിലെ 'ചെറു' എന്ന വാക്കും മലനാട്ടുവഴക്കമാണ്. ചെറുമൻ ചെറുമി എന്നീ വാക്കുകളുമായി 'ചെറു' ബന്ധപ്പെട്ടിരിക്കുന്നു. 'പുത' (പുതയ്ക്കുക) എന്ന വാക്കും മലനാട്ടുപദമാണ്. 'ഇതാ' (ഇവിടെ) എന്ന മലനാട്ടു വാക്ക് തമിഴ് വൈയാകരണന്മാരെ ഏറെ കുഴക്കിയിട്ടുള്ള ഒരു മൊഴിവഴക്കമാണ്. ഇത്തരം വാക്കുകളെ കടംകൊണ്ട വാക്കുകളായി കരുതുന്നതിൽനിന്നു വ്യക്തമാകുന്നത് ഈ വാക്കുകളുള്ള ഭാഷ തമിഴിൽനിന്നും പരിണമിച്ചതല്ലെന്നാണ്.

Ezhuttaccan And his Age-Chelanat Achyuta Menon University of Madras, 1940. Appendix V Tisai Col.

5. മലയാളത്തിന്റെ പ്രക്തനതയ്ക്കാധാരമായ വ്യാകരണാംശങ്ങൾ.

5.1 അയ്, ഐ, അ എന്നിവയാണ് സംഘസാഹിത്യത്തിൽ കാണുന്ന പ്രതിഗ്രാഹികാ പ്രത്യയങ്ങൾ. ഇവ പുനർനിർമ്മാണത്തിനു വിധേയമാകുമ്പോൾ കിട്ടുന്ന പരിണാമഘട്ടങ്ങൾ ചുവടെ നല്കുന്നു:

അഇയ് ഐ/അയ് അ
ഐ
എഇയ് എഇ>എയ് എ

അകാരം എകാരത്തെക്കാൾ പ്രാചീനമാണ്. തമിഴിൽ പ്രതിഗ്രാഹികാ പ്രത്യയമായ അകാരം സംഘകാലാനന്തരം പ്രയോഗത്തിലില്ല. മലയാളം അതിന്റെ വടക്കൻ ഭാഷാഭേദത്തിലൂടെ ഇന്നും അകാരത്തെ നിലനിർത്തിയിരിക്കുന്നു.

5.2 സംബന്ധികാ വിഭക്തി പ്രത്യയമായി ഉടെ *തൊൽകാപ്പിയം* അംഗീകരിച്ചിട്ടില്ല. എന്നാൽ ഉടെ (ഉടൈ)യ്ക്ക് സംഘകാലസാഹിത്യത്തിൽ പ്രയോഗം കാണുന്നുണ്ടുതാനും. ഐങ്കുറുനൂറിൽ 'അവനുടൈ' എന്നു പ്രയോഗിച്ചിട്ടുള്ളത് ഉദാഹരണം. ഐങ്കുറുനൂറ് കേരളത്തിന്റെ സംഭാവനയാണെന്നോർക്കുക. - ഉടൈ ഇന്ന് മലയാളത്തിൽ - ഉടെ എന്ന് മാറിയിട്ടുണ്ട്.

5.3 സംഘംകൃതികളിൽ ഉപയോഗിച്ചിട്ടുള്ള അലിംഗ ബഹുവചനരൂപങ്ങളായ - അവ - ഇവ (ഇവൈ) പില്ക്കാല തമിഴിൽനിന്നും അപ്രത്യക്ഷമായിട്ടും മലയാളം അവയും ഇവയും സംരക്ഷിച്ചിരിക്കുന്നു. *തൊൽകാപ്പിയം* അംഗീകരിച്ചിട്ടുള്ള രൂപങ്ങളാണ് അവ; ഇവകൾ. ചൊല്ലതികാരം നിയമം ഒൻപത് പ്രകാരം അലിംഗബഹുവചനങ്ങൾ അ, ആ, വ് കളിൽ അവസാനിക്കുന്നവയാണ്.

5.4 സംഘംകൃതികളിൽ പരക്കെ കാണുന്ന ഒരു സർവ്വനാമബഹുവചനപ്രത്യയമാണ് ഓർ. *തൊൽകാപ്പിയ* ഉദ്ധരണങ്ങളിൽ പലേടത്തും-ഓർ ഉണ്ടെങ്കിലും *തൊൽകാപ്പിയം* ഒരു പ്രത്യയമായി ഓർ പട്ടികപ്പെടുത്തിയിട്ടില്ല. അൻ>ഓൻ ആയ പോലെ അർ>ഓർ ആയതാണ്. തമിഴിന്റെ മൊഴിഭേദങ്ങളിലൊന്നിലും-ഓർ നിലനിർത്തിയിട്ടില്ല. എന്നാൽ മലയാളത്തിൽ ഓൻ, ഓർ പ്രയോഗങ്ങൾ സുലഭമായി കാണുന്നുണ്ടല്ലോ.

മലയാളത്തിന്റെ വടക്കൻ ഭാഷാഭേദങ്ങളിൽ മൂത്തോർ, വാഴുന്നോർ എന്നീ വാക്കുകൾ ബഹുമാനത്തോടെ ഉപയോഗിക്കുന്നുണ്ട്. 'മൂത്തോർ ചൊല്ലും മുതുനെല്ലിക്ക ആദ്യം കയ്ക്കും പിന്നെ മധുരിക്കും' എന്ന പഴഞ്ചൊല്ലിലും 'വാഴുന്നോർ നല്കിയ ചന്ദനപ്പല്ലക്കിൽ' എന്ന പാട്ടിലും മൂത്തോരും വാഴുന്നോരും ഉയിർക്കൊള്ളുന്നത് കാണുക.

5.5 ഉദ്ദേശികാപ്രത്യയം ഉ - കു

കു, അക്കു, ക്കു എന്നിവയാണ് സംഘംകൃതികളിൽ കാണുന്ന ഉദ്ദേശികാ പ്രത്യയങ്ങൾ. മലയാളം ഉ കു കൾ ഉദ്ദേശികാപ്രത്യയമായി ഉപയോഗിക്കുന്നു. - ഉ പ്രത്യയം സംഘസാഹിത്യത്തിലില്ല. ക്രി വ. രണ്ടാം നൂറ്റാണ്ടിലുണ്ടായ ഒരു എടയ്ക്കൽ ലിഖിതത്തിൽ ഉദ്ദേശികാ പ്രത്യയ

മായി ഉകാരം പ്രയോഗിച്ചിട്ടുണ്ട്. 'വെങ്കോമലൈ കച്ചവനു ചത്തി എന്ന ലിഖിതത്തിലെ കച്ചവൻ - ഉ ഉദ്ദേശികയിലാണു പ്രയോഗം.

5.6 യാട്, ആട് (*അകനാനൂറ്*) യാണ്ടു, ആണ്ട്, യാമൈ, ആമൈ (പുറനാനൂറ്) എന്നിങ്ങനെ യകാരഘടിതവും അല്ലാത്തതുമായ പദങ്ങൾ സംഘസാഹിത്യത്തിലുണ്ട്. യകാരലോപം സംഘകാലത്തെ തുടങ്ങിയെന്നു വ്യക്തം. മലയാളത്തിൽ പദാദിയിലുള്ള യകാരം ലോപിച്ചുള്ള ആട്, ആണ്ട്, ആമ തുടങ്ങിയ രൂപങ്ങൾക്കാണ് പ്രചാരമുള്ളത്. സംഘകാലത്ത് യകാര സംബന്ധമായുണ്ടായിരുന്ന അവ്യവസ്ഥ തമിഴിൽ ഇന്നും നിലനില്ക്കുന്നു. യാട്, ആട്, യാണ്ട്, ആണ്ട്; യാമൈ, ആമൈ; യാർ ആർ; യാറ് ആറ്, യാനൈ ആനൈരൂപങ്ങൾ തമിഴിൽ നിലനില്ക്കെ മലയാളത്തിൽ യകാരലോപം വന്ന രൂപങ്ങളാണുള്ളത്. യകാരലോപം മലയാളത്തിന്റെ പ്രാചീനതയ്ക്കു തെളിവാണ്.

5.7 മലയാളത്തിലെ പ്രാചീനലിഖിതങ്ങളിലും സാഹിത്യകൃതികളിലും കാണുന്ന വർത്തമാന കാലപ്രത്യയങ്ങൾ - ഇന്റുവും - ഉന്നുവും ആണ്.

സംഘംകൃതികളിൽ - ഉന്തു എന്ന വർത്തമാനകാലപ്രത്യയമുണ്ട്. ഈ ഉന്തുവിന്റെ പരിണാമമാണ് കന്നടത്തിലെ - ഉതുവും തെലുങ്കിലെ ഉതിച്ചുവും. മലയാളത്തിന്റെ - ഉന്നുവും സംഘകാലഭാഷയിലെ - ഉന്തുവും ഒരു പൊതു ധാതുവിൽ നിന്നുണ്ടായതാകാം. എ ആർ രാജരാജവർമ്മ, എൽ വി രാമസ്വാമി അയ്യർ, പി എസ് സുബ്രഹ്മണ്യം എന്നിവരുടെ അഭിപ്രായത്തിൽ മലയാളത്തിന്റെ ഇന്റു പഴന്തമിഴിന്റെ കിന്റുവുമായി ബന്ധപ്പെട്ടിരിക്കുന്നു - ഇന്റുവിൽനിന്നുണ്ടായ - ഇന്നു മലയാളത്തിന്റെ വടക്കൻ പ്രാദേശികങ്ങളിൽ പ്രചാരത്തിലുണ്ട്.

5.8 ആധാരികാപ്രത്യയമായി - അകം *പതിറ്റുപ്പത്തിൽ* ഉപയോഗിച്ചിട്ടുണ്ട്. ഉദാ: വരൈയകം (മലയ്ക്കുള്ളിൽ എന്നർഥം). മലയാളത്തിൽ സമാനമായ പ്രത്യയം അത്ത് ആണ്. ഭാഷാശാസ്ത്രപരമായി 'അകത്ത്' എന്ന വാക്കിന്റെ സങ്കുചിത രൂപമാണ് - അത്ത്. നിലാവത്ത്, കാറ്റത്ത് എന്നീ വാക്കുകളിൽ- അത്ത് ആധാരികാർത്ഥം നൽകുന്നു. *തൊൽകാപ്പിയം, എഴുത്തതികാരം* 242, 243 നിയമങ്ങൾ -അത്തിനെ ചാരിയൈയായി പട്ടികപ്പെടുത്തിയിട്ടുണ്ട്. ആധാരികയ്ക്ക് 19 പ്രത്യയങ്ങളാണ് (പലതും പദങ്ങളാണ്) തൊൽകാപ്പിയർ വിധിച്ചിട്ടുള്ളത്. ഇവയിൽ മിക്കതും മലയാളത്തെ സംബന്ധിച്ചിടത്തോളം ഒറ്റയ്ക്കു നിൽക്കാൻ കഴിവുള്ള പദങ്ങളാണ്. ആധാരികാർത്ഥത്തിലുള്ള-അത്ത് പ്രാചീന കാലം തൊട്ടേ മലയാളത്തിൽ നിലനില്ക്കുന്നു.

മലയാളം തമിഴിന്റെ ഒരു പ്രാദേശികമായിരുന്നെങ്കിൽ തമിഴിന്റെ മറ്റു പ്രാദേശികങ്ങളെപ്പോലെ എന്തുകൊണ്ട് അതുനിലനിന്നില്ല? ദ്രാവിഡ ഗോത്രത്തിലെ ഒരംഗമെന്ന നിലയ്ക്ക് ദ്രാവിഡത്തിന്റെ

പൈതൃകങ്ങൾ സൂക്ഷിച്ചതോടൊപ്പം തമിഴിനോട് ഏറ്റവും അടുപ്പവും സൂക്ഷിച്ച ഭാഷയാണ് സഹ്യപർവ്വതത്തിനു പടിഞ്ഞാറുള്ള ഭാഷ. സംഘകാലകൃതികൾ വ്യക്തമാക്കുന്നത് കിഴക്കൻ തീരഭാഷയിൽനിന്ന് സ്വനരൂപിമ തലങ്ങളിൽ വ്യക്തിത്വമുള്ള ഒരു വായ്മൊഴിയും വരമൊഴിയും പശ്ചിമതീരഭാഷയ്ക്കുണ്ടായിരുന്നുവെന്നാണ്. അതായത് തമിഴ് മലയാളഭാഷകൾക്ക് ഒരു പൊതുഭാഷയുണ്ടായിരുന്നു. സഹ്യപർവ്വതത്തിനു കിഴക്കുള്ള ഭാഷ തമിഴായും പടിഞ്ഞാറുള്ള ഭാഷ മലയാളമായും പരിണമിച്ചു. മലനാട്ടു വഴക്കങ്ങൾ അതാണ് വ്യക്തമാക്കുന്നത്.

അനുബന്ധം 5

Phonological Morphological and Lexical parallelisms in Sangam Tamil and Modern Malayalam - Gopalakrishnan Naduvattom World Classical Tamil Conference - Kovai 2010, pp 748-750.

6. വിദേശസഞ്ചാരികളുടെ കുറിപ്പുകളിൽ കാണുന്ന മലയാളം, തമിഴ് വാക്കുകൾ.

ബി സി ഇ 1000 ത്തിനടുത്ത് സോളമൻ ചക്രവർത്തിയുടെ കാലത്തെ ഒരു ഹീബ്രു രേഖയിലാണ് ഒരു ദ്രാവിഡ വാക്ക് ആദ്യമായി പ്രയോഗിച്ചു കാണുന്നത്. 'തുകി' എന്നാണ് ആ വാക്ക്. തമിഴ് മലയാളത്തിലെ 'തോകൈ'യാണ് ഹീബ്രുവിലെ 'തുകി'. 'മയിൽ' എന്നാണ് വാക്കിന്റെ അർത്ഥം. അകിൽ എന്ന വാക്കാണ് ഹീബ്രുവിൽ അൽഗം ആയത്. ഒറുസ് എന്ന ഗ്രീക്ക് പദം തമിഴ്-മലയാള ഭാഷകളിലെ അരി-അരിശി രൂപങ്ങളുടെ രൂപാന്തരമാണ്. ഗ്രീക്ക് ഭാഷയിൽ കാണുന്ന ഏറ്റവും പ്രാചീനമായ ദ്രാവിഡപദം 'കർപിയോൺ' ആണ്. ഇത് മലയാളത്തിലെ 'കറുപ്പ്' അല്ലാതെ മറ്റൊന്നുമല്ല. സഹ്യപർവ്വതനിരകളിൽനിന്നു ശേഖരിച്ച സുഗന്ധദ്രവ്യങ്ങളിലൊന്നാണ് 'കറുപ്പ്'.

ക്രി. വ. ഒന്നും രണ്ടും നൂറ്റാണ്ടുകളിലെ വിദേശ സഞ്ചാരികളായ ടോളമി, പ്ലിനി, *പെരിപ്ലസ് മാരിസ് എരിത്രയ്* എന്ന കൃതിയുടെ കർത്താവ് എന്നിവർ അവരുടെ കുറിപ്പുകളിൽ ധാരാളം ദ്രാവിഡ വാക്കുകൾ ഉദ്ധരിച്ചിട്ടുണ്ട്. പ്രാചീന യവനസഞ്ചാരികൾക്ക് ഏറ്റവും പരിചിതമായിരുന്നത് കേരള തീരമായിരുന്നു. സ്വാഭാവികമായും കേരളത്തിൽനിന്നു കയറ്റുമതി ചെയ്തിരുന്ന സുഗന്ധവ്യഞ്ജനങ്ങൾക്കും വസ്തുക്കൾക്കുമാണ് വിവരണങ്ങളിൽ സവിശേഷ പ്രാധാന്യം സിദ്ധിക്കുക. സ്ഥലനാമങ്ങളുടെ കാര്യത്തിലും കേരളത്തിനാണ് മുൻതൂക്കമുള്ളത്. പ്ലിനിയും ടോളമിയും പെരിപ്ലസ്കാരനും 'കേരബെത്രോസ്' എന്ന വാക്ക് അല്പസ്വല്പ സ്വന വ്യത്യാസത്തോടെ അവരവരുടെ വിവരണങ്ങളിൽ പരാമർശിച്ചിട്ടുണ്ട്. ഇത് അശോകശാസനത്തിലെ 'കേതലപുത'ന്റെ (കേരളപുത്ര) രൂപാന്തരമാണ്. കേര, കേള പദങ്ങൾ മലയാളമാണ്. കാൽഡ്വലിന്റെ പക്ഷത്തിൽ

കേര, കേള പദങ്ങൾ കേരളം എന്ന മലയാള പദത്തിന്റെ ചുരുക്കെഴുത്താണ്.

മലയാള ഭാഷയുടെ പഴക്കത്തെയാണ് കാൽഡ്വലിന്റെ നിരീക്ഷണങ്ങൾ അടിവരയിടുന്നത്.

അനുബന്ധം 6

A Comparative Grammar of the Dravidian or south Indian Family of languages, Robert Caldwell (1856) 1976 edition p p 90-94.

അനുബന്ധം 6 A

'Dravidian Culture - T K Krishna Menon, Bulletin of the Ramavarma Research Institute No. 3 1934, pp 39-41.

7. പ്ലിനി, ടോളമി, പെരിപ്ലസ്കാരൻ എന്നിവരുടെ വിവരണങ്ങളിലാണ് കേരളത്തിലെ സ്ഥലനാമങ്ങൾ സ്ഥാനം പിടിച്ചിട്ടുള്ളത്. 2000 വർഷങ്ങൾക്കു മുമ്പ് കേരളത്തെക്കുറിച്ചു ചില വിവരണങ്ങൾ തങ്ങളുടെ ഗ്രന്ഥങ്ങളിൽ ഉൾപ്പെടുത്തിയ ഈ വിദേശ സഞ്ചാരികളിലൂടെയാണ് മലയാള ദേശത്തിന്റെ അസ്തിത്വവും മലയാള ഭാഷയുടെ ചൈതന്യവും ആധുനിക ലോകം അറിയുന്നത്. വിദേശ സഞ്ചാരികളുടെ കുറിപ്പുകളിൽ പരാമർശിച്ചിട്ടുള്ള സ്ഥലങ്ങൾ ഏതെന്നു നിർണ്ണയിക്കുന്നതിൽ മുഖ്യപങ്കുവഹിച്ചത് ഗുണ്ടർട്ട്, ബർണ്ണൽ, ബുക്കാനൻ, റോബർട്ട് കാൽഡ്വൽ എന്നീ പണ്ഡിതന്മാരാണ്. കാൽഡ്വലിന്റെ ദ്രാവിഡഭാഷകളുടെ താരതമ്യാത്മക വ്യാകരണത്തിൽ പ്രാചീന വിദേശ സഞ്ചാരികളുടെ വിവരണങ്ങളിലുള്ള കേരളത്തിലെ സ്ഥലങ്ങൾ കണ്ടുപിടിക്കാനുള്ള ശ്രമം നടത്തിയിട്ടുണ്ട്. താഴെപ്പറയുന്ന സ്ഥലങ്ങൾ ഗുണ്ടർട്ട്, ബർണൽ, കാൽഡ്വൽ എന്നിവർ കണ്ടെത്തിയവയാണ്.

മുസ്സിരിസ്സ് - മുയിരി - മുചിരി - തിണ്ടിസ് - തുണ്ടി - കടലുണ്ടി	ഹെർമ്മൻ ഗുണ്ടർട്ട്
നെൽക്കിന്ദ - കന്നേറ്റി കൊട്ടനോറ (പ്ലിനി)	ബർണ്ണൽ
	കടത്തനാട് - ബുക്കാനൻ
കൊല്ലൊനരിക (പെരിപ്ലസ്) കൊടിയറ (ടോളമി)	കോലത്തുനാട് - ബർണ്ണൽ
കൊട്ടൊറ (പ്ലിനി)	കോട്ടാറ് - കാൽഡ്വൽ

മുസ്സിരിസ്സ്, തിണ്ടിസ്, നെൽക്കിന്ദ, കോട്ടനോറ, കൊട്ടിയാറ അയോ, പറേലിയ, കൊമരിയ തുടങ്ങിയ സ്ഥലപ്പേരുകളെല്ലാം സ്വദേശിപ്പേരുകളുടെ ഛായകളാണ്. ഈ വാക്കുകളിലെല്ലാം മലയാളഭാഷയുടെ സ്വനങ്ങളാണുള്ളത്.

സുഗന്ധദ്രവ്യങ്ങളുടെയും സ്ഥലനാമങ്ങളുടെയും സൂചനകളല്ലാതെ ഗ്രീക്ക് റോമൻ ഭൂമിശാസ്ത്രജ്ഞരുടെ വിവരണങ്ങളിൽ ഇന്ത്യയിലെ ഭാഷകളെപ്പറ്റി യാതൊരു പരാമർശവും കാണുന്നില്ല. പക്ഷേ, ഈ സ്ഥലപ്പേരുകളിലും വസ്തുക്കളുടെ പേരിലും മലനാട്ടുഭാഷയുടെ സ്വനപരമായ വ്യക്തിത്വം കുടികൊള്ളുന്നുണ്ട് എന്നത് ഭാഷാ ശാസ്ത്രപരമായി പരമപ്രധാനമാണ്. കഴിഞ്ഞ രണ്ടായിരം വർഷമായി മലനാട്ടുഭാഷ വലിയ മാറ്റമില്ലാതെ നിലനിൽക്കുന്നു എന്നും ഇന്നു നാം അറിയുന്ന ദിക്കുകളിൽ ആ ഭാഷ പ്രാചീന കാലത്തും വ്യവഹരിച്ചിരുന്നുവെന്നും ന്യായമായും അഭ്യൂഹിക്കാം.

അനുബന്ധം 6 B

A Comparative Grammar of the Dravidian or South Indian Family of Languages - Robert Caldwell (1856), pp 96 - 97. (1997 edition)

8. സ്വരസംവരണം വന്ന 'അണ' എന്ന വാക്ക് ക്രി. വ. 520 നൂറ്റാണ്ടിലെ ഒരു വട്ടെഴുത്ത് ലിഖിതത്തിൽ കാണുന്നു. ഈ ലിഖിതം നിലമ്പൂരിലെ നെടുങ്കയം വനത്തിലെ ചെറുപുഴ എന്ന നദിയിലേക്ക് ഇറങ്ങിക്കിടക്കുന്ന ഒരു പാറയിലാണ് രേഖപ്പെടുത്തിയിട്ടുള്ളത്. പദാന്ത ഐകാരം ലോപിച്ച 'അണ' എന്ന പദം തനിമലയാളമാണ്.

അനുബന്ധം 7

Early Tamil Epigraphy - Iravatham Mahadevan. p 479.

9. ക്രി. വ. ആദ്യദശകങ്ങളിൽ രേഖപ്പെടുത്തപ്പെട്ട എടയ്ക്കൽ ഗുഹാലിഖിതങ്ങളിലൊന്ന് 'പല്പുലിതാത്തകാരി' എന്നാണ് വായിക്കപ്പെട്ടിട്ടുള്ളത്. 'പല്പുലി' തമിഴിൽ പറ്പുലിയാണ്. ല>റ മാറ്റം സന്ധിയിൽ തമിഴിൽ ഇന്നും പ്രബലമാണ്. മറിച്ച് മലയാളത്തിന്റെ അംഗീകൃതരൂപം അന്നും ഇന്നും ലകാരം തന്നെ.

അനുബന്ധം 8

Cultural History of Kerala. Vol. I. pp 191-199.

10. എടയ്ക്കൽ ഗുഹയിലെ മറ്റൊരു ലിഖിതത്തിൽ ഉദ്ദേശികാവിഭക്തി പ്രത്യയം - ഉ കാണുന്നുണ്ട്. 'വെങ്കോമലൈ കച്ചവനുചത്തി' 1500 വർഷങ്ങൾക്കു മുമ്പുതന്നെ മലയാളഭാഷയുടെ വ്യാകരണപ്രത്യയങ്ങൾ ഉറച്ചിരുന്നുവെന്നു വ്യക്തം.

അനുബന്ധം 9

Edakkal Cave Inscriptions A Linguistic Approach - Naduvattom Gopalakrishnan. DLA NEWS Vol. 32 No. 3 March 2008.

അനുബന്ധം 9 A

Early Tamil Epigraphy From the Earliest Times to the Sixth Century A D. Iravatham Mahadevan, Chennai, India 2003.

11. ഡോ. ബി എച്ച് കൃഷ്ണമൂർത്തി തന്റെ *Telugu Verbal Bases* എന്ന ഗ്രന്ഥത്തിൽ മലയാളഭാഷയുടെ പഴക്കം സൂചിപ്പിക്കുന്ന പല വ്യാകരണത്തെളിവുകളും നല്കുന്നുണ്ട്.
മൂലദ്രാവിഡ ഭാഷയിലെ പത്തു സ്വരങ്ങൾ - ഇ, എ, അ, ഒ, ഉ, ഈ, ഏ, ഓ, ഊ - ഇന്നും ഉള്ളത് മലയാളത്തിലും തമിഴിലും മാത്രമാണ്. ഞകാരം പദാദിയിൽ സംരക്ഷിച്ചിട്ടുള്ള ഏക ദ്രാവിഡ ഭാഷയാണ് മലയാളം.

അനുബന്ധം 10

Telugu Verbal Bases. A Comparative and Descriptive Study - Bhadriraju Krishnamurti, University of California Press Berkeley and Los Angeles. 1961. p 33.

അനുബന്ധം 11

The Dravidian Languages. Bhadriraju Krishnamurti, pp 48-52
മൂലദ്രാവിഡ ഭാഷയിലെ ഴകാരം മധ്യകാലംവരെ എല്ലാ ദ്രാവിഡ ഭാഷകളിലെയും സാഹിത്യഭാഷയിൽ ഉണ്ടായിരുന്നു. എന്നാൽ മൂല ദ്രാവിഡത്തിലെ ഴകാരത്തിന്റെ ഉച്ചാരണം യാതൊരു മാറ്റവും കൂടാതെ നിലനിർത്തുന്നത് മലയാളമാണ്. തമിഴിൽ ചില പ്രദേശ ങ്ങളിലെ വായ്മൊഴികളിൽ ഴകാരം കേൾക്കാമെങ്കിലും വരമൊഴി യിൽ അത് ഉകാരമോ യകാരമോ ആയി മാറിപ്പോയിട്ടുണ്ട്.

അനുബന്ധം 11 A, 11 B

The Dravidian Languages, Bhadriraju Krishnamurthi, pp 137-138-139.

12. മൂലദ്രാവിഡഭാഷയിലെ 'റ'കാരം കന്നടയിലും മലയാളത്തിലുമേ സംരക്ഷിച്ചിട്ടുള്ളൂ.

അനുബന്ധം 12

The Indian Antiquary, Article by Paul K V Subbaiya Vol XXXVIII - 1909. Swati Publication, Delhi 1985. p. 211

13. പദാദിയിൽ ഞകാരം കാത്തുസൂക്ഷിക്കുന്ന ഏകദ്രാവിഡ ഭാഷ മലയാളമാണ്.

അനുബന്ധം 13

Collected Papers on Dravidian Linguistics-Prof. T Burrow Annamalai University, Annamalai nagar, S. India pp 128-143.

14. "ഈ രണ്ടു പ്രാചീന ഭാഷകൾക്കും (തമിഴ് - മലയാളം) അന്യോന്യമുള്ള വ്യത്യാസം സ്വതന്ത്ര ഭാഷകളെന്നതിനെക്കാൾ ദ്രാവിഡ കുടുംബത്തിലെ ഒരേ അംഗത്തിന്റെ ദേശ്യഭേദങ്ങൾ എന്ന നിലയിലുള്ളതാണ്"- ഗുണ്ടർട്ട്. മലയാളം തമിഴിന്റെ ശാഖയാണെന്ന വാദം ഗുണ്ടർട്ടിനില്ലായിരുന്നു. മലയാളത്തിന്റെ പഴക്കവും വ്യക്തിത്വവുമാണ് ഗുണ്ടർട്ടിന്റെ നിരീക്ഷണം വ്യക്തമാക്കുന്നത്.

അനുബന്ധം 14

A Malayalam and English Dictionary - Hermman Gundert, Preface, National Book Stall, Kottayam 1966.

15. പ്രൊഫ. എൽ വി രാമസ്വാമി അയ്യരുടെ നിരീക്ഷണത്തിൽ മധ്യകാല തമിഴിനും മലയാളത്തിനും സ്വനരൂപിമ തലങ്ങളിൽ വളരെ സാമ്യമുണ്ട്. ക്രി. വ. 5-ാം നൂറ്റാണ്ടുമുതൽക്ക് മധ്യകാലതമിഴിൽനിന്ന് അകന്ന് സ്വതന്ത്രമായ വളർച്ച മലയാളം കൈവരിച്ചു. 1500 വർഷങ്ങൾക്കു മുമ്പുതന്നെ സ്വതന്ത്രാസ്തിത്വമുള്ള ഭാഷയായിരുന്നു മലയാളം.

അനുബന്ധം 15

The Evolution of Malayalam Morphology, Prof. L V. Ramaswami Ayyar, Kerala Sahitya Academy, Thrissur. PP 19, 20, 173.

അനുബന്ധം 15 A

A Primer of Malayalam Phonology. Prof. L V Ramaswami Ayyar Kerala Sahitya Academy, Thrissur, pp 15, 16.

തമിഴിൽ അന്യംനിന്നുപോയ ധാരാളം മൂലദ്രാവിഡഭാഷാംശങ്ങൾ മലയാളം സൂക്ഷിച്ചിട്ടുണ്ടെന്ന് ടി ബി വേണുഗോപാലപ്പണിക്കർ നിരീക്ഷിച്ചിട്ടുണ്ട്. സ്വനിമതലത്തിലെ സൂക്ഷിപ്പുകളാണ് പ്രധാനമായും പണിക്കർ ചൂണ്ടിക്കാണിച്ചിട്ടുള്ളത്.

അനുബന്ധം 15 B

Old Tamil Retensions in Malayalam - T B Venugopala Panicker വിദഗ്ധസമിതി റിപ്പോർട്ടിൽ ഈ പ്രബന്ധം പൂർണ്ണമായും ചേർത്തിട്ടുണ്ട്.

മലയാളഭാഷയുടെ പഴക്കം സ്ഥാപിച്ചുകൊണ്ട് ഡോ. എം ലീലാവതി എഴുതിയിട്ടുള്ള ലേഖനവും വിദഗ്ധസമിതിയുടെ റിപ്പോർട്ടിൽ ചേർത്തിട്ടുണ്ട്.

അനുബന്ധം 15 C

Certain observations Regarding Antiquity of Malayalam Dr. M Leelavathy.

അനുബന്ധം 16

"ഇത്രമാത്രമുള്ള പ്രപഞ്ചനംകൊണ്ട് മലയാളത്തിനു തമിഴിനോടുള്ള ബന്ധം അത്യന്തം ഗാഢവും സന്നികൃഷ്ടവുമാണെന്നും അതു തെലുങ്കിനോടോ കർണ്ണാടകത്തിനോടോ ഉള്ളതുപോലെ ശ്ലഥവും വിദൂരവുമല്ലെന്നും തെളിയുന്നതാണ്. അതുകൊണ്ടത്രേ മലയാളം കേട്ടാൽ തമിഴർക്കും തമിഴ് കേട്ടാൽ മലയാളികൾക്കും തെലുങ്കിനെയും കർണ്ണാടകത്തിനെയുംകാൾ എത്രയോ അധികമായി മനസ്സിലാകുന്നത്. ചെന്തമിഴിന്റെ ആവിർഭാവത്തിനു മുമ്പുതന്നെ ഭൂസ്ഥിതിയും കാലാവസ്ഥയും നിമിത്തം ചില വ്യത്യാസങ്ങളെല്ലാം സ്വാഭാവികമായുണ്ടായിരുന്നു. എങ്കിലും പശ്ചിമപർവ്വതത്തിനു കിഴക്കും പടിഞ്ഞാറുമുള്ള തമിഴകത്തിൽ സംസാരിച്ചു വന്ന ഭാഷ പ്രായേണ ഒന്നുതന്നെയായിരുന്നു എന്നു ഞാൻ മുമ്പു പ്രസ്താവിച്ചിട്ടുണ്ട്. ചെന്തമിഴിന്റെ അതിപ്രസരം നിമിത്തം കാലാന്തരത്തിൽ മലമണ്ഡലമൊഴിച്ചുള്ള കൊടുന്തമിഴ് നാടുകളിലെ നാടോടി ഭാഷ അതുമായി അധികമധികം അടുത്തു. എന്നാൽ, മലമണ്ഡലത്തിലാകട്ടെ മുമ്പുതന്നെയുണ്ടായിരുന്ന വ്യത്യാസങ്ങൾ ക്രമേണ വർദ്ധിച്ച് വ്യവഹാരഭാഷ സംസ്കൃതത്തിന്റെ ആധിപത്യത്തിനുവഴങ്ങി പാണ്ഡ്യ ചോള ദേശങ്ങളിലെ വ്യവഹാരഭാഷയിൽനിന്ന് അകന്നകന്ന് ഒരു വ്യക്തിത്വ വിശിഷ്ടമായ സ്വതന്ത്രഭാഷയായി പരിണമിച്ചു. മലയാളത്തിനും തമിഴിനും തമ്മിലുള്ള ചാർച്ച സൂക്ഷ്മമായി പരിശോധിച്ചാൽ മലയാളത്തെ ഇന്നത്തെ തമിഴിന്റെ പുത്രിയെന്നോ കനിഷ്ഠസഹോദരിയെന്നോ അല്ല പറയേണ്ടതെന്നും അങ്ങനെ ഒരു സംബന്ധം കല്പിക്കുകയാണെങ്കിൽ മാതാവെന്നോ ജ്യേഷ്ഠത്തിയെന്നോ ആണ് വേണ്ടതെന്നും ഈ ചാർച്ചയിൽനിന്നും വിശദമാകുന്നതാണ്."

കേരളസാഹിത്യചരിത്രം, ഒന്നാം വോള്യം, റാവു സാഹിബ് മഹാകവി ഉള്ളൂർ എസ് പരമേശ്വരയ്യർ. Kerala University series No. 30 പുറം 39.

അനുബന്ധം 17

"അതിപ്രാചീനമായ കാലത്തിൽ പോലും കേരളത്തിലെ ഭാഷ മലയാളമായിരുന്നു എന്നല്ലാതെ തമിഴോ തമിഴിന്റെ ഒരു ഉപശാഖയോ ആയിരുന്നുവെന്ന് വിചാരിക്കുന്നത് അസംഗതമാണ്. എത്രതന്നെ പ്രാചീനമായ

മലയാള രേഖയിലും മലയാളത്തിന് തമിഴ് മുതലായ മറ്റു ദ്രാവിഡഭാഷ കളിൽനിന്നും പ്രത്യേകമായ ഒരു വ്യക്തിത്വം തെളിഞ്ഞു കാണുക തന്നെ ചെയ്യുന്നു. വ്യവഹാര ഭാഷയുടെ പ്രാചീന ദശകളെ മിക്കവാറും പരിര ക്ഷിച്ചുപോരുന്ന ശൈലികൾ, പഴഞ്ചൊല്ലുകൾ, കടംകഥകൾ മുതലായവ മലനാട്ടുഭാഷയുടെ പ്രത്യേകതകളെ ഉദാഹരിക്കുവാൻ മറ്റേതിനേക്കാളും കൂടുതൽ പ്രഗത്ഭങ്ങളാണ്."

കേരളഭാഷാവിജ്ഞാനീയം, ഡോ. കെ ഗോദവർമ്മ, പ്രൊഫസർ യൂണിവേഴ്സിറ്റി കോളേജ്, തിരുവനന്തപുരം, ട്രാവൻകൂർ യൂണിവേ ഴ്സിറ്റി സീരീസ്, നമ്പർ 24. ഒന്നാം ഭാഗം, പുറം 160.

18. സാമാന്യം ദൈർഘ്യമുള്ള ലിഖിതങ്ങൾ മലയാളഭാഷയിൽ ലഭിച്ചു തുടങ്ങിയത് ക്രി. വ. 825 നു ശേഷമാണ്. സ്ഥാണുരവിയുടെ *തരി സാപ്പള്ളി ചെപ്പേടുകളും* (ക്രി. വ. 849) രാജശേഖരദേവരുടെ *വാഴ പ്പള്ളിചെപ്പേടും* (ക്രി. വ. ഏകദേശം 860 തിനടുത്ത്) ആണ് ലഭിച്ചി ട്ടുള്ള ലിഖിതങ്ങളിൽ പ്രാചീനം. ഈ ലിഖിതങ്ങളിലെ ഭാഷയ്ക്ക് അഞ്ഞൂറ് വർഷത്തിനുമേൽ മുൻകാല പഴക്കം ന്യായമായും അവ കാശപ്പെടാനുണ്ട്.

അനുബന്ധം 18

Travancore Archeological series. Ed. T A Gopinatha Rao, Vol. II & III 1992 Edition.

19. മലയാളഭാഷയുടെ വ്യക്തിത്വം സ്ഥാപിച്ച കൃതിയാണ് 14-ാം നൂറ്റാ ണ്ടിലുണ്ടായ *ലീലാതിലകം*. സംസ്കൃതഭാഷയിൽ വിരചിതമായ ഈ ഗ്രന്ഥത്തിൽ ആദ്യത്തെ മൂന്നു ശില്പങ്ങളിൽ മലയാള ഭാഷ യുടെ വ്യക്തിത്വം, ദ്രാവിഡ ഗോത്രബന്ധം, സന്ധി, ലിംഗ കാല വചനാദി വ്യാകരണ കാര്യങ്ങൾ എന്നിവ ചർച്ച ചെയ്തിരിക്കുന്നു. മലയാളം ദ്രാവിഡഗോത്രത്തിൽപ്പെട്ട ഭാഷയാണെന്ന പരോക്ഷ സൂചന ഉൾക്കൊള്ളുന്ന കൃതിയാണ് *ലീലാതിലകം*. *ലീലാതിലക* ത്തിനു മുമ്പുണ്ടായ സാഹിത്യകൃതികളിൽനിന്നും ധാരാളം ഉദ്ധര ണികൾ *ലീലാതിലക*ത്തിലുണ്ട്.

അനുബന്ധം 19

The History of Grammatical theories in Malayalam, K N Ezhuthachan, Publication No. 17, Dravidian Linguistics Association, Kariavattom, Thiruvananthapuram, 1975 PP - 72, 73

20. തെലുങ്കുമഹാകവി ശ്രീനാഥന്റെ (ക്രി. വ. 1424-1450) *ശ്രീ ഭീമേശ്വര പുരാണമു* (ഭീമകാണ്ഡം എന്നും പേരുണ്ട്) എന്ന കാവ്യത്തിലാണ് കേരളഭാഷയെ മലയാളമെന്ന പേരിൽ ആദ്യമായി വ്യവഹരിച്ചു

കാണുന്നത്. കേരളത്തിലുണ്ടായ അക്കാലകൃതികളിലെങ്ങും മലയാളം എന്ന പേര് ഉപയോഗിച്ചിട്ടില്ല. പുറംനാടുകളിൽ കേരളത്തിലെ ഭാഷ മലയാളം എന്ന പേരിൽ മുമ്പിനാലെ അറിയപ്പെട്ടിരുന്നുവെന്നതിനു തെളിവാണ് ശ്രീനാഥന്റെ കാവ്യം. പ്രസക്തഭാഗം താഴെ കൊടുക്കുന്നു.

അറബി ഭാഷ തുരുഷ്കഭാഷ
ഗജകർണ്ണാടാംധ്രഗംഗാധരഘുർ-
ജര ഭാഷൽ മലയാളഭാഷ
ശകഭാഷ സിന്ധുസൗവീരബർ-
ബര ഭാഷൽ കരഹാട ഭാഷ
മറിയുൻ ഭാഷാവിശേഷാംബുല-
ച്ചെരുവൈ വച്ചുമരേടി-
യന്നനികി ഗോഷ്ഠീ സംപ്രയോഗം ബൂലൻ

അരേടി അന്നയ്യന് അറബി, ടർക്കിഷ്, ഗജ(?) കർണ്ണാട(കന്നട) ആന്ധ്ര (തെലുങ്ക്) ഗാന്ധാര, ഗുജറാത്തി, മലയാളം, ശക, സിന്ധി, സൗവീര(?) ബർബര, കരഹാട (?) ഭാഷകളിൽ തികഞ്ഞ പാണ്ഡിത്യമുണ്ടായിരുന്നു.

അനുബന്ധം 20

Early use of the word Malayalam indicating Language - B Radhakrishna: IJDL, International Journal of Dravidian Linguistics, Volume X, Number 1, January 1981 pp 269.

21. ദ്രാവിഡഭാഷാ ഗോത്രത്തിലെ സഹോദരീഭാഷകളിലെ മൂലദ്രാവിഡഭാഷാ സ്വഭാവങ്ങളുടെ സൂക്ഷിപ്പുകളെ സംബന്ധിച്ച നിരീക്ഷണങ്ങളിൽ ഏറ്റവും കൂടുതൽ പ്രാക്തനാംശങ്ങൾ സൂക്ഷിക്കുന്നത് മലയാളഭാഷയാണെന്നു പി എസ് സുബ്രഹ്മണ്യം *Dravidian Comparative Grammar I* എന്ന ഗ്രന്ഥത്തിൽ വ്യക്തമാക്കിയിട്ടുണ്ട്. പ്രധാനപ്പെട്ട നിരീക്ഷണങ്ങൾ താഴെക്കൊടുക്കുന്നു.

1. പദാംഗഘടനയിലെ സ്വരസംരക്ഷണം- തമിഴ് മലയാള ഭാഷകളിലെ സ്വരാംഗഘടനയിലെ V_2 (സ്വരം) സംരക്ഷണം മൂലദ്രാവിഡഭാഷയുടെ പ്രാതിനിധ്യം വഹിക്കുന്നു. തമിഴ് മലയാളഭാഷകളിലൊഴിച്ച് ഈ സംരക്ഷണം അന്യം നിന്നുപോയി. ഉദാ. മരുന്ത് (തമിഴ്) മരുന്ന് (മലയാളം) മർഡ് (കന്നട) മർഡീ (തുളു) മന്ദു (തെലുങ്ക്) ഉ എന്ന പദാംഗം കന്നട, തുളു, തെലുങ്ക് ഉദാഹരണങ്ങളിലെ പദമദ്ധ്യത്തിൽ ഇല്ലെന്ന കാര്യം ശ്രദ്ധിക്കുക.

2. തമിഴ്, മലയാളം, തോദ ഭാഷകളിൽ മാത്രമാണ് പദാദിഖരം ശ്വാസിയായി നിലനിൽക്കുന്നത്. മറ്റു ദ്രാവിഡഭാഷകളിൽ പദാദി ഖരം മിക്കവാറും നാദിയായിപ്പോയി.

3. വർത്സ്യ റ്റകാരവും നകാരവും മലയാളത്തിൽ സംരക്ഷിച്ചിരിക്കുന്നു.

4. മൂർദ്ധന്യസ്വനം 'ഴ'കാരം വർണ്ണവ്യതിയാനം കൂടാതെ ഇന്നു നില നില്ക്കുന്നത് മലയാളത്തിൽ മാത്രമാണ്. മലയാളത്തിന്റെ എല്ലാ ഭാഷാഭേദങ്ങളിലും ഈ സ്വനത്തിന് പ്രയോഗമുണ്ട്. തമിഴ് ഉൾപ്പെടെ മറ്റു ദ്രാവിഡകളിലെല്ലാം ഈ സ്വനം മിക്കവാറും അപ്രത്യക്ഷമായിട്ടുണ്ട്.

പ്രാക്തനാംശങ്ങൾ സംരക്ഷിക്കുന്ന ഭാഷയ്ക്കു പഴക്കവും വ്യക്തിത്വവും സ്വാഭാവികമായിട്ടും ഉണ്ടാകും.

അനുബന്ധം 21

Dravidian Comparative Grammar 1, P S Subrahmanyam. Centre of Excellence for Classical Tamil, Central Institute of Indian Languages. Hunsur Road, Manasagangotri, Mysore. pp 59, 60, 61.

22. മലയാള ലിപിയുടെ ഉത്ഭവം ഗ്രന്ഥലിപിയിൽനിന്നാണ്. ക്രി. വ. 5-ാം നൂറ്റാണ്ടിൽ പല്ലവരാജാക്കന്മാരുടെ കാലത്ത് സംസ്കൃതമെഴുതാൻ ഉണ്ടായ ലിപിയാണ് പല്ലവഗ്രന്ഥം അഥവാ ഗ്രന്ഥാക്ഷരം. പുരാതനമായ വട്ടെഴുത്തു ലിപിയ്ക്കും ഗ്രന്ഥലിപിയ്ക്കും 18-ാം നൂറ്റാണ്ടു വരെ കേരളത്തിൽ പ്രചാരമുണ്ടായിരുന്നു. തമിഴ്നാട്ടിൽ 16-ാം നൂറ്റാണ്ടോടുകൂടി വട്ടെഴുത്തു ലിപികൾ പ്രചാരലുപ്തമായി. ഗ്രന്ഥാക്ഷരം സംസ്കൃതമെഴുതാനാണ് ഉപയോഗിച്ചിരുന്നെങ്കിലും ക്രി. വ. 1500 ആയപ്പോഴേക്കും ഗ്രന്ഥലിപി ദ്രാവിഡത്തിന്റെ പ്രത്യേക വർണ്ണങ്ങൾ കൂടി ഉൾപ്പെടുത്തി മലയാള ലിപിയായി പരിണമിച്ചു. ക്രി. വ. 1521 ൽ എഴുതിയിട്ടുള്ള 'ദൈവാഗമഭാഷ'യിലെ ലിപി മലയാളമാണ്. 1500 വർഷം പഴക്കമുള്ള ഒരു ലിപി പാരമ്പര്യമാണ് മലയാള ഭാഷയ്ക്കുള്ളതെന്നു വ്യക്തം.

അനുബന്ധം 22

Palaeography of Malayalam Script - S J Mangalam Eastern Book linkers, Delhi, India. pp 8-12.

അനുബന്ധം 22 A

Evolution of Malayalam Script, S Radhakrishnan Mallassery. CALTIS 84. pp 103-105

അനുബന്ധം 22 B

Evolution of Arya Ezhuthu, M R Raghava Varriar. DLA NEWS July, August 2010.

23. മലയാളത്തിലെ തോറ്റംപാട്ടുകൾക്കും ഭദ്രകാളിപ്പാട്ടുകൾക്കും യാത്രക്കളിയിലെ നാലുപാദത്തിനും ക്രി. വ. 6, 7 നൂറ്റാണ്ടുകളോളം പഴക്കമുണ്ട്. അനുഷ്ഠാനത്തിന്റെ ഭാഗമായി ആലപിക്കുന്ന ഗാനങ്ങൾക്ക് പാഠഭേദങ്ങൾ ഉണ്ടാകില്ല. അതുകൊണ്ടാണ് തോറ്റം പാട്ടുകൾക്ക് നൂറ്റാണ്ടുകളുടെ പഴക്കം നിലനിർത്താനായത്. (*കാളീസേവ മലയാളത്തിൽ* - ചേലന്നാട്ട് അച്യുതമേനോൻ, പുറം 123)

അനുബന്ധം 23

Folk literature - Malayalam by K Ayyappa Paniker in 'Comparative Indian Literature' Volume I, Ed. K M Geroge, pp 94-100. വിദഗ്ദ്ധസമിതി റിപ്പോർട്ടിന് പരിശിഷ്ടമായി നൽകിയ റിപ്പോർട്ടിലെ വിശദാംശങ്ങളാണ് താഴെക്കൊടുക്കുന്നത്.

1. കൂടലൂർ ആകോൾ പെടു തീയൻ അന്തവൻ കല് - പുളിമാങ്കൊമ്പ് വീരക്കൽ ലിഖിതം. 'പെടു' ധാതു മലയാളമാണ്. (ബി സി ഒന്നാം നൂറ്റാണ്ട്)
2. ഊർ പാവ ഓ... പട്ടണം ഓട്ടക്കലക്കഷണത്തിലെ ലിഖിതം- 'പാവ' മലയാളമാണ് (ക്രി. വ. രണ്ടാം നൂറ്റാണ്ട്)
3. എടയ്ക്കൽ ലിഖിതങ്ങൾ
   (i) 'പല്പുലിതാത്തകാരി.' (ക്രി. വ. 2-3 നൂറ്റാണ്ട്)
   'പല്പുലി' മലയാള പ്രയോഗമാണ്.
   (ii) 'വെങ്കോമലൈ കച്ചവനു ചത്തി'
   ഉദ്ദേശിക പ്രത്യയം - ഉ - മലയാളത്തിന്റെ തനതു പ്രത്യയം.
   (iii)'ഇ പഴമ' (കാലം 3-ാം നൂറ്റാണ്ട്)
   സമീപവാചി പ്രത്യയം - ഇ. തമിഴിൽ ഇത് 'ഇത്' - 'ഇതുവു' ആണ്. 'പഴമ' - മലയാള പദം.
4. നിലമ്പൂരിലെ നെടുങ്കയം ലിഖിതം.
   'മാചകൊട് നീർ അണവായ്'.
   'അണ' എന്ന വാക്ക് മലയാളമാണ്. സ്വരസംവരണം സംഭവിച്ച രൂപം.
5 (1) 'കഴിത്തോണി കരെ ചേർക്കുന്തു' - *പുറനാനൂറ്*
   മലയാളത്തിലെ വർത്തമാനകാല പ്രത്യയമായ - ഉന്നുവിന്റെ പൂർവ്വരൂപമാണ് - ഉന്തു.
   (2) നീർക്കോഴി കുപ്പെ ആർക്കുന്തു. (*തൊൽകാപ്പിയം*)
   വർത്തമാനകാലപ്രത്യയം- ഉന്തു > ഉന്നു.
   (3) പറവ ചിലത്തതു (*തൊൽകാപ്പിയം*)
   ചിലത്തു (ചിലച്ചു) എന്ന വാക്ക് ചിലയ്ക്കൽ എന്ന അർത്ഥത്തിൽ മലയാളത്തിലേ ഉള്ളൂ.
   (4) ഏറ്റുമിൻ പുഴുക്കേ (*പതിറ്റുപ്പത്ത്*)
   'പുഴുക്ക്' ഭക്ഷണ പദാർത്ഥം കേരളത്തിലേയുള്ളൂ.

(6) യാത്രക്കളിയിലെ ഒരു സ്തുതി (ക്രി. വ. 7-ാം നൂറ്റാണ്ട്)

പൂക്കുലമാന്തിളനീരു മാന്തളിർ ചെമ്പരുത്തി
പൂമലരും കുരുത്തെഴുമോല വമ്പുള്ള ചെമ്പഴുക്ക
നാക്കിലതന്നിൽ വെള്ളരി വെള്ള വെറ്റില നല്ല തേങ്ങ
നാക്കുചേരും വിളക്കൊടു പീഠമേറി കുലതെയ്വം
പാട്ടിനിരിപ്പാൻ മെത്തിന വാൾ കടുത്തിലചൂലം കൊൾവാ-
പാട്ടിനലങ്കരിത്ത കളത്തിൽ വന്നുടനാടുകമ്മേ.

(അമ്മേ എന്ന സംബോധനരൂപം മലയാളഭാഷയ്ക്കു സ്വന്തം)

എടയ്ക്കൽ ഗുഹാ ലിഖിതങ്ങൾക്കു മുമ്പു തുടങ്ങുന്ന ഒരു പൂർവ്വ ചരിത്രമുള്ള ഭാഷയാണ് മലയാളം. സംഘകാലകൃതികളിലെ മലനാട്ടു വഴക്കം വ്യക്തിത്വമുള്ള ഭാഷ മലനാട്ടിലുണ്ടായിരുന്നതിന്റെ സൂചകമാണ്. സംഘസാഹിത്യം തമിഴിനും മലയാളത്തിനും ഒന്നുപോലെ അവകാശപ്പെട്ടതാണ്. തൊൽകാപ്പിയ നിയമങ്ങളിൽ മിക്കവയും മലയാളഭാഷയ്ക്കു യോജിക്കുന്നവയാണ്. തമിഴിൽ അന്യം നിന്നുപോയ ധാരാളം പ്രയോഗങ്ങൾ മലയാളം സംരക്ഷിച്ചിട്ടുണ്ട്. തമിഴ് മലയാള ഭാഷകളുടെ പൂർവ്വ പൊതു ഭാഷയ്ക്കുവേണ്ടി രചിച്ച വ്യാകരണകൃതിയാണ് *തൊൽകാപ്പിയം.*

തമിഴ് മലയാളഭാഷകൾക്ക് പൊതുവായൊരു പൂർവ്വദശയുണ്ടായിരുന്നു. പ്രോട്ടോ തമിഴ് മലയാളമെന്ന് വിളിക്കാവുന്ന ഒരു പൂർവ്വഭാഷ. സഹ്യപർവ്വതത്തിനു കിഴക്കുള്ള പൂർവ്വ തമിഴ് മലയാള ഭാഷ തമിഴായും പടിഞ്ഞാറൻ തീരഭാഷ മലയാളമായും പരിണമിച്ചു. അതിനാൽ തമിഴിലും മലയാളത്തിലും വകതിരിച്ച് പറയാനാവാത്ത സമാനതകൾ ധാരാളം ഉണ്ടായി. ഒന്നു വ്യക്തം: തമിഴിനോളം പഴക്കം മലയാളത്തിനുണ്ട്. സംഘസാഹിത്യം മലയാളത്തിനും കൂടി അവകാശപ്പെട്ടതാകയാൽ തമിഴിന് സംഘസാഹിത്യ ബലത്തിൽ നല്കപ്പെട്ട ക്ലാസിക് പദവി മലയാളത്തിനും അവകാശപ്പെട്ടതുതന്നെ. 2200 വർഷത്തിന്റെ ചരിത്രം മലയാളഭാഷയ്ക്കുണ്ട്.

മാനദണ്ഡം B

A body of ancient literature/texts which is considered a valuable heritage by generations of speakers.

1. സംഘംകൃതികൾ തമിഴിനും മലയാളത്തിനും അവകാശപ്പെട്ട പൊതു മുതലാണ്. വിശേഷിച്ച് *ഐങ്കുറുനൂറ്, പതിറ്റുപ്പത്ത്, ചിലപ്പതികാരം* എന്നിവ കേരള കവികൾ രചിച്ചവയും കേരളഭാഷയുടെ വ്യക്തിത്വം പേറുന്നവയുമാണ്. കേരളക്കാരായ ഏകദേശം അമ്പതോളം കവികൾ സംഘകാലസാഹിത്യത്തിലെ പാട്ടുകൾ രചിച്ചവരായിട്ടുണ്ട്. അവർ രചിച്ച പാട്ടുകളിൽ മലനാട്ടിൽ അന്നുണ്ടായിരുന്ന വ്യവഹാരഭാഷയുടെ മുദ്രകൾ പതിഞ്ഞു കാണുന്നു

ണ്ട്. ഇതിനെയാണ് 'മലൈനാട്ടുവഴക്ക'മെന്ന് വ്യാഖ്യാതാക്കൾ വിശേഷിപ്പിച്ചത്. പതിറ്റുകാവ്യത്തിലെ ചേരരാജാക്കന്മാർ കേരളത്തിലെ ഏതാനും ഭൂവിഭാഗങ്ങളുടെ അധിപന്മാരായിരുന്നു. അഴിശ്ശി, കഴാത്തലൈയാർ, കുമട്ടൂർ കണ്ണനാർ, കാക്കൈപ്പാടിനിയാർ, പരണർ, മാമൂലനാർ, കപിലർ, മോഴികീരനാർ, ഇടൈക്കാടനാർ, ഇരണിയമുട്ടത്തു പെരുംകുന്റൂർ കൗശികനാർ, കൂടലൂർ കീഴാർ, കിള്ളിമംഗലം കിഴാർ, എരുക്കാട്ടൂർ തായങ്കണ്ണനാർ, കണികൻ പൂങ്കുന്റൽ, വെൺമണിപ്പൂതി തുടങ്ങിയ സംഘകാല കവികളും പിന്നീടുവന്ന കുലശേഖര ആഴ്വാർ, ചേരമാൻ പെരുമാൾ നായനാർ, വിറന്മിണ്ട നായനാർ, വേണാട്ടടികൾ, ഇളമ്പെരുമാൻ അടികൾ, കുലശേഖര നമ്പി എന്നീ ഭക്തകവികളും കേരളീയരാണ്. മലനാട്ടുവഴക്കങ്ങൾ ഏറെയുള്ള കൃതിയാണ് ഇളങ്കോവടികളുടെ *ചിലപ്പതികാരം.*

അനുബന്ധം 25

Some Aspects of Kerala and Tamil literature. Rao Sahib M Raghava Aiyangar. Kerala University, 1973. pp 46-49.

അനുബന്ധം 25 A

Dravidian Comparative Grammar I, P S Subramonyam, Centre of Excellence for classical Tamil, Central Institute of Indian Languages, Hunsur Road, Manasagangotri, Mysore, pp 22-25.

അനുബന്ധം 25 B

Contribution of Keralites to Tamil literature - Naduvattom Gopalakrishnan, Journal of Kerala Studies, December 1978 Volume. V. pp 433 to 438.

2. *തൊൽകാപ്പിയ*ത്തിലെ കുറേ നിയമങ്ങൾക്കു സാധൂകരണം ഇന്ന് മലയാളഭാഷയിലേയുള്ളൂ. ഈ വ്യാകരണത്തിൽ കാണുന്ന ഉദാഹരണങ്ങൾ ഏറെയും ഇന്നത്തെ മലയാളത്തിൽ ദൃശ്യമാണ്. തമിഴിൽ ഇന്നില്ലാത്തതും എന്നാൽ മലയാളത്തിൽ ഉള്ളതുമായ വ്യാകരണ കാര്യങ്ങൾ മലയാളഭാഷയുടെ പഴക്കത്തിനു തെളിവാണ്.

അനുബന്ധം 26

Some Aspects of Kerala and Tamil literature, pp 158-160.

&

Pan Dravidian features in Classical Tamil: The case of Sangam Heritage of Kerala, Krishnaswamy Nachimuttu.

&

Tolkappiyam A proto Tamil Malayalam Grammar - Krishnaswamy Nachimuttu.

3. ധാരാളം മലനാട്ടുപദങ്ങൾ സംഘകാല സാഹിത്യത്തിലും പിൽക്കാല സാഹിത്യത്തിലും ഉണ്ട്.

അനുബന്ധം 26 A

Some Aspects of Kerala and Tamil literature, pp 160 to 162.

4. പണ്ഡിറ്റ് ഡി സവരിരോയൻ സംഘസാഹിത്യത്തെ ഇങ്ങനെ വിലയിരുത്തുന്നു: 'പശ്ചിമഘട്ടത്തിനും കിഴക്കും പടിഞ്ഞാറും നിവസിക്കുന്നവരുടെ പൊതുസ്വത്താണ് സംഘസാഹിത്യം.'

അനുബന്ധം 27

The Tamilian Antiquary - Editor Pandit D Savariroyan Vol. I, No IX, Asian Educational Services, New Delhi, 1986. P 48.

5. സംഘകാലാനന്തരം ശക്തിപ്രാപിച്ച ശൈവവൈഷ്ണവ പ്രസ്ഥാനങ്ങൾക്ക് കേരളത്തിലും വേരോട്ടമുണ്ടായി. കേരളത്തിൽ ധാരാളം വിഷ്ണുക്ഷേത്രങ്ങളും ശിവക്ഷേത്രങ്ങളും ഉണ്ടായത് ശൈവവൈഷ്ണവമതങ്ങളുടെ സ്വാധീനംകൊണ്ടാണ്. കേരളം ശൈവമതത്തിനു നൽകിയ മഹത്തായ സംഭാവനയാണ് ചേരമാൻ പെരുമാൾ നായനാർ. കേരള രാജാവായിരുന്ന ഈ സിദ്ധന്റെ കൃതികളാണ് *മുമ്മണിക്കോവൈയും പൊൻവണ്ണത്തന്താദിയും തിരുക്കൈലായ ഞാനയുലയും*. കേരളരാജാവായിരുന്ന കുലശേഖര ആഴ്വാരുടെ *പെരുമാൾ തിരുമൊഴിയും മുകുന്ദമാലയും* ശ്രീവൈഷ്ണവരുടെ ഇടയിൽ ഏറ്റവും പ്രചാരം നേടിയ കൃതികളാണ്. വിറമ്മിണ്ട നായനാർ, വേണാട്ടടികൾ തുടങ്ങിയ ഭക്തകവികളും കേരള സംസ്കാരത്തിലെ മഹത്തായ ഈടുവെപ്പുകളാണ്. തലമുറകൾക്ക് വെളിച്ചം നൽകുന്ന കൃതികളാണ് കേരളത്തിലെ ആദ്യകാലഭക്തി പ്രസ്ഥാനം ദക്ഷിണേന്ത്യക്കു കാഴ്ചവെച്ചത്.

അനുബന്ധം 28

A Brief survey of Malayalam literature, Dr. K M Tharakan National Book Stall, Kottayam, pp 10-15.

6. മലയാളഭാഷയിൽ വിരചിതമായിട്ടുള്ള പ്രാചീന കൃതികളിലൊന്നാണ് ചീരാമനെഴുതിയ *രാമചരിതകാവ്യം*. ക്ലാസിക് എന്ന് തികച്ചും വിശഷിപ്പിക്കാവുന്ന ഈ കാവ്യത്തിന്റെ രചനാകാലത്തെ സംബന്ധിച്ച് തർക്കങ്ങളുണ്ടെങ്കിലും 13-ാം നൂറ്റാണ്ടിനു മുമ്പാകണം എന്നാണ് ഭൂരിപക്ഷാഭിപ്രായം. മഹാകവി ഉള്ളൂരിന്റെ അഭിപ്രായത്തിൽ രാമചരിതകാരൻ ക്രി. വ. 1195-1208 കാലത്ത് വേണാട്ടു ഭരി

ച്ചിരുന്ന ശ്രീ. വീരരാമവർമ്മയാണ്. ദ്രമിഡ സംഘാതാക്ഷരനിബദ്ധമായ പാട്ടുകാവ്യമാണ് *രാമചരിതം*. പോർട്ടുഗീസുകാരുടെ കേരളത്തിലേക്കുള്ള വരവിന് നൂറ്റാണ്ടുകൾക്കുമുമ്പ് വിരചിതമായ കാവ്യമാണ് *രാമചരിത*മെന്നാണ് ഹെർമ്മൻ ഗുണ്ടർട്ടിന്റെ നിഗമനം.
1814 പാട്ടുകളുള്ള ഒരു ബൃഹത് കാവ്യമാണ് *രാമചരിതം*. പത്തും, പതിനൊന്നും പാട്ടുകൾ വീതമുള്ള 164 പടലങ്ങളിലായാണ് 1814 പാട്ടുകൾ ഈ കൃതി ഉൾക്കൊള്ളുന്നത്. *വാല്മീകിരാമായണം* യുദ്ധകാണ്ഡത്തെ ആധാരമാക്കി രചിച്ച രാമചരിതത്തിൽ മറ്റു കാണ്ഡങ്ങളിലെ കഥാസൂചനകൾ സാന്ദർഭികമായി ഇടകലർത്തിയിട്ടുണ്ട്.

ദ്രവിഡ സംഘാതാക്ഷരനിബദ്ധവും എതുകമോനവൃത്ത വിശേഷയുക്തവുമായ പാട്ട് ദ്രാവിഡഭാഷകളിൽ മലയാളത്തിൽ മാത്രമേയുള്ളൂ.

അനുബന്ധം 29

A History of Malayalam literautre. Krishna Chaitanya Orient Longman. pp 71-75.

അനുബന്ധം 29 A

Comparative Indian literature Volume 1. Ed. Dr. K M Geroge. Article on *Malayalam* by O N V Kurup. pp 223-224.

അനുബന്ധം 29 B

കേരള സാഹിത്യ ചരിത്രം ഒന്നാം വോള്യം. റാവുസാഹിബ് മഹാകവി ഉള്ളൂർ എസ് പരമേശ്വരയ്യർ. പ്രസിദ്ധീകരണ വകുപ്പ്, കേരള സർവ്വകലാശാല, 1990, പുറം 302-305.

7. ഭാഷാകൗടലീയം

ചാണക്യന്റെ (കൗടില്യൻ എന്നും പേര്) *അർത്ഥശാസ്ത്ര*ത്തിന് മലയാളഭാഷയിലുണ്ടായ സ്വതന്ത്ര പരിഭാഷയാണ് *ഭാഷാകൗടലീയം*. 15 അധികരണങ്ങളുള്ള *അർത്ഥശാസ്ത്ര*ത്തിന്റെ ആദ്യത്തെ 7 അധികരണങ്ങൾക്കുള്ള ഭാഷാന്തരീകരണമേ നാളിതുവരെ ലഭിച്ചിട്ടുള്ളൂ. *ഭാഷാകൗടിലീയ*ത്തിന്റെ കാലം ക്രി. വ 10-ാം നൂറ്റാണ്ടടുത്താകാമെന്നാണ് പണ്ഡിതമതം. *ഭാഷാകൗടലീയം* രചിച്ചത് ആരെന്നറിയാൻ നിർവ്വാഹമില്ല. ഇന്ത്യൻ ഭാഷകളിൽ മലയാളത്തിൽ മാത്രമാണ് *അർത്ഥശാസ്ത്ര*ത്തിന് ഇത്ര പഴക്കമുള്ള ഒരു ഭാഷാന്തരീകരണം ഉണ്ടായിട്ടുള്ളു. *ഭാഷാകൗടലീയം* കേവലം ഒരു ഭാഷാന്തരണമല്ല. കേരള ചരിത്രത്തിന്റെയും സംസ്കാരത്തിന്റെയും പശ്ചാത്തലത്തിലുള്ള ഒരു വ്യാഖ്യാനം കൂടിയാ

ണ്. കേരളത്തിന്റെ ദായക്രമരീതികളിൽ സവിശേഷ പ്രാധാന്യമുള്ള മരുമക്കത്തായത്തെക്കുറിച്ചുള്ള *ഭാഷാകൗടലീയ* പരാമർശം ഇത്തരുണത്തിൽ ഓർക്കാവുന്നതാണ്.

അനുബന്ധം 30

Bhāṣā Kauṭatīyam. Adhikaranās 4-7
Edited by K N EZHUTHACHAN
University of Madras 1960, Forward by Dr. S K. Nayar

അനുബന്ധം 30 A

കേരളഭാഷയുടെ വികാസ പരിണാമങ്ങൾ (ഒന്നാം ഭാഗം)
ഇളംകുളം പി എൻ കുഞ്ഞൻപിള്ള, നാഷണൽ ബുക്ക് സ്റ്റാൾ
കോട്ടയം. പുറം 103–104.

8. കണ്ണശ്ശരാമായണം

മലയാളഭാഷയിലെ പ്രഥമ സമ്പൂർണ്ണരാമായണമാണ് *കണ്ണശ്ശരാമായണം.* തമിഴർക്ക് *കമ്പരാമായണം* പോലെ മലയാളിക്കു പ്രിയപ്പെട്ട കാവ്യമാണ് *കണ്ണശ്ശരാമായണം.* നിരണം ദേശക്കാരനായ രാമനാണ് ഇതിന്റെ കർത്താവ്. മഹാകവി ഉള്ളൂരിന്റെ നിരീക്ഷണത്തിൽ മലയാളത്തിലെ സ്പെൻസറാണ് രാമൻ. പാട്ട്, മണിപ്രവാളം എന്നീ സാഹിത്യരൂപങ്ങളെ സമന്വയിപ്പിച്ചുകൊണ്ടുള്ള ഒരു കാവ്യശൈലിയാണ് രാമൻ, ശങ്കരൻ, മാധവൻ എന്നിവർ ഉൾപ്പെടുന്ന *കണ്ണശ്ശകവികൾ* ആവിഷ്കരിച്ചത്. കാവ്യരചനയെ ഗൗരവമേറിയ ഒരു സർഗ്ഗവ്യാപാരമായി കണ്ടവരായിരുന്നു കണ്ണശ്ശകവികൾ.

അനുബന്ധം 31

Language of Middle Malayalam, Dr. Puthusseri Ramachandran
Dravidian Linguistics Association of India, Trivandrum, Kerala
pp 50-52.

9. ഭാഷാ ഭഗവദ്ഗീത

ഭഗവദ്ഗീതയ്ക്കു ഇന്ത്യൻ ഭാഷകളിലുണ്ടായ പ്രാചീന വിവർത്തനങ്ങളിലൊന്നാണ് മാധവന്റെ *ഭാഷാഭഗവദ്ഗീത.* ക്രി വ 1425 നടുത്താണ് രചനാകാലം. ശങ്കരാചാര്യരുടെ *ഗീതാഭാഷ്യ*ത്തിനനുസൃതമായാണ് മാധവൻ *ഗീത* മലയാളത്തിലാക്കിയത്. 700 ശ്ലോകങ്ങളുള്ള മൂലകൃതി 328 പാട്ടുകളിലായിട്ട് ആശയചോർച്ച കൂടാതെ പുനഃസൃഷ്ടിക്കുകയായിരുന്നു മാധവൻ. ദക്ഷിണേന്ത്യയിൽ ഭഗവദ്ഗീതയ്ക്ക് ആദ്യമുണ്ടായ ഭാഷാന്തരണമാണ് മാധവന്റെ കാവ്യം.

അനുബന്ധം 32

A History of Malayalam Literature, Krishna Chaitanya, Orient Longman pp 75-79.

10. ഭാരതമാല

കണ്ണശ്ശകവികളിലൊരാളായ ശങ്കരന്റെ കാവ്യമാണ് *ഭാരതമാല*. ക്രി. വ 1400 നടുത്താണ് രചനാകാലം. *വ്യാസഭാരത*ത്തിന്റെ അതിവിദഗ്ദ്ധമായ ഒരു സംക്ഷേപണമാണ് *ഭാരതമാല*യിലൂടെ ശങ്കരൻ നിർവ്വഹിച്ചിരിക്കുന്നത്. മലയാളത്തിലെ ആദ്യത്തെ ഭാരതകാവ്യം എന്ന പ്രസക്തിയും ശങ്കരന്റെ കൃതിക്കുണ്ട്.

അനുബന്ധം 33

A Short history of Malayalam literature K Ayyappa Paniker, Information & Public Relations Department, Kerala State pp 27-28.

11. രാമകഥപ്പാട്ട്

തെക്കൻ കേരളത്തിലുണ്ടായ കൃതിയാണ് *രാമകഥപ്പാട്ട്*. തമിഴും മലയാളവും കലർന്ന വ്യവഹാരഭാഷയിലുണ്ടായ ജനകീയ മഹാകാവ്യമാണ് അയ്യപ്പിള്ള ആശാന്റെ *രാമകഥപ്പാട്ട്*. ക്രി വ. 1400–1450 കാലത്താകണം ഇതിന്റെ രചന. *വാല്മീകിരാമായണ*മാണ് ആധാരഗ്രന്ഥം. തിരുവനന്തപുരത്തെ ശ്രീപത്മനാഭസ്വാമിക്ഷേത്രത്തിലെ ഉത്സവവേളകളിൽ 'ചന്ദ്രവളയം' എന്ന വാദ്യോപകരണം പ്രയോഗിച്ച് ഈ കൃതി ആലപിച്ചിരുന്നു. 3169 പാട്ടുകളിലൂടെയാണ് ഈ കാവ്യം രാമകഥ ചൊല്ലിയിരിക്കുന്നത്. ഏകദേശം 25,000 മേൽ വരികളുള്ള *രാമകഥപ്പാട്ട്* സാധാരണ ജനങ്ങൾക്കുവേണ്ടി എഴുതിയ കാവ്യമാണ്. ദ്രാവിഡ വൃത്തങ്ങളിലാണ് രചന. മലയാളത്തിലെ *മുത്തമിഴ് കാവ്യം* എന്നാണ് പണ്ഡിതന്മാർ ഈ കാവ്യത്തെ വിശേഷിപ്പിച്ചിട്ടുള്ളത്. *രാമബാലിസംവാദം, പാതാളരാവണകഥ, ലക്ഷ്മണമേഘനാദയുദ്ധം* എന്നിവ അത്യന്തം നാടകീയാനുഭൂതി വായനക്കാരിൽ സൃഷ്ടിക്കാൻ പര്യാപ്തങ്ങളാണ്.

അനുബന്ധം 34

അയ്യിപ്പിള്ള ആശാന്റെ *രാമകഥപ്പാട്ട് ജനകീയമഹാകാവ്യം.*
ഭാഷാപരിമളം അവതാരികയും വ്യാഖ്യാനവും
ഡോ. പി കെ നാരായണപിള്ള, നാഷണൽ ബുക്ക് സ്റ്റാൾ, കോട്ടയം
അവതാരിക പുറം 59–61.

അനുബന്ധം 34 A

Comparative Indian literature. Volume 1, Director & Chief Editor, K M Geroge. *Traditional Poetry* by ONV Kurup. P. 225.

12. കൃഷ്ണഗാഥ (ക്രി. വ 1400–1500)

ഇതിഹാസമാനമുള്ള ഒരു ജനകീയ മഹാകാവ്യമാണ് ചെറുശ്ശേരി രചിച്ച *കൃഷ്ണഗാഥ. മഹാഭാഗവത*ത്തിലെ ദശമസ്കന്ധത്തെ ആധാരമാക്കി മഞ്ജരിവൃത്തത്തിൽ രചിച്ച കാവ്യമാണിത്. ശ്രീകൃഷ്ണ കഥയെ ജനകീയമാക്കുന്നതിൽ മഹത്തായ പങ്കുവഹിച്ച കാവ്യമാണ് *കൃഷ്ണഗാഥ.* മലയാളത്തിന്റെ വടക്കൻ പ്രാദേശികഭാഷയുടെ പശ്ചാത്തലമുള്ള ഈ കാവ്യം കേരളത്തിലെ സ്ത്രീകൾ നിത്യപാരായണത്തിന് ഉപയോഗിച്ചിരുന്നതായി ചരിത്രം പറയുന്നു. ശ്രീകൃഷ്ണനെ ആധാരമാക്കി ഇത്ര മനോഹരമായ ഒരു കാവ്യം ഇന്ത്യൻ ഭാഷകളിലൊന്നും ഉണ്ടായിട്ടില്ല. മദ്ധ്യകാല കേരളത്തിന്റെ സംസ്കാരവും വ്യക്തിബന്ധങ്ങളുടെ മഹനീയതയും ഗ്രാമീണതയും പ്രതിബിംബിച്ചിട്ടുള്ള *കൃഷ്ണഗാഥ*, ലോകസാഹിത്യത്തിന് കേരളം നൽകിയ ഏറ്റവും മഹത്തരമായ സംഭാവനയാണ്.

അനുബന്ധം 35

Comparative Indian Literature Volume I, Ed. K M Geroge, pp. 227 - 228.

അനുബന്ധം 35 A

A History of Malayalam Literature, Krishna Chaitanya. Orient Longman. pp 76-78.

13. കൂത്ത് കൂടിയാട്ടം

കേരളത്തിലെ ഏറ്റവും പ്രാചീനമായ ക്ലാസിക് കലാരൂപങ്ങളാണ് കൂത്തും കൂടിയാട്ടവും. സംഘകാലകൃതിയായ *ചിലപ്പതികാര*ത്തിലാണ് (ക്രി. വ 6-ാം നൂറ്റാണ്ടിനു മുമ്പ്) കൂത്തിനെക്കുറിച്ചുള്ള ഏറ്റവും പഴയ പരാമർശം കാണുന്നത്. ചേരൻ ചെങ്കുട്ടുവൻ 'പറൈയൂർ കൂത്തച്ചാക്കൻ' ആടിയ 'കൊട്ടിച്ചേതം' കണ്ട് ഏറെ സന്തോഷിച്ചതായിട്ടാണ് കാവ്യ പരാമർശം. ത്രിപുരദഹനകഥയാണ് 'കൊട്ടിച്ചേതം'. കൂടിയാട്ടത്തിന്റെ ചടങ്ങുകളെപ്പറ്റി വിവരിക്കുന്ന ഗ്രന്ഥമാണ് *ആട്ടപ്രകാരവും ക്രമദീപികയും.* ഈ കൃതികൾ രചിച്ചിരിക്കുന്നത് ദൈനന്തിനാവശ്യങ്ങൾക്ക് ഉപയോഗിക്കുന്ന മലയാളഭാഷയിലാണ്. ചില ദിക്കിൽ സംസ്കൃതം കലർന്ന മലയാളവും കാണാം.

യുനെസ്കോ അംഗീകരിച്ചിട്ടുള്ള പൈതൃകകലയായ കൂടിയാട്ടത്തിന് 2000 വർഷത്തിനുമേൽ പഴക്കമുണ്ട്. മന്ത്രാങ്കം ആട്ടപ്രകാരമാണ് (*6-ാം നൂറ്റാണ്ട്*) ലഭിച്ചിട്ടുള്ളവയിൽ പ്രാചീനതമം. ക്രി. വ 7-8 നൂറ്റാണ്ടുകളിൽ എഴുതപ്പെട്ടവയാണ് *മത്തവിലാസം, അശോകവനികാങ്കം, ശൂർപ്പണഖാങ്കം* ആട്ടപ്രകാരങ്ങൾ. ദ്രാവിഡ ഭാഷകളിൽ ഏറ്റവും പ്രാചീനമായ ഗദ്യസാഹിത്യമുള്ളത് മലയാളത്തിലാണ്.

അനുബന്ധം 36

കേരളസാഹിത്യചരിത്രം വോള്യം 1, ഉള്ളൂർ എസ് പരമേശ്വരയ്യർ പുറം 318-321.

അനുബന്ധം 36 A

History of Malayalam Language. Editied by K M Prabhakara variar, University of Madras 1985. pp. 35-36 & 53-54.

14. മണിപ്രവാള സാഹിത്യം - മുഖ്യകൃതികൾ

ഭാഷാസംസ്കൃതയോഗമാണ് മണിപ്രവാളം. തമിഴിലും കന്നടത്തിലും തെലുങ്കിലും മണിപ്രവാളശൈലി പരീക്ഷിച്ചിട്ടുണ്ടെങ്കിലും ഒരു സാഹിത്യ പ്രസ്ഥാനമായി മണിപ്രവാളം വികസിച്ചത് മലയാളത്തിലാണ്. ക്രി. വ. 9-ാം നൂറ്റാണ്ട് മുതൽക്കുള്ള ചരിത്രം മലയാളത്തിലെ മണിപ്രവാളത്തിനുണ്ട്. മണിപ്രവാളത്തിന്റെ ലക്ഷണ ഗ്രന്ഥമാണ് 14-ാം നൂറ്റാണ്ടിലുണ്ടായ *ലീലാതിലകം.* പ്രതിപാദ്യത്തെ ആസ്പദമാക്കി മണിപ്രവാള സാഹിത്യത്തെ പൂർവ്വമണിപ്രവാളമെന്നും ഉത്തരമണിപ്രവാളമെന്നും വിഭജിച്ചിട്ടുണ്ട്.

a) പൂർവ്വമണിപ്രവാളം

1. ആട്ടപ്രകാരം, *ക്രമദീപിക* എന്നീ കൂടിയാട്ട സംബന്ധികളായ കൃതികളിലാണ് പൂർവ്വമണിപ്രവാളമെന്നു വ്യവഹരിക്കപ്പെട്ട പ്രസ്ഥാനത്തിൽപ്പെട്ട കൃതികളിലെ ശ്ലോകങ്ങൾ കാണുന്നത്. *ആട്ടപ്രകാര*ങ്ങളിലും *ക്രമദീപിക*കളിലും ധാരാളം മണിപ്രവാള ശ്ലോകങ്ങളുണ്ട്. അവയിൽ ഭൂരിപക്ഷവും ഇന്നും അജ്ഞാതകർതൃകങ്ങളായി വർത്തിക്കുന്നു. ക്രി. വ. 9-ാം നൂറ്റാണ്ടോളം പഴക്കം ഇവയ്ക്കുണ്ട്.
2. *വൈശികതന്ത്രം:* ദാമോദരഗുപ്തന്റെ *കുട്ടിനീമതം* എന്ന കൃതിയുടെ രീതി പിടിച്ചുണ്ടായ കൃതിയാണ് *വൈശികതന്ത്രം.* മലയാളത്തിലുണ്ടായ ഏറ്റവും പുരാതനമായ മണിപ്രവാളകാവ്യമാണിത്. 11-ാം നൂറ്റാണ്ടോളം പഴക്കം വൈശികതന്ത്രത്തിനുണ്ട്. മുത്തശ്ശി പേരമകൾക്ക് വേശ്യാവൃത്തി ഉപദേശിക്കുന്ന രീതിയിലാണ് ഈ കാവ്യം രചിച്ചിട്ടുള്ളത്. ഇന്ന് മലയാളം സാഹിത്യരചനയ്ക്ക് ഉപയോഗിക്കുന്ന

ഭാഷ തന്നെയാണ് വൈശികതന്ത്രത്തിലുള്ളതെന്ന വസ്തുത പ്രത്യേകം പ്രസ്താവ്യമാണ്.

3. *ഉണ്ണിയച്ചീചരിതം (ക്രി. വ 1250-1300), ഉണ്ണിച്ചിരുതേവീചരിതം* (ക്രി. വ. 1300) *ഉണ്ണിയാടീചരിതം* (ക്രി. വ 1350) എന്നിവയാണ് പ്രാചീനമണിപ്രവാളമെന്ന് വിശേഷിപ്പിക്കപ്പെട്ട ഘട്ടത്തിലുള്ള കാവ്യങ്ങൾ. ഈ ചമ്പുകാവ്യങ്ങൾ പുരാണപരങ്ങളല്ല.

4. *ഉണ്ണിനീലി സന്ദേശം (ക്രി. വ 1350-70), കോകസന്ദേശം* (ക്രി. വ 1375) എന്നിവ സന്ദേശകാവ്യങ്ങളാണ്. ഈ രണ്ടു കാവ്യങ്ങളും പ്രമേയപരമായും ചരിത്രപരമായും സംസ്കൃതസന്ദേശകാവ്യങ്ങളിൽ നിന്ന് അകന്നു നിൽക്കുന്നു. അന്നത്തെ സാമൂഹ്യസാംസ്കാരിക രംഗങ്ങളെ സ്പർശിച്ചു നിൽക്കുന്ന ആഖ്യാനമാണ് ഈ കാവ്യങ്ങളിലുള്ളത്.

5. *പദ്യരത്നം,* സ്ത്രീവർണ്ണനാ പ്രധാനങ്ങളായ ശ്ലോകങ്ങളുടെ ഒരു സമാഹാരമാണിത്. ശ്ലോകങ്ങളുടെ രചനാകാലം കൃത്യമായി പറയാൻ സാധിക്കില്ല. പൊതുവേ പറഞ്ഞാൽ 14-ാം നൂറ്റാണ്ടിനുമുമ്പ് വിരചിതമാണ് ശ്ലോകങ്ങളിൽ ഭൂരിപക്ഷവും.

6. *വാസുദേവസ്തവം* (13-ാം നൂറ്റാണ്ട്), *അനന്തപുരവർണ്ണനം* (ക്രി. വ 1350 നടുത്ത്) എന്നീ കൃതികൾ ഭക്തിരസ പ്രധാനങ്ങളാണ്. *അനന്തപുരവർണനം* ചരിത്രപരമായും പ്രാധാന്യമുള്ള കൃതിയാണ്. ശ്രീപത്മനാഭസ്തുതിയാണ് *വാസുദേവസ്തവം.*

7. *അനന്തപുരവർണ്ണനം:* ദക്ഷിണേന്ത്യയിൽ ഒരു കാലത്ത് പ്രസിദ്ധമായിരുന്ന കേരളത്തിലെ കാന്തളൂർശാലയെപ്പറ്റി പരാമർശമുള്ള *അനന്തപുരവർണ്ണനം* ക്രി. വ. 1350 കാലത്തെ തിരുവനന്തപുരം പട്ടണത്തിന്റെ വിവരണമാണ് നല്കിയിട്ടുള്ളത്. ചാലക്കമ്പോളം, ക്ഷേത്രങ്ങൾ, തീർത്ഥങ്ങൾ, സാധാരണ ജനജീവിതം എന്നിവയുടെ ചലനാത്മകമായ ഒരു ചിത്രമാണ് ഈ കാവ്യം കാഴ്ചവെയ്ക്കുന്നത്.

8. *ചന്ദ്രോത്സവം (ക്രി. വ. 1450-1500):* മേദിനീവെണ്ണിലാവെന്ന വാരസുന്ദരി നടത്തുന്ന ചന്ദ്രോത്സവത്തിന്റെ വർണ്ണനയാണ് ഈ കാവ്യം. കെട്ടുറപ്പുള്ള ഇതിവൃത്തം സുന്ദരമായ ആവിഷ്കരണം എന്നിവയാണ് എടുത്തുപറയേണ്ട മേന്മകൾ. സാമൂഹ്യസാംസ്കാരിക പ്രതിഫലനം ഏറെയുള്ള കാവ്യമാണിത്.

b) ഉത്തരമണിപ്രവാളം ക്രി. വ. 1500 മുതൽ

ചമ്പു, ആട്ടക്കഥ എന്നീ പ്രസ്ഥാനങ്ങളിൽപ്പെടുന്നു ഉത്തരമണിപ്രവാളകൃതികൾ.

1. 1500 നുശേഷം ധാരാളം ചമ്പുക്കൾ മലയാളത്തിലുണ്ടായിട്ടുണ്ട്. ഇവയിൽ പുനംനമ്പൂതിരിയുടെ *രാമായണം ചമ്പുവും* മഴമംഗലത്തിന്റെ *നൈഷധം ചമ്പുവും* സവിശേഷ കാവ്യ സൗന്ദര്യം പേറുന്നവയാ

ണ്. മഴമംഗലത്തിന്റെ *കാമദഹനംചമ്പുവും* കൊടിയ *വിരഹം* ചമ്പുവും പ്രധാനം തന്നെ.

പൂർവ്വമണിപ്രവാള ചമ്പുക്കളിൽ നിന്ന് പ്രമേയപരമായ മാറ്റം ശ്രദ്ധിക്കേണ്ടതാണ്. പൂർവ്വ ചമ്പുക്കളിൽ സാമൂഹ്യപ്രമേയത്തിനായിരുന്നു മുഖ്യത. ഉത്തരമണിപ്രവാളഘട്ടത്തിൽ ചമ്പൂകാരന്മാർ പുരാണങ്ങളിലേക്കും ഇതിഹാസങ്ങളിലേക്കും വിഷയ സ്വീകരണത്തിനായി ശ്രദ്ധ തിരിച്ചു. ഭക്തിരസപ്രധാനമായ ഇതിവൃത്തങ്ങൾക്ക് ജനങ്ങളുടെ ഇടയിൽ കിട്ടിയ സ്വാധീനമാകാം കാരണം. *തെങ്കൈലനാഥോദയം, ചെല്ലൂർനാഥോദയം* തുടങ്ങിയ ചമ്പുക്കൾ ക്ഷേത്രപ്രതിഷ്ഠകളെ ആധാരമാക്കിയിട്ടുള്ള ചമ്പുക്കളാണ്. സംസ്കൃതചമ്പുക്കളിൽനിന്നു ഭിന്നമായി ഗദ്യഭാഗങ്ങളിൽ സാമൂഹ്യപ്രതിഫലനം കാണുന്നുവെന്നതാണ് മലയാള ചമ്പുക്കൾക്കുള്ള പ്രത്യേകത.

2. *ആട്ടക്കഥകൾ:* ലോകപ്രസിദ്ധമായ കഥകളിയുടെ സാഹിത്യരൂപമാണ് ആട്ടക്കഥ. മലയാളത്തിന്റെ തനതു സാഹിത്യ പ്രസ്ഥാനമാണിത്. കൊട്ടാരക്കരത്തമ്പുരാന്റെ *രാമനാട്ടമാണ്* (ക്രി. വ. 1550–1625) ലഭിച്ചിട്ടുള്ളതിൽ വെച്ച് പ്രാചീനം. *രാമനാട്ട*ത്തെത്തുടർന്ന് ധാരാളം ആട്ടക്കഥകൾ മലയാളത്തിലുണ്ടായി. ഉണ്ണായിവാര്യർ, കോട്ടയത്തു തമ്പുരാൻ, കാർത്തിക തിരുനാൾ, ഇരയിമ്മൻ തമ്പി എന്നിവർ പ്രഖ്യാതരായ ആട്ടക്കഥാകാരന്മാരാണ്.

അനുബന്ധം 37

History of Malayalam Language, Edited by K M Prabhakara Variar. University of Madras, pp 64-66.

15. ഭക്തിപ്രസ്ഥാനം, എഴുത്തച്ഛനും പൂന്താനവും

ദക്ഷിണേന്ത്യയിൽ സംഘകാലാനന്തരമാണ് ഭക്തിപ്രസ്ഥാനം ഉടലെടുക്കുന്നത്. ശൈവവൈഷ്ണവ സിദ്ധന്മാരുടെ കൃതികളും പ്രവർത്തനങ്ങളുമാണ് ഇതിന് ചുക്കാൻ പിടിച്ചത്. കേരളത്തിൽ നിന്ന് കുലശേഖര ആഴ്വാരും ചേരമാൻ പെരുമാൾ നായനാരും യഥാക്രമം വൈഷ്ണവശൈവ പ്രസ്ഥാനത്തിന് നേതൃത്വം നല്കിയ സിദ്ധന്മാരുടെ നിരയിൽ ഇടം പിടിച്ചവരിൽപ്പെടുന്നു. തമിഴിലെ കമ്പരും മലയാളത്തിലെ ചീരാമനും കണ്ണശ്ശക്കവികളും ആഴ്വാരന്മാരാൽ സമുദ്ഘാടിതമായ വൈഷ്ണവഭക്തിയെ സ്വരചനകളിലൂടെ ജനമദ്ധ്യത്തിൽ പ്രചരിപ്പിച്ചു. ചെറുശ്ശേരിയുടെ *കൃഷ്ണഗാഥ*യിലൂടെ ശ്രീകൃഷ്ണകഥയ്ക്കു വർദ്ധിച്ച പ്രചാരം ഉണ്ടായി. *കൃഷ്ണഗാഥ* പോലെ ശ്രുതിമധുരമായ ഒരു മഹാകാവ്യം ലോകസാഹിത്യത്തിൽപ്പോലും ഉണ്ടായിട്ടില്ല. പുനം നമ്പൂതിരിയുടെ *രാമായണംചമ്പുവും* ഭക്തിപ്രസ്ഥാനം കൊണ്ടുവന്ന നവോത്ഥാനത്തിന്റെ സൃഷ്ടിയാണ്. 15-ാം നൂറ്റാണ്ടിന്റെ ഉത്തരാർദ്ധത്തിൽ കേരളത്തിലെ

ഭക്തിസാഹിത്യം ഭാഷാപരമായും സാഹിത്യപരമായും വളർച്ചയുടെ ഉത്തുംഗശൃംഗങ്ങൾ കീഴടക്കി. തുഞ്ചത്തെഴുത്തച്ഛന്റെ *അദ്ധ്യാത്മ രാമായണം, മഹാഭാരതം* കിളിപ്പാട്ടുകളുമാണ് ഈ നേട്ടം മലയാളത്തിനു കരഗതമാക്കിയത്. ഉത്തരേന്ത്യയിൽ തുളസീദാസനും തമിഴ്നാട്ടിൽ കമ്പർക്കും ഉള്ള സ്ഥാനമാണ് മലയാളത്തിൽ എഴുത്തച്ഛനുള്ളത്. എഴുത്തച്ഛന്റെ കൃതികൾ ജീവിതത്തിന്റെ എല്ലാ തലങ്ങളിലും ഉണർവ്വ് സൃഷ്ടിച്ചു. സദാചാരമൂല്യങ്ങൾക്കും മാനവനന്മയ്ക്കും ഊന്നൽ നൽകിക്കൊണ്ടാണ് പുരാണാഖ്യാനം എഴുത്തച്ഛൻ നിർവ്വഹിച്ചത്. കിളിപ്പാട്ടെന്ന സാഹിത്യ പ്രസ്ഥാനത്തിന്റെ ഉപജ്ഞാതാവ് തുഞ്ചത്തെഴുത്തച്ഛനാണ്.

എഴുത്തച്ഛന്റെ സമകാലികനായിരുന്ന പൂന്താനവും ആദ്ധ്യാത്മിക പ്രാധാന്യമുള്ള രചനകൾകൊണ്ട് നവോത്ഥാനത്തിന് ശക്തി പകർന്നു. ലളിതമനോഹരഭാഷയിൽ പൂന്താനം രചിച്ച *ജ്ഞാനപ്പാന*യും *സന്താനഗോപാലവും* കേരളീയ മനസ്സുകളിൽ ഇന്നും തിളങ്ങി നിൽക്കുന്ന കൃതികളാണ്.

അനുബന്ധം 38

Epic in Indian literature, Editied by Dr. H M Nayak, Institute of Kannada studies, University of Mysore, Article by M Leelavathi on Malayalam, pp 220 to 227.

അനുബന്ധം 38 A

Ezhuttacchan, K Raghavan Pillai, Sahitya Academy, p. 19.

16. ലീലാതിലകം

മലയാളഭാഷയുടെ വ്യക്തിത്വം സ്ഥാപിച്ച പ്രഥമകൃതിയാണ് ക്രി. വ. 1350–1390 കാലത്തുണ്ടായ *ലീലാതിലകം*. കേരളഭാഷയുടെ സ്വനപരവും രൂപിമപരവുമായ വിവരണം ഉൾക്കൊള്ളുന്ന *ലീലാതിലകം* ആ കാലഘട്ടത്തിലെ സാഹിത്യ പ്രസ്ഥാനങ്ങളുടെ ലക്ഷണവും മണിപ്രവാളത്തിന്റെ സാഹിത്യമീമാംസയും വിശദമായി ചർച്ച ചെയ്തിട്ടുണ്ട്. ലീലാതിലകകാരൻ തമിഴ് സംസ്കൃത കേരളഭാഷകളിൽ തികഞ്ഞ പാണ്ഡിത്യമുള്ള ആളായിരുന്നുവെന്ന് *ലീലാതിലകം* പരിശോധിച്ചാൽ വ്യക്തമാകും. കന്നട, തെലുങ്കുഭാഷകളിലും ആചാര്യന് അനല്പമായ ജ്ഞാനം ഉണ്ടായിരുന്നു. ഉറവിടം ഇന്നും അജ്ഞാതമായ ധാരാളം ശ്ലോകങ്ങൾ പൂർവ്വമണി പ്രവാളകൃതികളിൽനിന്നും ലീലാതിലകകാരൻ ഉദ്ധരിച്ചിട്ടുണ്ട്.

എ ആർ രാജരാജവർമ്മ *കേരളപാണിനീയം പീഠിക*യിൽ *ലീലാതിലക*ത്തെപ്പറ്റി ഇങ്ങനെ കുറിച്ചിട്ടുണ്ട്:

*ലീലാതിലക*മാണ് ആദ്യമായ മലയാള വ്യാകരണം. വ്യാകരണത്തിന്റെ പ്രധാന വിഷയങ്ങളെല്ലാം അതിൽ നന്നൂലിന്റെ മട്ടിൽ രചിച്ചിട്ടുള്ള സൂത്രങ്ങളെക്കൊണ്ടു പ്രതിപാദിച്ചിരിക്കുന്നു. സൂത്രപാഠം സംസ്കൃതത്തിലായിപ്പോയല്ലോ എന്ന് ആശ്ചര്യപ്പെടാനില്ല. തെലുങ്കിലും ആദ്യമുണ്ടായ വ്യാകരണം സംസ്കൃത സൂത്രരൂപമാണ്. തമിഴിലെ *നന്നൂലും* തെലുങ്കിലെ *ആന്ധ്രശബ്ദചിന്താമണി*യും കണ്ടിട്ട് അതേരീതിയിൽ അന്ന് 'മണിപ്രവാളം' എന്നു പറഞ്ഞിരുന്ന മലയാളത്തിന് ഒരു വ്യാകരണം എഴുതിയതായിരിക്കണം *ലീലാതിലകം* എന്നതിനു സംശയമില്ല. ഈ വിലയേറിയ ഗ്രന്ഥം ഇതേവരെ വെളിപ്പെടാതെ കിടന്നതിലാണ് ആശ്ചര്യം തോന്നുന്നത്. ഏതായാലും *ലീലാതിലകം* കണ്ടുകിട്ടിയതോടുകൂടി അടുത്ത കാലംവരെ 'മലയാളം യാതൊരു വ്യവസ്ഥയും ഇല്ലാത്ത ഒരു നികൃഷ്ട ഭാഷ ആയിരുന്നു' എന്നും 'മലയാളത്തിന് ആദ്യമായി ഒരു വ്യാകരണം നിർമ്മിക്കുന്നതിന് ഒരു യൂറോപ്യൻപണ്ഡിതൻ വേണ്ടി വന്നു' എന്നും ഉള്ള അപഖ്യാതിയും അഭിമാനക്കുറവും നീങ്ങിയല്ലോ എന്നു സന്തോഷിക്കാം. (എൻ ബി എസ് പതിപ്പ് പുറം 93)

അനുബന്ധം 39

The History of Grammatical Theories in Malayalam. K N Ezhuthachan, Publication No. 17, Dravidian Linguistics Association, 1973, pp 61-63.

17. മലയാളഭാഷയെക്കുറിച്ചുള്ള എഫ് ഡബ്ല്യു എല്ലിസിന്റെ പ്രബന്ധം

മലയാള ഭാഷയെക്കുറിച്ച് ഒരു ഇംഗ്ലീഷുകാരൻ എഴുതിയ പ്രഥമ പ്രബന്ധമാണ് *A Dissertation on the Malayalam Language*. ക്രി വ. 1816 നടുത്താണ് പ്രബന്ധരചന നടന്നത്. ഫ്രാൻസിസ് വൈറ്റ് എല്ലിസ്സാണ് പ്രബന്ധകാരൻ. അദ്ദേഹം ഒരു മിഷനറിയായിരുന്നില്ല. മദിരാശിയിലെ സെന്റ് ജോർജ്ജ് ഫോർട്ടിൽ സിവിൽ സർവ്വീസ് ഉദ്യോഗസ്ഥന്മാർക്കുവേണ്ടി പ്രവർത്തിച്ചിരുന്ന 'സിവിൽ സർവ്വീസ് കോളേ'ജിലെ പ്രിൻസിപ്പലായിരുന്നു എല്ലിസ്സ്. ദ്രാവിഡ ഭാഷകളെക്കുറിച്ചു പഠനങ്ങളെഴുതിയ എല്ലിസ്സാണ് അറിയപ്പെട്ടിടത്തോളം ആദ്യത്തെ താരതമ്യാത്മക, ചരിത്രാത്മക ഭാഷാശാസ്ത്രജ്ഞൻ. തമിഴ്, കന്നട, തെലുങ്ക്, മലയാളം ഭാഷകളിൽ അസാമാന്യപാണ്ഡിത്യമുള്ള ആളായിരുന്നു ഫ്രാൻസിസ് വൈറ്റ് എല്ലിസ്സ്. വസ്തുതാപരമായ ചില പിഴവുകൾ മലയാളത്തെക്കുറിച്ചുള്ള എല്ലിസ്സിന്റെ പ്രബന്ധത്തിലുണ്ടെങ്കിലും അദ്ദേഹം അവലംബിച്ച ഭാഷാപഗ്രഥന രീതി ഇന്നത്തെ നിലയ്ക്കും കുറ്റമറ്റതാണ്. മണിപ്രവാളം, എഴു

ത്തച്ഛന്റെ *രാമായണം, ഭാഗവതം, കേരളോൽപ്പത്തി വ്യവഹാരസമുദ്രം* എന്നിവയെക്കുറിച്ച് എല്ലിസ്സ് നടത്തിയിട്ടുള്ള അഭിപ്രായങ്ങൾ ശ്രദ്ധേയങ്ങളാണ്. ഭാഷാപരമായും സാഹിത്യപരമായും മലയാളം പുലർത്തുന്ന വ്യക്തിത്വം എല്ലിസ്സ് അടിവരയിട്ട് സ്ഥാപിച്ചിട്ടുണ്ട്.

അനുബന്ധം 40

Dissertation on the Malayalam Language by the late F W Ellis. The Indian Antiquary Vol. VII - 1878, Swati Publications, Delhi 1984. pp 275-286.

18. പ്രാചീനഗദ്യം

ദ്രാവിഡഭാഷകളിൽ ഏറ്റവും പഴക്കമുള്ള ഗദ്യസാഹിത്യം മലയാളത്തിലാണുള്ളത്. ക്രി. വ. 830 മുതൽ 1121 വരെയുള്ള ചെപ്പേടുകളും ശിലാരേഖകളും ഗദ്യരൂപത്തിലാണ് എഴുതപ്പെട്ടിട്ടുള്ളതെങ്കിലും നിയതാർത്ഥത്തിൽ അവയെ സാഹിത്യമെന്നു വിളിക്കാവതല്ല. *കൊല്ലൂർമഠം, തിരുവല്ലാ ചെപ്പേടുകൾ* ഭാഷയിലെ ആദ്യത്തെ ഗ്രന്ഥങ്ങളാണെന്ന വിശേഷണത്തിന് അർഹമാണ്. കൂത്തും കൂടിയാട്ടവുമായി ബന്ധപ്പെട്ടുണ്ടായ *ആട്ടപ്രകാരങ്ങളും ക്രമദീപികകളും ഭാഷാകൗടലീയം* ഗദ്യപ്രബന്ധവും പ്രാചീനമലയാളഗദ്യത്തിന്റെ ഈടുവെയ്പ്പുകളിൽപ്പെടുന്നു.
മലയാളത്തിന്റെ പ്രഥമ വ്യാകരണ ഗ്രന്ഥമായ *ലീലാതിലക*ത്തിൽ മണിപ്രവാളം, പാട്ട് എന്നിവയെ ചർച്ച ചെയ്യുന്ന കൂട്ടത്തിൽ 'മാർദ്ദംഗികന്മാരുടെ തമിഴി'നെപ്പറ്റി സൂചിപ്പിച്ചിട്ടുണ്ട്. നമ്പ്യാന്മാർ കഥാകഥനത്തിനുപയോഗിക്കുന്ന ഗദ്യസാഹിത്യത്തെയാണ് മാർദ്ദംഗികന്മാരുടെ തമിഴെന്നു *ലീലാതിലകം* വിളിച്ചത്. മലയാളത്തിന്റെയും സംസ്കൃതത്തിന്റെയും കലർപ്പുള്ള ഒരു ശൈലിയാണ് നമ്പ്യാന്മാർ ഉപയോഗിച്ചിരുന്നത്. പ്രാദേശികഭാഷയുടെ സ്വാധീനം ഏറ്റവും കൂടുതൽ പ്രകടിപ്പിച്ച സാഹിത്യരൂപമാണ് കഥാകഥനത്തിനുവേണ്ടി രചിക്കപ്പെട്ടിട്ടുള്ള പ്രബന്ധങ്ങളിലുള്ളത്. പാഠകം എന്ന കലാരൂപത്തിനു വേണ്ടി രചിക്കപ്പെട്ടിട്ടുള്ള പ്രബന്ധങ്ങളാണ് *ബ്രഹ്മാണ്ഡപുരാണം, ദൂതവാക്യം, അംബരീക്ഷോപാഖ്യാനം, നളോപാഖ്യാനം, അഭിമന്യൂവധം, രാമായണപ്രബന്ധം, ഭാരതപ്രബന്ധം* എന്നീ കൃതികൾ. ക്രി. വ. 14, 15 നൂറ്റാണ്ടുകളിലെ മലയാള ഗദ്യത്തിന്റെ സ്വഭാവം ഈ കൃതികൾ ഉൾക്കൊള്ളുന്നു.

അനുബന്ധം 41

Early Malayalam prose, *A Study,* P V Velayudhan Pillai, University of Kerala, Chapter IV pp 24-29.

ആധുനികമലയാളഘട്ടം ആരംഭിക്കുന്നതുവരെയുള്ള കാലത്തെ പ്രതിനിധാനം ചെയ്യുന്ന കൃതികളെപ്പറ്റിയുള്ള ഒരു ചെറുവിവരണമാണ് മുകളിൽ നൽകിയത്. കേരളത്തിന്റെ സാംസ്കാരിക ജീവിതത്തിൽ നിർണ്ണായകമായ സ്വാധീനം സൃഷ്ടിച്ച കൃതികൾ ഇനിയും ധാരാളമുണ്ട്. *വാസുദേവസ്തവം, കൃഷ്ണഗാഥ, രാമായണം കിളിപ്പാട്ട്, മഹാഭാരതം കിളിപ്പാട്ട്, ജ്ഞാനപ്പാന, ഹരിനാമകീർത്തനം* തുടങ്ങിയ കൃതികൾ ഇന്നും നിത്യേന പാരായണം ചെയ്യപ്പെടുന്നവയാണ്. എല്ലാ കാലഘട്ടത്തിലും ഭക്തിരസപ്രധാനമായ കൃതികളെ ഭൂരിപക്ഷം മലയാളികളും നെഞ്ചേറ്റി ലാളിച്ചിരുന്നു. സർവ്വമതസാഹോദര്യവും മാനവികതയും വിളംബരം ചെയ്യുന്ന സാഹിത്യ സൃഷ്ടികൾ മലയാളഭാഷയുടെ എല്ലാ ഘട്ടങ്ങളിലും ഉണ്ടായിട്ടുണ്ട്. വിഷയവൈവിധ്യവും പ്രമേയവൈവിധ്യവും പുലർത്തുന്നതിൽ സാഹിത്യകാരന്മാർ വളരെ ശ്രദ്ധിച്ചിരുന്നു. കേരളത്തിന്റേതായ തത്ത്വചിന്താപദ്ധതിയും അനുഷ്ഠാനകലകളും വാസ്തുവിദ്യയും ജ്യോതിശ്ശാസ്ത്രവും നാടോടിശാസ്ത്രവും ആയുർവേദവും ഗണിതവും പ്രതിപാദ്യവിഷയമായിട്ടുള്ള ധാരാളം കൃതികൾകൊണ്ട് സമ്പന്നമാണ് മലയാളം.

മാനദണ്ഡം C

The literary tradition has to be original and not borrowed from another speech community.

മലയാളത്തിന്റെ സാഹിത്യപാരമ്പര്യം *ചിലപ്പതികാരം* മുതൽക്ക് ആരംഭിക്കുന്നുവെന്നു പറയാം. കേരളത്തിൽ നിലനിന്നിരുന്ന വിവിധതരം കൂത്തുകളെപ്പറ്റിയും അനുഷ്ഠാനകലകളെപ്പറ്റിയും *ചിലപ്പതികാര*ത്തിൽ സൂചനകളുണ്ട്. തോറ്റംപാട്ട്, നാടോടിപ്പാട്ടുകൾ, സ്തുതികൾ എന്നിവയുടെ ആദിമരൂപങ്ങൾ *ചിലപ്പതികാര*ത്തിലുണ്ട്. പാണ്ഡ്യരാജന്റെ കൊട്ടാരവാതുക്കൽ ഒറ്റച്ചിലമ്പുമായി ക്രുദ്ധയായി നിൽക്കുന്ന കണ്ണകിയെക്കണ്ട് സന്ദേഹവിവശനാകുന്ന ദ്വാരപാലകന്റെ വാക്കുകളിൽ നിഴലിക്കുന്നത് കേരളത്തിൽ നിലനിന്നിരുന്ന ദേവ്യുപാസനയുടെ വിവിധ രൂപങ്ങളാണ്. മലയാളത്തിലെ ഭദ്രകാളിപ്പാട്ടുകൾക്കും യാത്രക്കളിയിലെ നാലുപാദമെന്ന ഗാനവിഭാഗത്തിനും ക്രി. വ. 8-ാം നൂറ്റാണ്ടിനപ്പുറം പഴക്കമുണ്ട്. ഉലാ (ഊഞ്ഞാൽപ്പാട്ട്) എന്ന പാട്ടുവിഭാഗത്തിന്റെ ഉപജ്ഞാതാവ് കേരളീയനായ ചേരമാൻ പെരുമാൾ നായനാരാണ്. അദ്ദേഹത്തിന്റെ *തിരുക്കൈലായ ജ്ഞാനയുലാ,* അനന്യമായ ഒരു സാഹിത്യ സൃഷ്ടിയാണ്. വായ്മൊഴി വഴക്കത്തിലൂടെ നൂറ്റാണ്ടുകളെ അതിജീവിച്ച ജീവിതഗന്ധിയായ ധാരാളം പാട്ടുകൾ മലയാളത്തിലുണ്ടെങ്കിലും ഇവിടെ പുലർന്നിരുന്ന സാഹിത്യപ്രസ്ഥാനങ്ങളെപ്പറ്റി ആധികാരി

കമായ പരാമർശം ലഭിക്കുന്നത് *ലീലാതിലക*ത്തിൽ നിന്നുമാണ്. ചോള, പാണ്ഡ്യഭാഷകളിൽനിന്നും സംസ്കാരത്തിൽനിന്നും വ്യത്യസ്തയുള്ള ഒരു ഭാഷയും സാഹിത്യവും കേരളത്തിനുണ്ടെന്ന് ആദ്യമായി സ്ഥാപിച്ചത് *ലീലാതിലക*മാണ്. പാട്ട്, മണിപ്രവാളം, മാർദ്ദംഗികന്മാരുടെ തമിഴ് എന്നിവയാണ് *ലീലാതിലക*ത്തിൽ പരാമൃഷ്ടമായിട്ടുള്ള സാഹിത്യരൂപങ്ങൾ.

1. പാട്ട്

ദ്രമിഡസംഘാതാക്ഷരനിബദ്ധമെതുകമോന വൃത്തവിശേഷയുക്തം പാട്ട് എന്ന് പാട്ടിനെ *ലീലാതിലകം* നിർവ്വചിച്ചിരിക്കുന്നു. ദ്രാവിഡാക്ഷരങ്ങളിൽ ഒതുങ്ങുന്നതും എതുക, മോന പ്രാസങ്ങൾ ഉള്ളതും, ദ്രാവിഡ വൃത്തങ്ങളിൽ വിരചിതവുമായ കൃതികളെയാണ് പാട്ട് എന്നു വ്യവഹരിക്കുന്നത്. ഈ ശാഖയിൽ ഉപലബ്ധമായിട്ടുള്ള പ്രധാനകൃതിയാണ് *രാമചരിതം*. പാട്ട് മറ്റ് ദ്രാവിഡകളിലും ദൃശ്യമാണെങ്കിലും *ലീലാതിലക*നിർവ്വചന പ്രകാരമുള്ള പാട്ട് മലയാളത്തിലേയുള്ളൂ. *തിരുനിഴൽമാല* എന്നൊരു പില്ക്കാലകൃതിയും പാട്ടിന്റെ ചുവട് പിടിച്ച് ഉണ്ടായിട്ടുണ്ട്.

2. മണിപ്രവാളം

'ഭാഷാസംസ്കൃതയോഗമാണ് മണിപ്രവാളം' വിഭക്ത്യന്തസംസ്കൃതവും മലയാളവും കൂട്ടിക്കലർത്തിയ രചനയാണത്. സഹൃദയഹൃദയാഹ്ലാദകരമായ യോഗം മണിപ്രവാളത്തിൽ അനിവാര്യമാണ്. മിശ്രഭാഷയായി രൂപംകൊണ്ട ഒരു രചനാസങ്കേതം പിന്നീട് മണിപ്രവാള പ്രസ്ഥാനമായി വളർന്ന ചരിത്രമാണ് മലയാളത്തിലുള്ളത്. തമിഴ്, കന്നട, തെലുങ്കുഭാഷകളിലും മണിപ്രവാളം പരീക്ഷിച്ചിട്ടില്ലെന്നില്ല. എന്നാൽ *ലീലാതിലകം* ലക്ഷണം ചെയ്ത വിധത്തിലുള്ള മണിപ്രവാളം മലയാളത്തിൽ മാത്രമേയുള്ളൂ ഏകദേശം മൂന്നുനൂറ്റാണ്ടു കാലം മണിപ്രവാളം മലയാള സാഹിത്യരംഗം അടക്കിവാണു. മണിപ്രവാളത്തിലെ മണി കേരളഭാഷയെയും പ്രവാളം സംസ്കൃതഭാഷയെയും സൂചിപ്പിക്കുന്നു. സുകുമാരാക്ഷരങ്ങളായിരിക്കണം മണിപ്രവാളത്തിൽ ഉപയോഗിക്കേണ്ടത്. ഒൻപതുതരം മണിപ്രവാളങ്ങളാണ് *ലീലാതിലക*ത്തിൽ വിവരിച്ചിട്ടുള്ളത്. ഉത്തമത്തിൽ 1-ഉം, ഉത്തമകല്പത്തിൽ 2-ഉം, മദ്ധ്യമത്തിൽ 1-ഉം മദ്ധ്യമകല്പത്തിൽ 4-ഉം അധമത്തിൽ 1-ഉം ആണ് *ലീലാതിലകം* പരാമർശിക്കുന്ന മണിപ്രവാള വിഭാഗങ്ങൾ.

വൈശികതന്ത്രം, ഉണ്ണുനീലിസന്ദേശം, കോകസന്ദേശം, വാസുദേവസ്തവം, അനന്തപുരവർണ്ണനം, ചന്ദ്രോത്സവം, പദ്യരത്നം എന്നിവയാണ് മണിപ്രവാളത്തിലെ മുഖ്യകൃതികൾ.

3. മണിപ്രവാളത്തെക്കുറിച്ചുള്ള വിപുലമായ ചർച്ചയ്ക്കിടയിൽ മാർദ്ദംഗികന്മാരുടെ തമിഴ് എന്നൊരു സാഹിത്യരൂപത്തെക്കുറിച്ച് *ലീലാതിലകം* പരാമർശിക്കുന്നുണ്ട്. കഥാകഥനത്തിനായി നമ്പ്യാന്മാർ ഉപയോഗിക്കുന്ന ഗദ്യഭാഷയാണിത്. പാഠകം പറയുന്നവരാണ് മുഖ്യമായും ഈ ഭാഷ ഉപയോഗിച്ചിരുന്നത്. സംസ്കൃതമലയാളഭാഷകളെ വ്യവസ്ഥാരഹിതമായി കൂട്ടിക്കലർത്തി നമ്പ്യാന്മാർ അരങ്ങത്തു പ്രയോഗിക്കുന്ന മിശ്രഭാഷയാണ് 'മാർദ്ദംഗികന്മാരുടെ' തമിഴായി ലീലാതിലകകാരൻ വ്യവഹരിച്ചിട്ടുള്ളത്. പുരാണ കഥകൾ നീണ്ട നീണ്ട വാക്യങ്ങളിലൂടെ ആവിഷ്കരിക്കുന്ന രീതി ഈ തമിഴിന്റെ പ്രത്യേകതയാണ്.

അനുബന്ധം 42

The History of the Grammatical theories in Malayalam, K N Ezhuttachan pp 10-12

അനുബന്ധം 42 A

1971 proceedings of the First All India Conference of Dravidian Linguists, Editor V I Subramoniam. *Article by N R Gopinatha Pillai on Pāṭṭu and Maṇi Pravālam'* pp 149-154.

1.1 പാട്ടുപ്രസ്ഥാനം

ദ്രമിഡസംഘാതാക്ഷരനിബദ്ധവും എതുകമോന വൃത്തവിശേഷയുക്തവുമായ ഒരൊറ്റ കൃതിയേ ലഭിച്ചിട്ടുള്ളൂ. ഈ പ്രസ്ഥാനത്തിൽ ധാരാളം കൃതികൾ ഉണ്ടായിരിക്കാൻ സാദ്ധ്യതയുണ്ട്. പാട്ടിന് ലക്ഷണ നിർവ്വചനം നടത്തിയ *ലീലാതിലക*ത്തിൽ ഉദാഹരണമായി കൊടുത്തിട്ടുള്ളത് അനന്തപുരിയിലെ ശേഷശായിയെ സ്തുതിക്കുന്ന ഒരു പാട്ടാണ്. *രാമചരിതം* ലീലാതിലകകാരന്റെ ശ്രദ്ധയിൽ പെട്ടിരിക്കാൻ സാധ്യതയില്ല. *ലീലാതിലക*ത്തിലെ പാട്ടിന്റെ ലക്ഷണത്തോടൊപ്പം അന്താദിപ്രാസവും ദീക്ഷിച്ചിട്ടുള്ള കാവ്യമാണ് *രാമചരിതം.* പക്ഷേ, അന്താദിപ്രാസത്തെപ്പറ്റി *ലീലാതിലക*ത്തിൽ സൂചനയില്ല. *വാല്മീകിരാമായണ*ത്തിലെ യുദ്ധകാണ്ഡത്തെ ആധാരമാക്കി ചീരാമൻ 164 പടലങ്ങളിലായി 1814 പാട്ടുകളിലൂടെ രചിച്ച കാവ്യമാണ് *രാമചരിതം*. മലയാളഭാഷയ്ക്കു ലഭിച്ചിട്ടുള്ള ആദ്യത്തെ സമ്പൂർണ്ണ കാവ്യമാണ് *രാമചരിതം*. പില്ൽക്കാലത്തുണ്ടായ മലയാള രാമായണങ്ങൾക്കെല്ലാം മാതൃകയായത് ചീരാമന്റെ *രാമചരിത*മാണ്. സംസ്കൃതത്തിലുള്ള ഒരു കൃതിക്ക് എങ്ങനെ മലയാള പരിഭാഷയാകാം എന്നതിന് മാതൃകയായി നിന്നത് *രാമചരിത*മാണ്. *രാമചരിത*കാരന് ഇക്കാര്യത്തിൽ അനുകരിക്കാൻ പൂർവ്വമാതൃകകളില്ലാ

യിരുന്നു. ശ്രീരാമനെ ഈശ്വരാവതാരമായിട്ടാണ് *രാമചരിത*ത്തിൽ ചിത്രീകരിച്ചിട്ടുള്ളത്. കുലശേഖര ആഴ്വാർക്കുശേഷം ഭക്തിരസ പ്രധാനമായ ഒരു കാവ്യം മലയാളിക്കു നല്കിയത് ചീരാമകവിയാണ്. *രാമചരിത*ത്തിനുശേഷമുണ്ടായ *രാമായണ*കാവ്യങ്ങൾ ഏറക്കുറെ ചീരാമന്റെ ആഖ്യാനരീതിതന്നെയാണ് പിന്തുടർന്നത്.
*രാമചരിത*ത്തിനുശേഷം പാട്ടുരീതിയെ ഏറക്കുറെ പിന്തുടർന്ന് രചിക്കപ്പെട്ട കാവ്യമാണ് ഗോവിന്ദന്റെ *തിരുനിഴൽമാല. രാമചരിത*ത്തിലെ പാട്ട് ചതുഷ്പദികളാണ്. ഗോവിന്ദന്റെ കാവ്യത്തിൽ ഈരടികളായിട്ടാണ് ആഖ്യാനം. പാട്ടിന്റെ പരിണാമത്തിലെ ഒരു ഘട്ടമായി ഇതിനെ കണക്കാക്കാം. ആറന്മുളക്ഷേത്രത്തിലെ ആചാരങ്ങളെ ആസ്പദമാക്കി രചിച്ചിട്ടുള്ള കാവ്യമാണ് *തിരുനിഴൽമാല.* പ്രമേയം പുരാണാന്തർഗതമല്ല എന്ന വിശേഷണം എടുത്തുപറയേണ്ടതായിട്ടുണ്ട്.

1.1.1 പാട്ടിന്റെ വികാസം

രാമചരിതം ദീക്ഷിച്ച 'പാട്ട്' പ്രസ്ഥാനത്തിന്റെ വികാസപരിണാമത്തിലെ അടുത്ത ഘട്ടം കണ്ണശ്ശക്കവികളിലാണ് ദൃശ്യമാകുന്നത്. പാട്ടിനെയും മണിപ്രവാളത്തെയും സമന്വയിപ്പിക്കാനുള്ള ശ്രമം ബോധപൂർവ്വം നടത്തിയത് കണ്ണശ്ശക്കവികളാണ്. വികസ്വരമായ മലയാളത്തിന് ദ്രാവിഡാക്ഷരങ്ങളിൽ ഒതുങ്ങി നില്ക്കാൻ സാദ്ധ്യമല്ലെന്നുകണ്ട് സംസ്കൃതഭാഷയുടെ സാദ്ധ്യതകളും കൂടി ഉൾക്കൊണ്ട് ഒരു നൂതന കാവ്യശൈലി സൃഷ്ടിച്ചത് കണ്ണശ്ശക്കവികളായ ശങ്കരനും മാധവനും രാമനുമാണ്. അവരുടെ പ്രമുഖ കൃതികളായ *ഭാരതമാല, ഭാഷാ ഭഗവദ്ഗീത, കണ്ണശ്ശരാമായണം* എന്നിവയിലൂടെ പാട്ടിനെയും മണിപ്രവാളത്തെയും സമന്വയിപ്പിച്ചുകൊണ്ടുള്ള ഒരു സാഹിത്യശൈലിക്ക് കണ്ണശ്ശക്കവികൾ ഒരു മാതൃക സൃഷ്ടിച്ചു. കാവ്യരചനയെ ഗൗരവമായി കണ്ട കവികളായിരുന്നു കണ്ണശ്ശന്മാർ.

1.1.2 കൃഷ്ണഗാഥ

മലയാളത്തിന്റെ ക്ലാസിക് കൃതികളിൽ മുഖ്യസ്ഥാനമുള്ള കൃതിയാണ് *കൃഷ്ണഗാഥ.* 15-ാം നൂറ്റാണ്ടിനടുത്ത് ഉത്തരകേരളത്തിലുണ്ടായ ഈ കാവ്യം ലളിതകോമള പദാവലികൾകൊണ്ട് സാമാന്യജനങ്ങളുടെ ആദരം ഏറ്റവും പിടിച്ചുപറ്റിയ പ്രാചീന കൃതിയാണ്. *രാമചരിത*ത്തോടും നിരണംകൃതികളോടും താരതമ്യം ചെയ്താൽ ഏറ്റവും ലളിതമായ മലയാളം ഉപയോഗിച്ചിട്ടുള്ള കാവ്യമാണ് *കൃഷ്ണഗാഥ*യെന്നു കാണാം. എഴുത്തച്ഛന്റെ *രാമായണ*ത്തെപ്പോലെ മലയാളികൾ നിത്യപാരായണത്തിന് ഉപയോഗിച്ചിരുന്ന കാവ്യമാണ് *കൃഷ്ണഗാഥ. കൃഷ്ണഗാഥ* പാട്ടിന്റെയും മണിപ്രവാ

ളത്തിന്റെയും നാടോടിപ്പാട്ടുകളുടെയും സമഞ്ജസമായ മേളനത്തിൽനിന്ന് ഉളവായ കാവ്യമാണ്. ഇതുപോലൊരു കൃതി ലോകസാഹിത്യത്തിലെങ്ങും ലഭ്യമല്ല.

1.3 എഴുത്തച്ഛൻ

പാട്ടിന്റെയും മണിപ്രവാളത്തിന്റെയും വ്യതിരിക്തഘടകങ്ങളെ കാലികമായി പരിഷ്കരിച്ചുകൊണ്ട് എഴുത്തച്ഛൻ നടപ്പിൽ വരുത്തിയ സാഹിത്യപ്രസ്ഥാനമാണ് കിളിപ്പാട്ട്. കിളി പാടുന്നു എന്ന സങ്കല്പത്തിൽ രചിച്ചിട്ടുള്ള കാവ്യങ്ങളാണ് *രാമായണംകിളിപ്പാട്ടും ഭാരതം കിളിപ്പാട്ടും.* പാട്ടിന്റെ ദ്രമിഡസംഘാതക്ഷരത്വവും മണിപ്രവാളത്തിന്റെ വിഭക്ത്യന്തസംസ്കൃതമെന്ന നിഷ്ഠയും ഉപേക്ഷിച്ച് നിലവാരപ്പെട്ട ഒരു കാവ്യശൈലി മലയാളത്തിൽ അവതരിപ്പിച്ചത് എഴുത്തച്ഛനാണ്. "നമുക്കെഴുത്തച്ഛനെടുത്ത ഭാഷാക്രമക്കണക്കേ ശരണം" എന്ന് കൊടുങ്ങല്ലൂർ കുഞ്ഞിക്കുട്ടൻ തമ്പുരാൻ പറഞ്ഞത് അക്ഷരം പ്രതി ശരിയാണ്. ഇന്ന് സാഹിത്യരചനയ്ക്കായി ഉപയോഗിക്കുന്ന മലയാളം എഴുത്തച്ഛൻകൃതികളിലൂടെ വാർന്നു വീണതാണ്. 'മലയാളഭാഷയുടെ പിതാവ്' എന്നാണ് മലയാളികൾ എഴുത്തച്ഛനെ വാത്സല്യപൂർവ്വം വിശേഷിപ്പിക്കുന്നത്. പൂന്താനവും രാമപുരത്തു വാര്യരും കുഞ്ചൻ നമ്പ്യാരും എഴുത്തച്ഛൻ രൂപപ്പെടുത്തിയ കാവ്യശൈലിക്കു സ്വകവിതകളിലൂടെ പ്രചാരം നല്കി.

അനുബന്ധം 43

Language of the pāṭṭu school of literature, by V R Prabodhachandran Nayar in *History of Malayalam Language* Edited by K M Prabhakara Varriar, University of Madras. 1985. pp 81-89.

അനുബന്ധം 43 A

Mayor Genres and trends in Dravidian literature (Classical) Dravidian University, Kuppam - 2013 Article *Pāṭṭu literature* by N Mukundan pp 327-336.

അനുബന്ധം 43 B

The Poet's Parrot in 'Ezhuttacchan', by K Raghavan Pillai. Sahitya Academy pp 16-18.

2.2 മണിപ്രവാള പ്രസ്ഥാനം

മണിപ്രവാളശൈലിയുടെ ഉത്ഭവം 8-ാം നൂറ്റാണ്ടിലാണെന്നാണ് പണ്ഡിതമതം. മണിപ്രവാളം ശൃംഗാരപ്രധാനമാണ്. അപൂർവ്വമായി

ഭക്തിയും ചില കാവ്യങ്ങളിൽ കാണുന്നു. മണിപ്രവാളം വിശാലാർത്ഥത്തിലും പരിമിതാർത്ഥത്തിലും വിവക്ഷിക്കപ്പെടുന്നുണ്ട്. വിശാലാർത്ഥത്തിൽ അത് കേരളഭാഷയുടെയും വിഭക്ത്യന്ത സംസ്കൃതത്തിന്റെയും നിരപ്പുകേടില്ലാത്ത യോഗമാണ്. സാഹിത്യപരമായി സഹൃദയാഹ്ലാദകരമായ രീതിയിലുള്ള ഭാഷാ സംസ്കൃതയോഗമാണ് മണിപ്രവാളം. ശൃംഗാരപ്രധാനമായ കാവ്യങ്ങൾ രചിക്കാനാണ് ആ ശൈലി ഉപയോഗിക്കുന്നത്. (കെ രാമചന്ദ്രൻ നായർ *Early Manipravalam A Study,* പുറം 7)

2.2.1 മണിപ്രവാളം ഒരു തനതു സാഹിത്യപ്രസ്ഥാനം

ആട്ടപ്രകാരങ്ങളിലും ക്രമദീപികകളിലുമാണ് മണിപ്രവാളത്തിന്റെ ഏറ്റവും പഴയ ശ്ലോകങ്ങൾ കാണുന്നത്. കൂടിയാട്ടവുമായി ബന്ധപ്പെട്ട രചനകളിൽ മണിപ്രവാളത്തിനു മുഖ്യസ്ഥാനമുണ്ട്. കൂടിയാട്ടത്തിലെ വിദൂഷകൻ സംസ്കൃതവും മലയാളവും കലർന്ന ഭാഷയിലാണ് സംസാരിക്കുന്നത്. കുലശേഖരവർമ്മന്റെ (ക്രി. വ. 750 -800) സചിവനായിരുന്ന മഹാകവി തോലൻ ധാരാളം മണിപ്രവാള ശ്ലോകങ്ങൾ വിദൂഷകന്റെ ഉപയോഗത്തിനായി രചിച്ചിട്ടുള്ളതായി സാഹിത്യചരിത്രങ്ങളിൽ പരാമർശമുണ്ട്. നായകൻ സംസ്കൃതത്തിൽ സംസാരിക്കുമ്പോൾ വിദൂഷകന് മലയാളത്തിൽ സംസാരിക്കാനുള്ള സ്വാതന്ത്ര്യം അനുവദിക്കപ്പെട്ടിരുന്നു. വിദൂഷകന്റെ ഭാഷണങ്ങളിലൂടെ മലയാളത്തിന്റെ ഗദ്യസാഹിത്യം ഉദയംകൊണ്ടുവെന്ന അഭിപ്രായം അസ്ഥാനത്തല്ല. മണിപ്രാവളത്തിലെ ഏറ്റവും പുരാതനകൃതി *വൈശികതന്ത്ര*മാണ് (അനുബന്ധം 37 നോക്കുക). അജ്ഞാതകർതൃകങ്ങളായ ധാരാളം മണിപ്രവാളശ്ലോകങ്ങൾ ലീലാതിലകത്തിൽ ഉദ്ധരിച്ചിട്ടുണ്ട്.

കേരളത്തിലെ മണിപ്രവാളസാഹിത്യത്തെ വളർത്തിയ സാഹിത്യരൂപങ്ങളിൽ പ്രധാനപ്പെട്ടവയാണ് ചമ്പുക്കൾ, സന്ദേശകാവ്യങ്ങൾ, സ്തവങ്ങൾ, മുക്തകങ്ങൾ, പ്രബന്ധങ്ങൾ എന്നിവ. ചമ്പുക്കളും സന്ദേശകാവ്യങ്ങളും സംസ്കൃതത്തിൽനിന്നു സ്വീകരിക്കപ്പെട്ട സാഹിത്യ രൂപങ്ങളാണെങ്കിലും മലയാളത്തിന്റെ ഭാഷരൂപങ്ങളാണ് അവയെ മലയാളത്തിന്റെ സാഹിത്യ പ്രസ്ഥാനങ്ങളാക്കിയത്. ചമ്പുക്കളിലും സന്ദേശകാവ്യങ്ങളിലും അവ രചിക്കപ്പെട്ട കാലത്തിന്റെ ചരിത്രപരവും സാംസ്കാരികപരവുമായ സ്പന്ദനങ്ങളും ഉൾച്ചേർന്നിട്ടുണ്ടെന്ന വസ്തുതയാണ് മലയാളചമ്പുക്കളുടെയും സന്ദേശകാവ്യങ്ങളുടെയും വ്യക്തിത്വത്തിനാധാരം, *ഉണ്ണുനീലി സന്ദേശ*ത്തിലെ സന്ദേശഹരൻ മനുഷ്യനാണ്. വേണാട്ടിലെ യുവരാജാവാണ് അദ്ദേഹം. ചന്തകൾ, അമ്പലങ്ങൾ വഴിപോക്കർ, ഊട്ടുപുരകൾ, ദുഷ്കവികൾ, ഭിഷഗ്വരന്മാർ തുടങ്ങി സാമൂഹ്യ ജീവി

തത്തെ ചലനാത്മകമാക്കിയ ദൃശ്യങ്ങളൊക്കെ *ഉണ്ണുനീലി സന്ദേശകാ*രന്റെ വർണ്ണനയ്ക്കു വിധേയമായിട്ടുണ്ട്. സംസ്കൃതസന്ദേശകവികൾക്ക് സ്വപ്നം കാണാൻ കൂടി കഴിയില്ല ഇത്തരം പ്രതിപാദ്യവിഷയങ്ങൾ.

മലയാളത്തിലെ ചമ്പൂ സാഹിത്യത്തിനുമുണ്ട് എടുത്തുപറയാവുന്ന സവിശേഷതകൾ. ആദ്യകാല ചമ്പുക്കളായ *ഉണ്ണിയച്ചി, ഉണ്ണിച്ചിരുതേവി, ഉണ്ണിയാടി ചരിതങ്ങൾ* നായികമാരെ കേന്ദ്രീകരിച്ചുള്ള സാമൂഹ്യപ്രസക്തമായ ഇതിവൃത്തമാണ് ആലേഖനം ചെയ്തിട്ടുള്ളത്. ഈ നായികമാരെ അന്വേഷിച്ചെത്തുന്നവർ ദേവയക്ഷകിന്നരവർഗ്ഗങ്ങളിൽപ്പെട്ടവരാണ്. പിന്നീടുണ്ടായ ചമ്പുക്കളിൽ പുരാണേതിവൃത്തങ്ങളാണ് കാണുന്നതെങ്കിലും കേരളീയ സമൂഹത്തിന്റെ നഖചിത്രം ഉൾക്കൊള്ളുന്ന ആഖ്യാനങ്ങൾകൊണ്ട് ശ്രദ്ധേയങ്ങളാണ് അവ. സാമൂഹ്യവിമർശനം മലയാളത്തിലുണ്ടായ ചമ്പുക്കളുടെ മുഖമുദ്രയാണ്. മലയാളചമ്പുകാവ്യങ്ങളുടെ നടുനായകമായി വർത്തിക്കുന്നത് പുനത്തിന്റെ *രാമായണം ചമ്പു*വാണ്. പ്രകാശിതവും അപ്രകാശിതവുമായി ഇരുനൂറോളം ചമ്പുക്കൾ മലയാളത്തിലുണ്ട്. സാമൂഹ്യ വിമർശനം ഉൾക്കൊള്ളുന്നതായിരിക്കണം സാഹിത്യമെന്ന ദർശനത്തെ സർവ്വഥാ പിന്തുടർന്നവയാണ് മലയാള ചമ്പുക്കൾ.

വികസിത ദ്രാവിഡ ഭാഷകളിലെല്ലാം മണിപ്രവാളമുണ്ടായിരുന്നെങ്കിലും അതൊരു സാഹിത്യ പ്രസ്ഥാനമായി വളർന്നത് മലയാളത്തിൽ മാത്രമാണ്. കിട്ടിയിടത്തോളം തെളിവുകൾ വെച്ചുകൊണ്ട് മണിപ്രവാളത്തിന്റെ ഏറ്റവും പഴയ പ്രയോഗം കാണുന്നത് ജിനസേനന്റെ (ക്രി. വ. 837) കൃതികളിലാണ്. ജൈനർ സംസ്കൃതവും പ്രാകൃതവും കൂട്ടിക്കലർത്തിയാണ് മണിപ്രവാളം സൃഷ്ടിച്ചത്. പിന്നീട് സംസ്കൃതവും പ്രാദേശികഭാഷകളും കൂട്ടിക്കലർത്തിയുള്ള മണിപ്രവാള ശൈലി ഉണ്ടായി. തമിഴിലെ *വീരചോഴിയം* (ക്രി. വ. 11-ാം നൂറ്റാണ്ട്) ഇത്തരത്തിലുള്ള മണിപ്രവാളത്തെപ്പറ്റി സൂചിപ്പിച്ചിട്ടുണ്ട്. 12-ാം നൂറ്റാണ്ടിലെ കന്നടക്കൃതികളിലും മണിപ്രവാളശൈലി കാണുന്നുണ്ട്. തമിഴ്, കന്നട, തെലുങ്കു ഭാഷകളിലുള്ള മണിപ്രവാളത്തിൽനിന്നും അത്യന്തം വ്യതിരിക്തമാണ് മലയാളത്തിലെ മണിപ്രവാളം. മണിപ്രവാളം ഒരു സാഹിത്യ പ്രസ്ഥാനമായി വളർന്നത് മലയാളത്തിലാണ്. രണ്ട് നൂറ്റാണ്ടിലേറെ പാരമ്പര്യം ആ സാഹിത്യശാഖയ്ക്ക് അവകാശപ്പെടാനുള്ളതും മലയാളത്തിലാണ്. മറ്റുഭാഷകളിലെ മണിപ്രവാളത്തിൽനിന്ന് മലയാളമണിപ്രവാളത്തെ വേർതിരിക്കുന്ന പ്രധാനഘടകം യോഗമാണ്. യോഗത്തിന് ധാരാളം അർത്ഥങ്ങളുണ്ട്. സഹൃദയഹൃദയാഹ്ലാദകാരിയായ യോഗമാണ് *ലീലാതിലകം* വിവക്ഷിച്ചിട്ടുള്ളത്.

മണിപ്രവാളം മലയാളത്തിന്റെ തനത് സാഹിത്യപ്രസ്ഥാനമാണ്.

അനുബന്ധം 44

The History of the grammatical Theories in Malayalam, K N Ezhuthachan, Publication No. 17. pp 7-10.

3. ആട്ടക്കഥാസാഹിത്യവും തുള്ളൽസാഹിത്യവും

മലയാളഭാഷയിൽ മാത്രം കാണുന്ന സാഹിത്യരൂപമാണ് ആട്ടക്കഥ. ആട്ടക്കഥാസാഹിത്യത്തിന്റെ ഉപജ്ഞാതാവ് കൊട്ടാരക്കരത്തമ്പുരാനാണ്. ഗുരുവായൂർ ക്ഷേത്രത്തിൽ അരങ്ങേറിയിരുന്ന കൃഷ്ണനാട്ടമാണ് *രാമനാട്ടം* രചിക്കാൻ കൊട്ടാരക്കരത്തമ്പുരാനെ പ്രേരിപ്പിച്ചതെന്നാണ് ഐതിഹ്യം. കേരളത്തിന്റെ ക്ലാസിക്കലും നാടോടിയുമായ കലാരൂപങ്ങളുടെ സമന്വയമാണ് കഥകളി. കഥകളിയുടെ സാഹിത്യരൂപമാണ് ആട്ടക്കഥ. 16–ാം നൂറ്റാണ്ടിന്റെ പൂർവ്വപാദത്തിലാണ് ഈ സാഹിത്യരൂപത്തിന്റെ ഉദയമെന്ന് ഏകദേശം പറയാം. *രാമനാട്ട*ത്തോടുകൂടി മലയാളത്തിൽ ആവിർഭവിച്ച ആട്ടക്കഥാസാഹിത്യത്തെ ലോകോത്തരമാക്കിയ പ്രതിഭാധനന്മാരിൽ പ്രധാനികൾ കോട്ടയത്തുതമ്പുരാനും ഉണ്ണായിവാര്യരും ഇരയിമ്മൻ തമ്പിയുമാണ്. കോട്ടയത്തു തമ്പുരാന്റെ *കിർമ്മീരവധം, കല്യാണസൗഗന്ധികം, നിവാതകവചകാലകേയവധം, ഉണ്ണായിവാര്യരുടെ നളചരിതം തമ്പിയുടെ കീചകവധം, ഉത്തരാസ്വയംവരം, ദക്ഷയാഗം* എന്നീ കൃതികൾ സാഹിത്യഗുണം കൊണ്ടും അഭിനയസാദ്ധ്യത കൊണ്ടും ഒന്നാംകിടയിൽ നില്ക്കുന്നു. മുന്നൂറോളം ആട്ടക്കഥകൾ ഉണ്ടായിട്ടുണ്ട്. കഥകളിയെ വിശ്വകലയാക്കുന്നതിൽ കേരള കലാമണ്ഡലം വഹിച്ച പങ്ക് നിസ്തുലമാണ്.

3.1 തുള്ളൽ സാഹിത്യം

ഏകാംഗനടനമാണ് തുള്ളൽ. കുഞ്ചൻ നമ്പ്യാരാണ് (ക്രി. വ. 1700 –1781) ഈ കലാരൂപത്തിന്റെ ഉപജ്ഞാതാവ്. മലയാളത്തിലെ ഏറ്റവും ജനകീയനായ കവിയാണ് കുഞ്ചൻ നമ്പ്യാർ. നാല്പതിനടുത്ത് തുള്ളൽകൃതികൾ നമ്പ്യാർ രചിച്ചിട്ടുണ്ട്. നാടോടിനൃത്തരൂപങ്ങളിൽനിന്നും ഊർജ്ജം ഉൾക്കൊണ്ട് നമ്പ്യാർ ചിട്ടപ്പെടുത്തിയ 'തുള്ളൽ' അമ്പലപ്പറമ്പുകളിലും മറ്റ് പരസ്യവേദികളിലും പ്രത്യക്ഷപ്പെട്ടതോടെ സാമൂഹ്യവിമർശനത്തിന് പ്രാമുഖ്യമുള്ള ഒരു സാഹിത്യത്തിന്റെ പിറവിയ്ക്കും മലയാളം സാക്ഷ്യം വഹിച്ചു. മലയാളത്തിനു മാത്രം അവകാശപ്പെട്ട സാഹിത്യപ്രസ്ഥാനമാണ് തുള്ളൽ സാഹിത്യം. തുള്ളൽകൃതികളിലെ ഇതിവൃത്തം പുരാണപരങ്ങളാണെങ്കിലും സാമൂഹ്യ സാമുദായിക സ്ഥിതികളുടെ വിവരണത്തിനും വിമർശനത്തിനുമാണ് നമ്പ്യാർ മുഖ്യത നല്കിയത്.

അനുബന്ധം 45

Kerala's literary heritage and Mahakavi Ulloor by Suranad Kunjan Pillai in *Mahakavi ulloor* edited by Dr. K M George Mahakavi Ulloor Memorial Library and Reserach Institute. Trivandrum 14. pp 143-151.

4. സംഘസാഹിത്യം

സംഘസാഹിത്യം കേരളത്തിനുംകൂടി അവകാശപ്പെട്ട പൈതൃകമാണ്. തമിഴ് മലയാള ഭാഷയുടെ പൊതുഭാഷയാണ് അതിലുള്ളത്. സംഘപ്പാട്ടുകളിൽ കൂടക്കൂടെ പ്രത്യക്ഷപ്പെടാറുള്ള പാണരും വേലരും ഇന്ന് കേരളത്തിൽ മാത്രമേയുള്ളൂ. എല്ലാ തിണകളിലും പാണന്മാരും വേലന്മാരും അവരുടെ കുലത്തൊഴിലുകളുമായി ജീവിച്ചിരുന്നു. വീരന്മാരുടെയും കുറുനിലമന്നന്മാരുടെയും അപദാനങ്ങൾ കീർത്തിച്ചുകൊണ്ട് ഗ്രാമങ്ങൾതോറും ജീവിതമാർഗ്ഗം തേടി സഞ്ചരിച്ചിരുന്ന വർഗ്ഗമാണ് പാണന്മാർ. പാണസ്ത്രീകൾ വിറലികൾ എന്ന പേരിലാണ് അറിയപ്പെട്ടിരുന്നത്. നർത്തകികളായിട്ടാണ് അവരെ പാട്ടുകളിൽ ചിത്രീകരിച്ചിട്ടുള്ളത്. ദക്ഷിണേന്ത്യയിലെ പുരാതന ജനവർഗ്ഗങ്ങളിലൊന്നായി പാണന്മാരെ നരവംശശാസ്ത്രം അംഗീകരിച്ചിട്ടുണ്ട്. രാജാക്കന്മാരും പ്രഭുക്കളും അവരെ സമ്പത്തു നൽകി പ്രോത്സാഹിപ്പിച്ചിരുന്നു; സംരക്ഷിച്ചിരുന്നു. യുദ്ധവേളകളിൽ രാജാക്കന്മാരെയും പടയാളികളെയും പാടിപ്പുകഴ്ത്തിക്കൊണ്ട് അവരോടൊപ്പം പോർക്കളങ്ങളിൽ പാണന്മാർ സഞ്ചരിച്ചിരുന്നു. നാടോടിജീവിതമാണ് പാണന്മാർ നയിച്ചിരുന്നതെങ്കിലും അവരുടെ വിജ്ഞാനവും സംഗീതനൈപുണിയും കണക്കിലെടുത്ത് എല്ലാ ശ്രേണിയിലുംപെട്ട ജനങ്ങൾ അവരെ ബഹുമാനിച്ചിരുന്നു. വെളുപ്പാൻകാലത്ത് രാജാക്കന്മാരെ പാടിയുണർത്തുന്ന തൊഴിലും അവർ ചെയ്തിരുന്നു. തിണകളിലെ കാമുകീകാമുകന്മാരുടെ സന്ദേശവാഹകരായും അവർ പ്രവർത്തിച്ചിരുന്നു.

കേരളത്തിലൊഴിച്ച് മറ്റെങ്ങും പാണർ സമുദായം ഇന്നില്ല. കേരളത്തിലെ പാണർ സംഘകാലത്തെ തൊഴിൽ തന്നെ ഇപ്പോഴും ചെയ്തുപോരുന്നു. കർക്കിടകമാസത്തിൽ നായന്മാരുടെയും ബ്രാഹ്മണരുടെയും വീടുകളിലെത്തി തുയിലുണർത്തൽ പാട്ട് ആലപിച്ചു പോരുന്നു. മലയാളസംസ്കാരത്തിന്റെ തലമുറകൾ നീളുന്ന പഴമയ്ക്ക് ഉത്തമ ദൃഷ്ടാന്തമാണ് പാണർ സമുദായം.

സംഘകാലത്തെ മറ്റൊരു ജനവർഗ്ഗമാണ് വേലന്മാർ. ഇവരും കേരളത്തിൽ മാത്രമേ ഇന്നുള്ളൂ. സംഘപ്പാട്ടുകളിൽ അവരെ ആഭിചാരക്രിയകൾ ചെയ്യുന്നവരായും ഭാവിഫലങ്ങൾ പറയുന്നവരായുമാണ് ചിത്രീകരിച്ചിട്ടുള്ളത്. മുരുകന്റെ ആയുധമായ വേൽ ധരിക്കുന്നതുകൊണ്ടാണ് ഈ ജനവിഭാഗത്തിന് വേലൻ എന്ന പേരു ലഭിച്ചത്. തഴ്സ്റ്റന്റെ *Caste and Tribes of South India* എന്ന പുസ്തകത്തിൽ വേലൻ സമുദായത്തെപ്പറ്റി പരാമർശമുണ്ട്. മന്ത്രവാദികളായും തുള്ളൽക്കാരായും (വേലൻതുള്ളൽ) അവർ കേരളത്തിൽ ജീവിക്കുന്നു എന്നാണ് തഴ്സ്റ്റന്റെ വിവരണം. സ്ത്രീകൾക്ക് ഗർഭകാലത്തുണ്ടാകുന്ന പിശാചുബാധ അകറ്റുന്നതിനായി വേലന്മാർ പറയടിച്ച് പാട്ടുപാടി നടത്തുന്ന വെറിയാട്ടാണ് തുള്ളൽ. സംഘകാലത്ത് 'വേലൻ വെറിയാട്ട്' എന്ന് ആ തുള്ളൽ അറിയപ്പെട്ടിരുന്നു.

പാണന്മാരുടെയും വേലന്മാരുടെയും ധാരാളം പാട്ടുകൾ മലയാളം സംരക്ഷിച്ചിട്ടുണ്ട്. തലമുറകളിലൂടെ വായ്മൊഴിയായി പ്രചരിച്ച ആ പാട്ടുകൾ പുരാതന കേരള സംസ്കാരത്തിന്റെ മുദ്രകൾ പേറുന്നു.

അനുബന്ധം 46

Comparative Indian Literature, Volume 1. K Ayyappa Paniker's article on *Malayalam,* p 94.

അനുബന്ധം 46 A

Some Aspects of Kerala and Tamil literature by M Raghava Aiyangar, University of Kerala 1973, pp. 134-138.

5. നാടോടിസാഹിത്യം

തലമുറകളിൽനിന്ന് തലമുറകളിലേക്കു വായ്മൊഴിയായി പ്രചരിച്ച സാഹിത്യവിഭാഗമാണ് നാടോടിസാഹിത്യം. നാടോടി സാഹിത്യത്തിന്റെ ഒരു വിപുലശേഖരം തന്നെ മലയാളത്തിനുണ്ട്. പുരാണകഥകൾ, വീരകഥകൾ, പ്രേമകഥകൾകൊണ്ട് സമ്പന്നമാണ് നാടോടി സാഹിത്യത്തിലെ ഒരു വിഭാഗമെങ്കിൽ പ്രാർത്ഥനാഗീതങ്ങൾ, അനുഷ്ഠാനവിവരണങ്ങൾ, വെളിപാടു ഗീതങ്ങൾ, തൊഴിൽപരമായ പാട്ടുകൾ, വിവാഹം, മരണം, ജനനം, ആയോധനം തുടങ്ങിയവയുമായി ബന്ധപ്പെട്ട പാട്ടുകൾ, നാടോടിക്കഥകൾ, തെരുവുനാടകങ്ങൾ, പഴഞ്ചൊല്ലുകൾ, കടങ്കഥകൾ, നേരമ്പോക്കുകൾ എന്നിവയാണ് മറ്റൊരു വിഭാഗം. നാടോടിവിജ്ഞാനീയത്തിന്റെ എല്ലാ ശാഖകളിലും പെട്ട സാഹിത്യം മലയാളത്തിനുണ്ട്. അവ ഉൾക്കൊള്ളുന്നത് മലയാള സംസ്കാരമാണ്. കടംകൊണ്ട ഒരു സാഹിത്യരൂപവും മലയാള നാടോടി സാഹിത്യത്തിലില്ല.

അനുബന്ധം 47

Folk literature in Malayalam in Comparative Indian literature, Volume 1, Edited by K M George, pp 94-100.

അനുബന്ധം 47 A

'The Pacca Malayalam School' Extracts from *Ramacharitam and early Malayalm,* by Dr. K M Geroge 1956. pp 12-16.

6. മാപ്പിള മലയാളം

മാപ്പിള മലയാളം അഥവാ അറബിമലയാളം മലബാറിലെ മുസ്ലീങ്ങളുടെ വായ്മൊഴി രൂപമാണ്. സംസ്കൃതവും മലയാളവും കലർന്ന് മണിപ്രവാളം ഉണ്ടായതുപോലെ മലയാളവും അറബിഭാഷയും കലർന്നു

ണ്ടായ മിശ്രഭാഷയാണ് അറബിമലയാളം. അറബി ലിപിയിലാണ് മാപ്പിള മലയാള കൃതികൾ എഴുതിയിരുന്നത്. ഇസ്ലാം മതദർശനങ്ങൾ പ്രചരിപ്പിക്കുന്നതിനുണ്ടായ സാഹിത്യമാണ് മാപ്പിളമലയാളത്തിൽ ഏറെയുള്ളത്. മാപ്പിളമാരുടെ ഇടയിൽ പ്രചരിച്ചിരുന്ന നാടോടിപ്പാട്ടുകളെ പൊതുവെ മാപ്പിളപ്പാട്ട് എന്നു വിളിക്കുന്നു. മാപ്പിള മലയാളത്തിൽ ആയിരത്തിലേറെ സാഹിത്യകൃതികളുണ്ട്. ക്രി. വ. 1607 ൽ എഴുതിയ *മൊഹ്യുദീൻ മാല*യാണ് ഏറ്റവും പഴയ മാപ്പിള മലയാളകൃതി. ഖാസി മുഹമ്മദാണ് രചയിതാവ്. തലച്ചോരി കുഞ്ഞായൻ മുസല്യാർ, പൂവാർ മുഹമ്മദ് നൂഹ് മുസല്യാർ, വെളിയങ്കോട് ഉമർ ഖാസി എന്നിവർ മാപ്പിളസാഹിത്യത്തിലെ ലബ്ധപ്രതിഷ്ഠിതരായ സാഹിത്യകാരന്മാരാണ്.

അനുബന്ധം 48

A Handbook of Kerala Vol IIk T Madhava Menon. The International school of Dravidian Linguistics 2002. pp 491-493.

7. മലയാള വൃത്തങ്ങൾ

ഈണവൈചിത്ര്യമുള്ള ധാരാളം വൃത്തങ്ങൾ ഉള്ളവയാണ് മലയാളത്തിലെ നാടൻപാട്ടുകളും അനുഷ്ഠാനസാഹിത്യവും. ദ്രാവിഡ പാരമ്പര്യമുള്ളവയാണ് മിക്ക വൃത്തങ്ങളും. പാണപ്പാട്ട്, പടപ്പാട്ട്, ഏഴാമത്തുകളിപ്പാട്ട്, വടക്കൻപാട്ട്, ആട്ടക്കഥപ്പാട്ട്, തുള്ളൽപ്പാട്ട്, കൈകൊട്ടിക്കളിപ്പാട്ട്, സംഘക്കളിപ്പാട്ട്, വഞ്ചിപ്പാട്ട് എന്നിവയിൽ മലയാളത്തിന്റെ പ്രാചീനവൃത്തരൂപങ്ങൾ അടങ്ങിയിട്ടുണ്ട്. മലയാള വൃത്തങ്ങൾക്ക് സംഘകാലം മുതൽക്കുള്ള ഒരു ഗാനപാരമ്പര്യവും ചരിത്രവുമുണ്ട്. മലയാളവൃത്തങ്ങളിൽ താളം പ്രധാനമാണ്. ദ്രാവിഡ പാരമ്പര്യമുള്ള ഗാനവൃത്തങ്ങളിൽ ഏറ്റവും പ്രധാനം കിളിപ്പാട്ടുകളാണ്. കാകളി, കളകാഞ്ചി, കേക, അന്നനട എന്നിവയാണ് കിളിപ്പാട്ടു വൃത്തങ്ങൾ. നിയമങ്ങൾകൊണ്ട് വ്യവസ്ഥ ചെയ്യാൻ പ്രയാസമേറിയ ധാരാളം വൃത്തങ്ങൾ ഇന്നും മലയാളത്തിലുണ്ട്.

അനുബന്ധം 49

A History of Malayalam Metre, N V Krishna Warrier, Dravidian Lingustics Association, 1977. Publication No. 21 pp 10-13, 00. 102-103.

മാനദണ്ഡം D

A Classical lanaguage could be distinct from its later current form or could be discontinuous with its later forms or its off schools (like Latin vs Roman Sanskrit Pali Vs. Prakrit and Modern Indo Aryan)

1. മലയാളഭാഷയ്ക്ക് 1500 വർഷത്തിനുമേൽ പഴക്കവും തലമുറകൾക്കു മാർഗ്ഗദർശകമായ ഒരു തനതു സാഹിത്യ സമ്പത്തും ഉണ്ടെന്ന് കാണിക്കുന്ന വസ്തുതകളാണ് മാനദണ്ഡം എ ബി സികളിൽ പ്രതിപാദിച്ചത്. മലയാളഭാഷയുടെ വളർച്ചയ്ക്കു വ്യക്തമായ ഘട്ടങ്ങളുണ്ട്. ഓരോ ഘട്ടവും ഇതര ഘട്ടങ്ങളിൽനിന്ന് ഭാഷാപരവും സാഹിത്യപരവുമായ വ്യക്തിത്വങ്ങൾ ഉള്ളവയാണ്. പ്രൊഫ. എൽ വി രാമസ്വാമി അയ്യരാണ് ഭാഷാ ശാസ്ത്രവസ്തുതകളുടെ അടിസ്ഥാനത്തിൽ ഏറക്കുറെ യുക്തിസഹമായ ഒരു ഘട്ട വിഭജനം മലയാളഭാഷാചരിത്രത്തിന് വിഭാവനം ചെയ്തത്. അദ്ദേഹം നിർദ്ദേശിച്ച ഘട്ടങ്ങൾ താഴെ കൊടുക്കുന്നു.

1. മലയാളഭാഷയുടെ ഉത്ഭവം

പടിഞ്ഞാറൻ തീരദേശ ഭാഷ ക്രി. വ. 10-ാം നൂറ്റാണ്ടോടുകൂടിയാണ് വ്യക്തിത്വം പ്രാപിച്ചതെന്ന പൊതുധാരണ ശരിയല്ല. നൂറ്റാണ്ടുകൾക്കു മുമ്പുതന്നെ സ്വനരൂപിമതലങ്ങളിൽ പ്രത്യേകതയുള്ള വായ്മൊഴി രൂപപ്പെട്ടിട്ടുണ്ട്.

2. പ്രാചീന മലയാളം

ക്രി. വ. 16-ാം നൂറ്റാണ്ടുവരെ പ്രാചീന മലയാളഘട്ടം നീളുന്നു. താഴെപ്പറയുന്ന വിഭാഗങ്ങൾ ഈ ഘട്ടത്തിനു കല്പിക്കാം.

a) അതിപ്രാചീന മലയാളഘട്ടം (12, 13 നൂറ്റാണ്ടുകൾ വരെ) *ലീലാതിലക*ത്തിലെ പാട്ടിന്റെ കാലം
b) പ്രാചീന മണിപ്രവാളഘട്ടം (14-ാം നൂറ്റാണ്ട് വരെ)
c) ചമ്പുഘട്ടം (16-ാം നൂറ്റാണ്ടു വരെ)

3. ആധുനിക മലയാളം (16-ാം നൂറ്റാണ്ടു മുതൽക്ക്)

a) പുതുമലയാള പരിണാമം: എഴുത്തച്ഛന്റെ കാലം
b) പൂർവ്വ പുതുമലയാളം (16, 17 നൂറ്റാണ്ടുകൾ)
c) മദ്ധ്യകാല പുതുമലയാളം (18 നൂറ്റാണ്ട്)
d) പില്ക്കാല പുതുമലയാളം (19, 20 നൂറ്റാണ്ടുകൾ)

അനുബന്ധം 50

The Evolution of Malayalam Morphology, L V Ramaswami Ayyar pp 19-20.

പ്രൊഫ. എൽ വി രാമസ്വാമി അയ്യർ മുകളിൽപ്പറഞ്ഞ പ്രബന്ധം എഴുതുന്ന കാലത്ത് പുളിമാങ്കൊമ്പ് വീരക്കൽ ലിഖിതം (ക്രി. പി 1-ാം നൂറ്റാണ്ട്) പട്ടണം ലിഖിതം (ക്രി. വ. 2-ാം നൂറ്റാണ്ട്) നെടുങ്കയം തമിഴ് ബ്രാഹ്മി ലിഖിതം (5-ാം നൂറ്റാണ്ട്) 9, 10 നൂറ്റാണ്ടുകളിലെ ഭൂരിപക്ഷം ലിഖിതങ്ങളും കണ്ടുപിടിക്കുകയോ വായിക്കപ്പെടുകയോ ചെയ്തിരുന്നി

ല്ല. 1950-2000 കാലഘട്ടത്തിൽ സംഘസാഹിത്യ സംബന്ധിയും പ്രാചീന തമിഴ് മലയാള വ്യാകരണ സംബന്ധിയുമായി നടന്ന ഭാഷാ ശാസ്ത്രഗവേഷണങ്ങളുടെ ഫലമായി മലയാള ഭാഷയുടെ ഉത്ഭവ പരിണാമചരിത്രത്തിന് കൂടുതൽ ദിശാബോധം സൃഷ്ടിക്കാൻ കഴിഞ്ഞിട്ടുണ്ട്. ക്രി. വ. 2 മുതൽ 5 വരെ നൂറ്റാണ്ടുകളിലായി രേഖപ്പെടുത്തിയ എടയ്ക്കൽ ഗുഹാലിഖിതങ്ങളിൽ ചിലതൊക്കെ വായിക്കപ്പെട്ടിരുന്നെങ്കിലും എൽ വി ആറിന്റെ ശ്രദ്ധയിൽ പെട്ടിരുന്നില്ല. ബി സി ഒന്നാം നൂറ്റാണ്ടുമുതൽ ഉള്ള ഒരു ഉത്ഭവവികാസപരിണാമ ചരിത്രം മലയാളഭാഷയ്ക്കുണ്ടെന്ന് ലഭ്യമായ വസ്തുതകളുടെ അടിസ്ഥാനത്തിൽ ഉറപ്പിച്ചു പറയാനാകും. സംഘകാല സാഹിത്യഭാഷയിൽ ധാരാളം മലനാട്ടു വഴക്കങ്ങൾ പദതലത്തിലും വ്യാകരണതലത്തിലും കണ്ടെത്തിയിട്ടുണ്ട്. ഇവയുടെ അടിസ്ഥാനത്തിൽ ക്ലാസിക് എന്നു വിശേഷിപ്പിക്കാവുന്ന ഭാഷാഘട്ടങ്ങൾ താഴെപ്പറയും പ്രകാരം അങ്കനപ്പെടുത്താവുന്നതാണ്.

1. പ്രോട്ടോ തമിഴ് മലയാളം ക്ലാസിക് ഘട്ടം ക്രി. വ. 8-ാം നൂറ്റാണ്ടു വരെ.
2. പ്രാചീന മലയാളം ക്ലാസിക് ഘട്ടം. (ക്രി. വ. 800-1300)
3. മദ്ധ്യമലയാളം ക്ലാസിക് ഘട്ടം (ക്രി. വ. 1300-1600)
4. ആധുനിക മലയാളം. 16-ാം നൂറ്റാണ്ടുമുതൽക്ക്.

ഓരോ ഘട്ടത്തിന്റെ പ്രത്യേകതകൾ സംഗ്രഹിച്ചു താഴെക്കൊടുക്കുന്നു.

പ്രോട്ടോ തമിഴ് മലയാളം ക്ലാസിക് ഘട്ടത്തിൽ ഉണ്ടായവയാണ് സംഘകാല കൃതികൾ. മലനാട്ടുകാരായ ധാരാളം കവികൾ പാട്ട് എഴുതിയിട്ടുണ്ട്. മലനാട്ടിലുണ്ടായ കൃതികളിൽ പ്രധാനം *പതിറ്റുപ്പത്ത്, ഐങ്കുറുന്നൂറ്, ചിലപ്പതികാരം* എന്നിവയാണ്. കുലശേഖര ആഴ്വാർ, ചേരമാൻ പെരുമാൾ നായനാർ, വേണാട്ടടികൾ, വിറന്മിണ്ട നായനാർ തുടങ്ങിയവരും പ്രോട്ടോ തമിഴ് മലയാളം ക്ലാസിക് ഘട്ടത്തിൽ സംഭാവന നൽകിയവരാണ്. *തൊൽകാപ്പിയ*ത്തിലെ ചില സൂത്രങ്ങൾ മലയാളത്തിനു മാത്രമേ യോജിക്കുകയുള്ളൂ. *തൊൽകാപ്പിയ*ത്തിൽ ഉദാഹരണമായി കൊടുത്തിട്ടുള്ള നാൽപ്പതു ശതമാനം പദങ്ങൾക്ക് ആകരം മലയാളമാണ്.

9, 10 നൂറ്റാണ്ടുകളിലെ ഇരുന്നൂറോളം ലിഖിതങ്ങൾ, പാട്ട് മണിപ്രവാള പ്രസ്ഥാനങ്ങളിൽപ്പെട്ട കൃതികൾ, ആട്ടപ്രകാരം, ക്രമദീപികകൾ എന്നിവ പ്രാചീന മലയാളം ക്ലാസിക് ഘട്ടത്തിൽപ്പെടുന്നു. *ഭാഷാകൗടലീയം* എടുത്തു പറയേണ്ടുന്ന ഗദ്യകൃതിയാണ്.

മദ്ധ്യകാല മലയാളഘട്ടത്തിൽപ്പെടുന്ന കൃതികളിൽ കണ്ണശ്ശക്കൃതികൾക്കു മുഖ്യ സ്ഥാനമുണ്ട്. *കണ്ണശ്ശ രാമായണം, കണ്ണശ്ശ ഭാരതം, കണ്ണശ്ശ ഭാഗവതം, ശിവരാത്രി മാഹാത്മ്യം, ബ്രഹ്മാണ്ഡ പുരാണം, ഭാരതമാല, ഭാഷാ ഭഗവദ്ഗീത* എന്നിവ ഈ ഘട്ടത്തെ പ്രതിനിധാനം ചെയ്യുന്നു. പുരാണകഥകൾക്കു പ്രാമുഖ്യമുള്ള ചമ്പുക്കളും, *കൃഷ്ണഗാഥ*യും മദ്ധ്യകാല മലയാളത്തെ ശ്രേഷ്ഠമാക്കിയ കൃതികളാണ്.

ആധുനിക മലയാളം തുഞ്ചത്ത് എഴുത്തച്ഛന്റെ *കിളിപ്പാട്ടു*കളോടെ സമുദ്ഘാടിതമായി.

അനുബന്ധം 51

Phonological Morphological and Lexical Parallelisms in Sangam Tamil and Modern Malayalam. World Tamil Conference. Souvenir, 2010, pp 748 - 750.

അനുബന്ധം 52

A short History of Malayalam literature. Information & Public Relation Department. Kerala State. K Ayyappa Paniker. pp 14-55.

അനുബന്ധം 53

Extracts from *Comparative Indian literture,* Ed. K M George: *Traditional Poetry,* by O N V Kurup.

അനുബന്ധം 54

Extracts from *Comparative Indian literature,* Ed. K M George *Modern Poetry* by M Leelavathy pp. 387-397.

അനുബന്ധം 55

Extracts from *Comparative Indian literature,* 'Malayalam Novel' by K M Tharakan, pp 649-659.

അനുബന്ധം 56

Ibid, *Malayalam Drama*, by K Raghavan Pillai, pp 528-534.

അനുബന്ധം 57

Antiquity of Malayalam. Dr. M R Raghava Warriar. 2010.

2300 വർഷത്തിനുമേൽ പഴക്കം മലയാളഭാഷയ്ക്കുണ്ട്. ഭാഷയുടെയും സാഹിത്യത്തിന്റെയും കാര്യത്തിൽ ഒരനുക്രമവികാസം മലയാളത്തിനുണ്ട്. ലിഖിതപ്രമാണങ്ങളുടെ കാര്യത്തിൽ തെലുങ്ക്, കന്നട ഭാഷകളെക്കാൾ പഴക്കം മലയാളത്തിനുണ്ട്. മൂലദ്രാവിഡ ഭാഷയുടെ എല്ലാ സ്വനിമങ്ങളും സംരക്ഷിച്ചിട്ടുള്ള ഭാഷയാണ് മലയാളം. ഇന്ത്യൻ ഭാഷകളിൽ ലോകസാഹിത്യത്തിലെ പ്രസ്ഥാനങ്ങളോടു കിടപിടിക്കുന്ന നോവൽ, ചെറുകഥ കവിത വിഭാഗത്തിൽപ്പെട്ട സൃഷ്ടികൾ മലയാളത്തിലുണ്ട്. അഞ്ച് ജ്ഞാനപീഠപുരസ്കാരങ്ങൾ നേടിയ ഭാഷയാണ് മലയാളം.

ശ്രേഷ്ഠഭാഷാ പദവിക്ക് ഭാരതസർക്കാർ നിശ്ചയിച്ചിട്ടുള്ള മാനദണ്ഡങ്ങളെല്ലാം പരിപാലിക്കുന്ന ഭാഷയാണ് മലയാളം. അതിപ്രാചീനങ്ങളായ ഭാഷാപൈതൃകങ്ങളും സാംസ്കാരികത്തനിമകളും സംരക്ഷിച്ചിട്ടുള്ള മലയാളം ക്ലാസിക് പദവിക്കു സർവ്വഥായോഗ്യമായ ഒരു ദ്രാവിഡയാണെന്നും ഭാരതത്തിലെ ഏറ്റവും ജൈവമായ ഭാഷയാണെന്നും പ്രസ്താവിക്കുന്നതിന് രണ്ടാമതൊന്നു ചിന്തിക്കേണ്ടതില്ല.

4

നാമറിയേണ്ട മലയാളമഹത്ത്വം

നദികളും കായലുകളും തടാകങ്ങളും കുന്നുകളും കൊണ്ട് അതിരിടപ്പെടുന്ന ചെറുതും വലുതുമായ അനേകം തുരുത്തുകളുടെ ഒരു കൂട്ടമാണ് മലയാളരാജ്യം. മലയാളം എന്ന പേരുതന്നെ ഭൂപ്രകൃതി സൂചകമാണ്. സഹ്യപർവ്വതത്തിന്റെയും അറബിക്കടലിന്റെയും ഇടയ്ക്കു കിടക്കുന്ന മലയാളരാജ്യത്തിന് ചേരമെന്നും കേരളമെന്നും പേരുണ്ട്. ഇന്ന് കേരളമെന്ന പേരിനാണ് കൂടുതൽ പ്രസിദ്ധി. വിദേശികൾ മലബാർ എന്നും ഈ ദേശത്തെ വിളിച്ചു. മലവാരം തന്നെ മലബാർ. ചേരം എന്ന വാക്കിന് ചേർന്ന സ്ഥലമെന്നും ചേരന്മാരുടെ സ്ഥലം എന്നും അർത്ഥം പറയാം. അറബിക്കടൽ കരവെച്ചു പിൻവാങ്ങുന്ന മുറയ്ക്ക് സഹ്യപർവ്വതത്തിനപ്പുറത്തുനിന്നും ജനങ്ങൾ ഇവിടെ കുടിയേറി പാർത്തുതുടങ്ങി. കോയമ്പത്തൂർ, സേലം, കരൂർ മേഖലകളിൽനിന്നും ജനങ്ങൾ സഹ്യനുപടിഞ്ഞാറുണ്ടായ ഭൂവിഭാഗത്തിലേക്കു കുടിയേറിയപ്പോൾ സ്വാഭാവികമായും മൂവരശന്മാരിൽ പ്രമുഖരായ ചേരവംശത്തിന്റെ ആധിപത്യവും ഇവിടെ ഉണ്ടായിക്കാണണം. സഹ്യപർവ്വതത്തിനു കിഴക്കും പടിഞ്ഞാറുമായി കിടക്കുന്ന വലിയൊരു ഭൂവിഭാഗത്തിന്റെ അധിപന്മാരായിരുന്നു ചേരന്മാർ. ആ ഒരു മുഖ്യതകൊണ്ടാകണം മൂവരശരെപ്പറ്റിപ്പറയുമ്പോൾ ചേരൻ ആദ്യം വരുന്നത്. ചേരചോളപാണ്ഡ്യം എന്നോ ചേരപാണ്ഡ്യചോളമെന്നോ വ്യവഹരിക്കുമ്പോഴും ആദ്യം വരിക ചേരം തന്നെ. ചോളപാണ്ഡ്യന്മാരുടെ ക്രമം മാറാറുണ്ടെങ്കിലും ചേരർ ഒന്നാമതായിത്തന്നെ നില്ക്കുന്നത് ചേരന്റെ പ്രാമാണികത കൊണ്ടാണ്.

ചേരാധിപത്യത്തിലുള്ള തമിഴകത്തിന്റെ ഭാഗമായിരുന്ന കേരളത്തിലെ ഭാഷ തമിഴെന്നോ തമിഴിന്റെ മൊഴിഭേദമെന്നോ വേർതിരിക്കാനാവാത്ത ഒരു പൂർവ്വ തമിഴ് മലയാളം ഭാഷ(പ്രീ തമിഴ് മലയാളം) ആയി

രുന്നു *തൊൽകാപ്പിയം.* ശരിക്കു പറഞ്ഞാൽ മുൻകാല തമിഴ് മലയാള ത്തിന്റെ വ്യാകരണമാണ്. തൊൽകാപ്പിയ വ്യാഖ്യാതാക്കൾ സൂചിപ്പിച്ച മലൈനാട്ടുവഴക്കങ്ങൾ കേരളത്തിലുണ്ടായിരുന്ന ഭാഷയുടെ വ്യക്തിത്വ സൂചനകളാണ്. സംഘംകൃതികളിലും *ചിലപ്പതികാര*ത്തിലും ധാരാളം മലൈനാട്ടുവഴക്കങ്ങൾ ഉണ്ട്.

പതിറ്റുപ്പത്ത്, ഐങ്കുറുനൂറ്, പുറനാനൂറ്, അകനാനൂറ്, കുറു ന്തൊകൈ, ചിലപ്പതികാരം എന്നീ കൃതികളിലെ പദകോശം പരിശോ ധിച്ചപ്പോൾ വ്യക്തമായൊരു വസ്തുത അവയിലെ ഭൂരിപക്ഷം പദങ്ങളും ഇന്നത്തെ മലയാളത്തിൽ ഉണ്ടെന്നുള്ളതാണ്. തമിഴർക്ക് പരിചിതമല്ലാ ത്തതും മലയാളിക്ക് സുപരിചിതവുമായ വാക്കുകൾ പദകോശസംബ ന്ധിയായ വഴക്കങ്ങൾക്ക് ഉദാഹരണമായിട്ടെടുക്കാം. അങ്ങാടി, എക്കൽ, അളിയൻ, അടയ്ക്ക, ഈട്, കൂറ്, തോണി, പാണി (ഒരുരാഗം) പിഴ, പൊതി, പായൽ, വഴിപാട്, പനി, വാലായ്മ, കരയുക, മാന്നിക്കാ, കുര വ, പുഴുക്ക്, പുലരി, ചാവേറ്, കളരി, ഊൺ, കടവ്, കാണം, കുപ്പായം, പീടിക, ചിതൽ, ചോര, തീറ്റ, പണിക്കൻ, ചെറുക്കൻ, പത്തായം തുട ങ്ങിയ വാക്കുകൾ മലയാളത്തിലേ ഇന്നു പ്രയോഗത്തിലുള്ളൂ. സംഘം കവികളായ അഴിശ്ശി, കഴാത്തലൈയാർ, കുമട്ടൂർകണ്ണനാർ, കാക്കൈപ്പാ ടിനിയാർ, പരണർ, കപിലർ, മാമൂലനാർ, മോഴികീരനാർ, കല്ലാടനാർ ഓരമ്പോകിയാർ, അമ്മൂവനാർ, പേയനാർ, ഓതലാന്തൈയാർ, പാലൈ ഗൗതമനാർ, പൊൻമുടിയാർ, ഇടൈകാടനാർ, കമയനാർ, മുരിഞ്ചിയൂർ മുടിനാഗൻ തുടങ്ങിയവർ കേരളീയരായിരുന്നു. സംഘകാലകൃതികളിൽ ചെറുതും വലുതുമായി 2381 കവിതകളാണ് കണ്ടുകിട്ടിയിട്ടുള്ളത്. ഇതിൽ 350 നടുത്ത് കവിതകൾ ചേരനാട്ടിനെക്കുറിച്ചുള്ളതാണ്. ചേരൻകുട്ടുവന്റെ അനുജനായ ഇളങ്കോവടികൾ കുണവായിൽക്കോട്ടത്ത് ഇരുന്നാണ് *ചില പ്പതികാരം* രചിച്ചത്. സംഘകാല തിണകളുടെ ഓർമ്മക്കുറിപ്പായ നിര വധി സ്ഥലനാമങ്ങളും കേരളത്തിന്റെ ഭാഗധേയം നിർണ്ണയിക്കാൻ ഉപ കാര്യമായിട്ടുണ്ടുതാനും. ഇതു വ്യക്തമാക്കുന്നത് സംഘസാഹിത്യത്തിൽ മലൈനാട്ടുവഴക്കങ്ങൾകൊണ്ട് സ്ഥാപിക്കാവുന്ന ഏടുകളെല്ലാം കേരള ഭാഷയ്ക്ക് അവകാശപ്പെട്ടതാണെന്നാണ്.

കേരളഭാഷയുടെ പ്രാചീനത വിളിച്ചോതുന്ന ലിഖിതങ്ങളും കണ്ടെ ടുക്കപ്പെട്ടുകൊണ്ടിരിക്കുന്നു. അശോകന്റെ രണ്ടാം ലിഖിതത്തിലാണ് കേരളത്തെക്കുറിച്ചുള്ള ഏറ്റവും പഴയ പരാമർശം കാണുന്നത് (ബി.സി. 277-300). ഈ ലിഖിതം നല്കുന്ന വെളിച്ചം ഭാഷാശാസ്ത്രപരമായി മല യാളത്തിന്റെ പഴക്കം അരക്കിട്ടുറപ്പിക്കുന്നു. കേരലപുത എന്ന പദം കേര ളപുത്ര എന്ന പ്രയോഗത്തിന്റെ പാലി രൂപമാണ്. കേരളപുത്ര എന്ന് വ്യവഹരിക്കാവുന്ന ആ 'കേരലപുത' പ്രയോഗത്തിലെ കേരലം കേരളം തന്നെ. കകാരം ചകാരമായിട്ടു മാറിയ വർണ്ണപരിണാമം ഉടലെടുക്കുന്ന തിനുമുമ്പുതന്നെ കേരളം എന്ന വാക്കുണ്ട്. കേരലപുതന് സമാനമായ തമിഴ് രൂപം ചേരമാൻ ആണ്. ചേരമകനാണ് ചേരമനായത്. കേരളം

ചേരലത്തിന്റെ പരിണാമമല്ല. അത് തനി മലയാള രൂപമാണ്. സംസ്കൃതഭാഷയിലും പ്ലിനി, ടോളമി എന്നീ വിദേശികളുടെ വിവരണങ്ങളിലും കേരളം എന്ന പദം തന്നെയാണ് അല്പസ്വല്പം വർണ്ണവ്യത്യാസത്തോടുകൂടി ഉപയോഗിച്ചിട്ടുള്ളത്.

തമിഴ്നാട്ടിലെ തേനിയിലുള്ള പുളിമാങ്കൊമ്പിൽനിന്നും ലഭിച്ച ഒരു വീരക്കൽ ലിഖിതത്തിൽ 'പെടു' എന്ന മലയാളവാക്കുണ്ട്. ലിഖിതത്തിന്റെ കാലം ബി സി ഒന്നാം നൂറ്റാണ്ടാണ്. 'കൂടല്ലൂർ ആ കോൾ പെടു തീയൻ അന്തവൻ കൽ' എന്നാണ് ലിഖിതം. കൂടല്ലൂരിൽ നടന്ന കന്നുകാലികവർച്ചാശ്രമത്തിൽ മരിച്ചുവീണ തീയൻ അന്തവന്റെ പേരിലുള്ള കല്ല് എന്ന് അർത്ഥം. വയനാട്ടിലെ എടയ്ക്കൽ ഗുഹയിൽ രേഖപ്പെടുത്തിയിട്ടുള്ള ഏഴു ലിഖിതങ്ങളിൽ ആറെണ്ണത്തിലും മലയാളത്തിന്റെ സാന്നിധ്യമുണ്ട്. പല്പുലിതാനന്തകാരി എന്ന് ഹുൽഷും പല്പുലിതാത്തകാരി എന്ന് ഐരാവതം മഹാദേവനും വായിച്ച ലിഖിതത്തിലെ പല്പുലി തനി മലയാളമാണ്. തമിഴിൽ പറ്പ്പുലിയെന്നാണ് സാധുവായ പ്രയോഗം. 'വെങ്കോമലൈകച്ചവനു ചത്തി' എന്ന ലിഖിതത്തിലെ ഉദ്ദേശികാ പ്രത്യയം മലയാളത്തിലെ - നുവാണ്. 'ഒപ അപന വിര' എന്ന ലിഖിതത്തിലെ അപന മലയാളത്തിലെ അപ്പന്റെ പൂർവ്വരൂപമാകാം. അച്ഛനെ സൂചിപ്പിക്കാൻ തമിഴിൽ ഉപയോഗിക്കുന്ന പ്രചുര പ്രചാരമായ പദം തന്തൈ ആണ്. ക്രി. വ. 2-ാം നൂറ്റാണ്ടിലെഴുതിയതെന്നു നിർണ്ണയിക്കപ്പെട്ട ഏതാനും വാക്കുകൾ വടക്കൻ പറവൂരിനടുത്തുള്ള പട്ടണം പ്രദേശത്തു നടന്ന ഉൽഖനന പര്യവേക്ഷണത്തിന്റെ ഫലമായി ലഭിച്ച ഒരോട്ടക്കലക്ഷണത്തിൽ (pottery inscription) ഉണ്ട്. 'ഊർ പാവ ഓ ...' എന്നാണു ലിഖിതം. പാവ (doll) എന്ന വാക്ക് മലയാളമാണ്. തമിഴിൽ അതു പാവൈ ആണ്. അടുത്ത കാലത്ത് എം ആർ രാഘവവാര്യർ എടയ്ക്കൽ ഗുഹയിൽനിന്നും കണ്ടെടുത്ത ഒരു ലിഖിതവും മലയാളഭാഷയുടെ പഴമയിലേക്കു വെളിച്ചം വീശുന്നു. ഈ ലിഖിതം രാഘവവാര്യരുടെ വായനയിൽ 'ശ്രീവഴുമി' എന്നാണ്. ആധുനിക സാങ്കേതിക വിദ്യ ഉപയോഗിച്ച് ലിഖിതം പുനഃപരിശോധിച്ച ഐരാവതം മഹാദേവൻ 'ഇ പഴമ' എന്നാണു വായിച്ചത്. ക്രി.വ. 3-ാം നൂറ്റാണ്ടിലേതാണീ ലിഖിതം. മലയാളത്തിലെ സമീപവാചി പ്രത്യയമാണ് 'ഇ'. തമിഴിൽ ഇത് 'ഇതു' അല്ലെങ്കിൽ 'ഇതുവു' ആണ്. അതുപോലെ പഴമ എന്ന വാക്കും മലയാളത്തിന്റേതാണ്. തമിഴിൽ അതു 'പഴമൈ' ആണ്. മലയാളത്തനിമയ്ക്കു തെളിവാണ് സ്വരസംവരണം വന്ന രൂപങ്ങൾ. ഇതുപോലെ സ്വരസംവരണം വന്ന ഒരു പദം നിലമ്പൂരിലെ നെടുങ്കയത്തുള്ള ഒരു പാറയിലെ ലിഖിതത്തിലും കാണുന്നു. നിലമ്പൂർ ലിഖിതത്തിന്റെ കാലം 5-ാം നൂറ്റാണ്ടാണ്. 'മാവ്കോട് നീര് അണവായ്' എന്നാണു ലിഖിതം. മലയാളത്തിലെ 'അണ' തമിഴിൽ അണൈ ആണ്. മേൽ പറയപ്പെട്ട പരിമിത സൂചനകളിൽ നിന്നുതന്നെ മലയാളഭാഷയുടെ വ്യക്തിത്വം ഉരുത്തിരിയുന്നുണ്ട്. സാമാന്യം വലിപ്പമുള്ള ഒരു രേഖ ക്രി.വ. 830 നടു

ത്തകാലത്തേ ലഭിക്കുന്നുള്ളുവെങ്കിലും പുളിമാങ്കൊമ്പ്, എടയ്ക്കൽ, പട്ടണം, നിലമ്പൂർ ലിഖിതങ്ങൾ കണക്കിലെടുത്താൽ ദ്രാവിഡഭാഷകളിൽ തമിഴ് കഴിഞ്ഞാൽ ലിഖിത പൗരാണികത്വമുള്ള ഭാഷ മലയാളമാണെന്ന് നിസ്സംശയം പറയാം. കന്നടഭാഷയിലെ ഏറ്റവും പുരാതന രേഖ ക്രി. വ. 450 നടുത്തും തെലുങ്കിലേത് ക്രി. വ. 6-ാം നൂറ്റാണ്ടിനടുത്തും ഉണ്ടായതാണ്.

9-ാം നൂറ്റാണ്ടുവരെ കേരളത്തിൽ സാഹിത്യരചനയ്ക്കായി സംസ്കൃതവും മലനാട്ടുവഴക്കമുള്ള ചെന്തമിഴും ഉപയോഗിച്ചിരുന്നു. കുലശേഖര ആഴ്വാർ രണ്ടുഭാഷയിലും സാഹിത്യം രചിച്ചിട്ടുണ്ട്. ദ്രാവിഡ വേദമായ തിരുവായ്മൊഴിക്ക് കേരളത്തിൽ നല്ല പ്രചാരമുണ്ടായിരുന്നു. തമിഴിൽ കാവ്യങ്ങൾ രചിച്ച പൂർവ്വകേരളീയരിൽ ഇങ്ങേയറ്റത്തു നില്ക്കുന്നത് വേണാട്ടടികളാണ്. സംഘകാലത്തിന്റെ അവസാനദശകങ്ങളിലുണ്ടായ നവോത്ഥാനത്തിന്റെ ഫലമായി കേരളഭാഷ തനിമയും വ്യക്തിത്വമുള്ളതുമായിത്തീർന്നു. ബ്രാഹ്മണഗ്രാമങ്ങളുടെ ആവിർഭാവം, ബുദ്ധജൈന മതങ്ങളുടെ ഇടപെടലുകൾ, ആഴ്വാർ നായനാർ സംഘങ്ങളുടെ സാംസ്കാരിക പ്രവർത്തനങ്ങൾ, ദേശക്കോയ്മകളുടെ കൂട്ടായ്മ, മലനാട്ടുവഴക്കങ്ങളുടെ ശക്തിയാർജ്ജിക്കൽ എന്നിവ കേരളത്തിലെ സംഘകാലാനന്തര നവോത്ഥാനത്തിന് ശക്തി പകർന്നു. ക്രി.വ. 825 ൽ ആരംഭിച്ച കൊല്ലവർഷകാലഗണന ഒരു നവയുഗപ്പിറവിയുടെ നാന്ദിയായിരുന്നു.

മലയാളഭാഷയുടെയും സാഹിത്യത്തിന്റെയും വികാസ ചരിത്രത്തിന് പലഘട്ടങ്ങൾ നിർദ്ദേശിക്കപ്പെട്ടിട്ടുണ്ട്. കേരളപാണിനി, സർവ്വാധികാര്യക്കാർ പി. ഗോവിന്ദപ്പിള്ള, മഹാകവി ഉള്ളൂർ, എൽ വി രാമസ്വാമി അയ്യർ, ആർ നാരായണപ്പണിക്കർ തുടങ്ങിയവരാണ് ഘട്ട നിർദ്ദേശകരിൽ പ്രമുഖർ. ഇപ്പോൾ ലബ്ധമായിട്ടുള്ള പഠനങ്ങളുടെ അടിസ്ഥാനത്തിൽ ഒരു പുനർ ചിന്ത ഘട്ട വിഭജനക്കാര്യത്തിൽ അനിവാര്യമായിരിക്കുന്നു. സംഘകാല കൃതികൾ, *ശാസനങ്ങൾ, ഭാഷാകൗടലീയം, രാമചരിതം, മണിപ്രവാളകൃതികൾ* എന്നിവയുടെ പദകോശവും വ്യാകരണവും നല്കുന്ന തെളിവുകളുടെ അടിസ്ഥാനത്തിൽ മലയാള ഭാഷയുടെയും സാഹിത്യത്തിന്റെയും വികാസപരിണാമങ്ങൾക്ക് നാലു ഘട്ടങ്ങൾ നിർദ്ദേശിക്കാൻ കഴിയും.

1.	പ്രോട്ടോ തമിഴ് മലയാളം ക്ലാസിക്കൽ ഘട്ടം	ക്രി.വ. 800 വരെ
2.	പ്രാചീനമലയാളം ക്ലാസിക്കൽ ഘട്ടം	ക്രി.വ. 800 - 1300
3.	മധ്യകാല മലയാളം ക്ലാസിക്കൽ ഘട്ടം	ക്രി. വ. 1300 - 1600
4.	ആധുനിക മലയാളം	ക്രി.വ. 1600 മുതൽ

പ്രോട്ടോ തമിഴ് മലയാള ഘട്ടം

സംഘസാഹിത്യത്തിന് കേരളീയർ നല്കിയിട്ടുള്ള സംഭാവനകളാണ് ഈ ഘട്ടത്തിന്റെ സാഹിത്യപരമായ ഔന്നത്യത്തിന് അടിത്ത

ളമായി നില്ക്കുന്നത്. *പതിറ്റുപ്പത്ത്, ഐങ്കുറുനൂറ്, ചിലപ്പതികാരം*, കേരളക്കാരായ കവികൾ രചിച്ച ഇതര സംഘം കൃതികൾ എന്നിവ തമിഴ്മലയാളങ്ങളുടെ പൊതുവായ പൂർവ്വദശയെ പ്രതിനിധാനം ചെയ്യുന്നു. മലനാട്ടുവഴക്കങ്ങൾ എന്ന് പില്ക്കാലത്തു വിശേഷിപ്പിക്കപ്പെട്ട ഭാഷാഭേദങ്ങളാണ് ഈ പൂർവ്വഘട്ടത്തിലെ മലയാള വ്യക്തിത്വത്തിന്നാധാരം. സംഘകാല തമിഴകത്തിൽ കേരളത്തിലെ മിക്കവാറും ഭൂവിഭാഗങ്ങൾ ഉൾപ്പെട്ടിരുന്നു. പന്തർ, കൊടുമണം, വെപ്പ്, തൊണ്ടി, മാന്തെ, ആയ്ക്കുടി, കോട്ടമ്പലം, വെളിയം, നറവ്, കുട്ടനാട്, പൂഴിനാട്, ഉമ്പർകാട്, ഏഴിമല, ചെല്ലൂർ, കരൂർ, വഞ്ചി, മുചിരി, വണ്ണപ്പുറം എന്നീ നാടുകൾ കേരളസീമയിൽപ്പെട്ടവയാണ്. സംഘകാലതിണകളുടെ പേർ വഹിക്കുന്ന സ്ഥലങ്ങൾ ഇന്നും ഇവിടെ നിലനില്ക്കുന്നു. പാല, മുല്ല, മരുതം, കുറിഞ്ചി, നെയ്തൽ, ഊർ, കോട്, കുളം, ഏരി, കാനം, വായ്, കൊല്ലി, മല, കുടി, ചേരി, കല്ല്, അളം, അകം, പുറം, കാട്, കര, തുറ, പൊറ(പൊറ്റ), കുന്ന്, ചാല്, പരപ്പ് എന്നിങ്ങനെ ഭൂസ്ഥിതിയെ സൂചിപ്പിക്കുന്ന സാമാന്യ വാചികളുടെ ആധിക്യം മലനാട്ടിലെ കൂടിയിടപ്പേരുകളിൽ കാണുന്നത് പൂർവ്വതമിഴ് മലയാളദശയുടെ സാദ്ധ്യതയ്ക്ക് തെളിവാണ്.

*പതിറ്റുപ്പ*ത്തിലെ ചേരന്മാർ

പതിറ്റുപ്പത്തിൽ പരാമൃഷ്ടരായിട്ടുള്ള മൂന്നു ചേരരാജാക്കന്മാരെപ്പറ്റി തമിഴ്നാട്ടിലെ കരൂരിനടുത്തുള്ള പുഗളൂരിൽനിന്ന് ലഭിച്ച ലിഖിതങ്ങൾ വെളിച്ചം നല്കുന്നു. കോ ആതൻ ചേരൽ ഇരുമ്പൊറൈ, പെരുങ്കടുങ്കോ, ഇളങ്കടുങ്കോ എന്നീ ചേരരാജാക്കന്മാരാണ് പുഗളൂർ ലിഖിതങ്ങളിലൂടെ ചരിത്രസത്യങ്ങളായി മാറിയത്. *പതിറ്റുപ്പത്തി*ലെ രാജാക്കന്മാർ കേവലം കവി കല്പിതങ്ങളല്ലെന്ന് ഈ കണ്ടെത്തൽ സാക്ഷ്യപ്പെടുത്തുന്നു. ലിഖിതങ്ങളിലെ 'കോ ആതൻ ചേരൽ ഇരുമ്പൊറൈ', ചെൽവങ്കടുങ്കോ വാഴിയാതനും; 'പെരുങ്കടുങ്കോ' പെരുഞ്ചേരൽ ഇരുമ്പൊറൈയും, 'ഇളങ്കടുങ്കോ' ഇളഞ്ചേരൽ ഇരുപൊറൈയും ആണ്. കപിലർ, അരിചിൽകിഴാർ, പെരുങ്കുന്റൂർ കിഴാർ എന്നീ കവികൾ യഥാക്രമം *പതിറ്റുപ്പത്തിലെ* ഏഴ്, എട്ട്, ഒമ്പത് പത്തുകളിൽ ഇവരെപ്പറ്റി പാടിയിട്ടുണ്ട്. എടയ്ക്കൽ ഗുഹയിലുള്ള ഒരു ലിഖിതം ഈ സന്ദർഭത്തിൽ ശ്രദ്ധേയമാണ്. 'കടുമ്മി പുത ചേര' എന്നാണ് ലിഖിതം. കടുമ്മി പുത്രനായ ചേരൻ ആരെന്നറിയാൻ നിർവാഹമില്ലെങ്കിലും സംഘകാല ചേരപരാമർശമുള്ള കേരളത്തിലെ ഏറ്റവും പുരാതനലിഖിതം എന്ന പ്രാധാന്യം ഇതിനുണ്ട്.

ചേരരാജ്യത്തിന്റെ നാവിക പാരമ്പര്യത്തെപ്പറ്റി സംഘസാഹിത്യത്തിൽ എമ്പാടും സൂചനകളുണ്ട്. അറബിക്കടൽത്തീരം ചേരന്മാരുടെ ആധിപത്യത്തിലായിരുന്നെന്ന കാര്യത്തിൽ സംശയത്തിനവകാശമില്ല. കാനലം പെരുന്തുറ, മുചിരി, തൊണ്ടി തുടങ്ങിയ തുറമുഖങ്ങൾ കേരളത്തിലായിരുന്നു. കായലുകളും തോടുകളും നദികളും നിറഞ്ഞ കേരളത്തിൽ നിന്നാകണം നൗകശാസ്ത്രസംബന്ധികളായ പദങ്ങളുടെ ഉല്പ

ത്തി. വള്ളം, തോണി, ഓടം, പടക്, വഞ്ചി, വെടി, കപ്പൽ എന്നീ സംഘകാലപദങ്ങൾക്ക് മലയാളത്തിൽ ഇന്നും പ്രചുരപ്രചാരമുണ്ട്. പാറ്, മരക്കലം, മഞ്ചി, പത്തേമാരി തുടങ്ങിയ പദങ്ങളുടെ ഉത്ഭവസ്ഥാനവും കേരളഭാഷയാണ്. സഹ്യപർവ്വതത്തിന് കിഴക്ക് ചേരാധിപത്യമുള്ള സ്ഥലങ്ങളിലെ ഭൂസ്ഥിതി നോക്കിയാൽ നാവികസാന്നിദ്ധ്യത്തിന് സാദ്ധ്യത തീരെ കുറവാണ്. കടലോ ആഴവുംപരപ്പുമുള്ള നദികളോ കോയമ്പത്തൂർ, സേലം, കരൂർ ഭാഗങ്ങളിൽ ഇല്ലല്ലോ. ആണ്ടിൽ മിക്കവാറും വറ്റിവരണ്ടുകിടക്കുന്ന അമരാവതി നദിക്ക് അത്ര സമൃദ്ധമായ ഒരു നാവികപാരമ്പര്യം സൃഷ്ടിക്കാൻ കഴിയുമോ എന്നും സംശയിക്കണം.

മലനാട്ടുവഴക്കം വ്യാകരണതലത്തിൽ

പൂർവ്വ തമിഴ് മലയാള കാലത്തെ കേരളഭാഷയുടെ വ്യക്തിത്വം ഉരുത്തിരിയുന്നത് മലനാട്ടുവഴക്കങ്ങളിൽ നിന്നാണെന്ന് സൂചിപ്പിച്ചല്ലോ. വ്യാകരണതലത്തിൽ ഇത് എത്രത്തോളമുണ്ടെന്ന് നോക്കാം. സംഘകാലത്തെ കേരളഭാഷയുടെ വ്യക്തിത്വത്തിന് തെളിവാണ് രണ്ടാം വിഭക്തിപ്രത്യയമായ അകാരം. സംഘം കവിതകളിൽ ഈ അകാരമുണ്ട്. എന്നാൽ പിൽക്കാല തമിഴിൽ ഈ പ്രത്യയം അന്യം നിന്നുപോയി. വടക്കൻ മലയാളത്തിന്റെ വ്യവഹാരതലത്തിൽ അകാരത്തിന്റെ സജീവസാന്നിദ്ധ്യമുള്ളത് പഴയൊരു പൈതൃകത്തിന്റെ സംരക്ഷണത്തെയാണ് കാണിക്കുന്നത്. അവ അവൈ, ഇവ ഇവൈ എന്നിങ്ങനെ രണ്ടു രീതിയിൽ സംഘസാഹിത്യത്തിൽ കാണുന്ന ഈ വാക്കുകളിൽ പിൽക്കാല തമിഴ് അവൈ, ഇവൈ മാത്രമേ സ്വീകരിച്ചിട്ടുള്ളൂ. അവൈയുടെ പ്രയോഗം അപൂർവ്വമാണുതാനും. മലയാളമാകട്ടെ പ്രാചീനങ്ങളായ അവയും ഇവയും സംരക്ഷിച്ചിരിക്കുന്നു. ഉദ്ദേശികാപ്രത്യയമായ - നുവിന് വളരെ പഴക്കമുണ്ട്. ഇതും തമിഴിന്റെ കൈവശം ഇന്നില്ല. എടയ്ക്കൽ ലിഖിതങ്ങളിലൊന്നിൽ മലയാളത്തിന്റെ ഈ തനത് പ്രത്യയം കാണുന്നുണ്ട്. കച്ചവനു ചത്തി എന്ന പ്രയോഗം ശ്രദ്ധിക്കുക. യാണ്ട്-ആണ്ട്, യാനൈ, ആനൈ, യാമൈ ആമൈ, യാട് ആട് എന്നീ വാക്കുകൾ രണ്ടു പ്രകാരത്തിലും സംഘസാഹിത്യത്തിൽ പ്രയോഗിച്ചിട്ടുണ്ട്. ഇവ ഇന്നത്തെ തമിഴിലുമുണ്ട്. പക്ഷേ, കേരളഭാഷയിൽ പദാദിയകാരമില്ലാതെ ആണ്ട്, ആന, ആമ, ആട് എന്നീ പ്രാക്തനപദങ്ങൾ തന്നെ സ്വീകൃതങ്ങളായിരിക്കുന്നു. മലയാളത്തിലെ വർത്തമാനകാല പ്രത്യയമായ ഉന്നുവിന്റെ ഉത്ഭവം സംഘകാലത്തെ ഉന്തുവിൽനിന്നാണ്. ഈ ഉന്തു കന്നടത്തിൽ ഉത്തുവായും തെലുങ്കിൽ ഉതു, ഉത്ച് കളായും മാറി. പില്ക്കാല തമിഴിൽ ഉന്തു പ്രചാരലുപ്തമായി. സംഘസാഹിത്യത്തിൽ ഉപയോഗിച്ചിട്ടുള്ള പേരച്ചപ്രത്യയങ്ങളിൽ - ഇയ ഇന്ന് മലയാളത്തിൽ മാത്രമേയുള്ളൂ. തമിഴിൽ - ഇയക്കുപകരം - ഇന എന്ന പ്രത്യയമാണ് ഉപയോഗിക്കുന്നത്. പഴകിയ, അടുക്കിയ എന്ന് മലയാളത്തിൽ ഉദാഹരണം. തമിഴിൽ അത് പഴകിന, അടുക്കിന എന്നാകും. പിൻവിനയെച്ച പ്രത്യയമായ

- ആൻ മലയാളത്തിന്റെ പ്രാക്തനതയ്ക്ക് ഒരു ഉദാഹരണമാണ്. കുളിക്കാൻ പോയി എന്ന് മലയാളി പറയുമ്പോൾ തമിഴൻ 'കുളിക്ക പോകറേൻ' എന്നു പേശും. പിൻവിനയെച്ചത്തെ ഒഴിവാക്കി നടുവിനയെച്ചം പ്രയോഗിക്കുന്നു എന്നു ചുരുക്കം. മലയാളത്തിലെ ആധാരികാവിഭക്തി പ്രത്യയമായ- അത്ത് ഒരു ചാരിയെ ആയി *തൊൽകാപ്പിയ*ത്തിൽ പരാമൃഷ്ടമായിട്ടുണ്ട്. നിലാവത്ത്, മഴയത്ത്, വെയിലത്ത് എന്നീ പ്രയോഗങ്ങളിൽ - അത്ത് ആധാരികാർത്ഥമാണ് നൽകുന്നത്. സംഘകാലഭാഷയിൽ ഉണ്ടായിരുന്നതും തമിഴിന് കൈമോശം വന്നതുമായ ഒരു പ്രത്യയമാണിത്. സർവ്വനാമപൂജക ബഹുവചനമായ - ഓർ സംഘഭാഷയിലുണ്ട്. പക്ഷേ, അതിന്ന് മലയാളത്തിലേയുള്ളു. വാഴുന്നോർ എന്ന വാക്കിൽ ആ പഴയ പൂജക ബഹുവചനമാണുള്ളത്.

സംഘകാലത്തിന് മുമ്പേതന്നെ കേരളഭാഷ യഥാർത്ഥ തമിഴിൽ നിന്ന് അകൽച്ചയുള്ള ഒരു ഭാഷയായിരുന്നു എന്നത് സ്വനിമരൂപിമതലങ്ങളിൽ കാണുന്ന പ്രത്യേകതകൾകൊണ്ട് വ്യക്തമാണ്. ദ്രാവിഡ വർണങ്ങളായ 'ഴ' കാരവും 'റ്റ' കാരവും 'ഞ' കാരവും, കേന്ദ്രസ്വരത്തിന്റെ സ്വനിമത്വവും സ്വനതലത്തിൽ മലയാളത്തിന് കിട്ടിയ പൂർവ്വിക സമ്പാദ്യങ്ങളാണ്. 'ല' കാര 'ള' കാരങ്ങൾക്കും 'റ' കാര രകാരങ്ങൾക്കും ഉള്ള വ്യതിരിക്തതയും മലയാളത്തിന്റെ വ്യക്തിത്വത്തിന് ദൃഷ്ടാന്തമാണ്. അയ് അന്ത പദങ്ങൾ അകാരന്തമായി മാറിയത് പ്രാക്തനത്വത്തെ സൂചിപ്പിക്കുന്നു. തമിഴിൽ അയ് > ഐ മാറ്റമാണുണ്ടായത്. നിയോജക മദ്ധ്യമ ബഹുവചനപ്രത്യയമായ ഇൻ പഴയൊരു ഈടുവെപ്പാണ് (ഉദാ: വരുവിൻ, കാണുവിൻ). ഈ ഇൻപ്രത്യയം ഉൻ, ഉം, നും എന്ന് തമിഴിൽ മാറി (ഉദാ: നുന്തൈ, ഉനക്ക്) ല് + ക > റ്ക് ആകുന്ന സന്ധി മലയാളത്തിലില്ല, തമിഴിലുണ്ട്. ആ മാറ്റം ഉടലെടുക്കുന്നതിനുമുമ്പ് മലയാളം വേർതിരിഞ്ഞുവെന്ന് പറയാം.

മൂലദ്രാവിഡഭാഷയുടെ ഭാഷാശാസ്ത്രപാരമ്പര്യം സംരക്ഷിച്ചിട്ടുള്ള ഭാഷയാണ് മലയാളം. കാലദേശങ്ങൾക്കനുസരിച്ച് രൂപഭേദമാർന്ന് വികസിച്ച ഭാഷയാണ് മലയാളം. പഴംതമിഴ് പാട്ടുകളിൽ, പുരാതന ലിഖിതങ്ങളിൽ, പാട്ടിൽ, മണിപ്രവാളത്തിൽ, നാടൻ പാട്ടുകളിൽ, മാപ്പിളമലയാളത്തിൽ, മിഷനറി മലയാളത്തിൽ, കിളിപ്പാട്ടിൽ ആ ഭാഷ ഭാവം പകർന്നാടി. പിന്നിട്ട കാലങ്ങൾ ഏതെടുത്താലും മലയാളത്തിന്റെ സജീവപാരമ്പര്യം ദൃശ്യമാണ്. പ്രാക്തനതയോടൊപ്പം സജീവതയും ചലനാത്മകതയും പുലർത്തുന്ന ഭാഷയാണ് മലയാളം.

5

സംഘസാഹിത്യവും കേരളവും

സഹ്യപർവ്വതത്തിന് കിഴക്കും പടിഞ്ഞാറും നിവസിക്കുന്നവരുടെ പൊതുസ്വത്താണ് 'സംഘസാഹിത്യം.' ക്രി.വ. 6-ാം നൂറ്റാണ്ടുവരെ എഴുതപ്പെട്ട പാട്ടുകളെയാണ് സംഘസാഹിത്യമെന്ന പേരിൽ വ്യവഹരിക്കപ്പെടുന്നത്. സംഘംകൃതികളിലെ ഭാഷ തമിഴർക്കെന്നപോലെ മലയാളിക്ക് പൂർണ്ണമായി വഴങ്ങിക്കൊടുക്കുന്നില്ല. ഇരുകൂട്ടർക്കും സംഘംകൃതികളുടെ പൊരുൾ ഏകദേശം 45-50 ശതമാനത്തിലധികം മനസ്സിലാകുന്നില്ലെന്നതാണ് പരമാർത്ഥം. സംഘകാലകവികളിൽ മലനാട്ടുകവികളും ഉണ്ട്. അവരെഴുതിയ പാട്ടുകളിൽ മലനാട്ടുവഴക്കങ്ങളുണ്ട്. കിഴക്കും പടിഞ്ഞാറും അന്നുണ്ടായിരുന്ന വ്യവഹാരഭാഷയ്ക്ക് സ്വനരൂപിമതലങ്ങളിൽ സമാനതകളെക്കാൾ കൂടുതൽ വൈജാത്യങ്ങളുണ്ടായിരുന്നതിനു തെളിവാണ് 'മലനാട്ടുവഴക്ക'മെന്ന വർഗ്ഗീകരണത്തിൽനിന്നു വ്യക്തമാകുന്നത്. സംഘംകൃതികളിൽ *ഐങ്കുറുനൂറും പതിറ്റുപ്പത്തും,* പില്ക്കാലരചനയെന്ന് അഭിപ്രായഭേദമുള്ള *ചിലപ്പതികാരവും* മലനാട്ടിലുണ്ടായ കൃതികളാണ്. സംഘസാഹിത്യത്തിൽ പ്രതിബിംബിക്കുന്ന കേരളീയ ജീവിതത്തെക്കുറിച്ച് 1942 ൽ പ്രൊഫ. എൽ വി രാമസ്വാമി അയ്യർ നടത്തിയ ഒരു പ്രഭാഷണമാണ് കേരളത്തിലുണ്ടായ സംഘസാഹിത്യപഠനത്തിൽ പ്രഥമം. പിന്നീട് ഈ രംഗത്ത് കാര്യമായ പഠനങ്ങൾ നടത്തിയവരാണ് കെ എൻ എഴുത്തച്ഛനും ഇളംകുളം കുഞ്ഞൻപിള്ളയും എം പി ശങ്കുണ്ണിനായരും കെ ഉണ്ണിക്കിടാവും എം ജി എസ് നാരായണനും. കേരളസംസ്കാരം, ചരിത്രം, ഭാഷ എന്നിവ സംബന്ധിച്ച് എന്തെല്ലാം വസ്തുതകൾ സംഘസാഹിത്യത്തിൽനിന്ന് നിർദ്ധാരണം ചെയ്യാനാകുമെന്നാണ് ഇവർ അന്വേഷിച്ചത്.

കേരളംകൂടി ഉൾപ്പെടുന്ന പ്രാചീനതമിഴകത്തിന്റെ ചരിത്രം

പുനർനിർമ്മിക്കാൻ ഒരു കാലത്ത് അവലംബം സംഘംകൃതികൾ മാത്രമായിരുന്നു. ഇന്ന് സ്ഥിതി അതല്ല. പുരാവസ്തുവിജ്ഞാനീയം, ലിപിവിജ്ഞാനീയം, നരവംശശാസ്ത്രം, നാണയവിജ്ഞാനീയം എന്നിവയുടെ സഹായത്താൽ ചരിത്രനിർമ്മിതി കൂടുതൽ യുക്തിസഹമാക്കാൻ കഴിഞ്ഞിട്ടുണ്ട്.

7-ാം നൂറ്റാണ്ടിലോ 8-ാം നൂറ്റാണ്ടിലോ വിരചിതമായ *ഇറൈയനാർ അകപ്പൊരുൾ* എന്ന വ്യാഖ്യാനഗ്രന്ഥത്തിലാണ് തമിഴ് സംഘത്തെക്കുറിച്ചുള്ള ആദ്യ പരാമർശം കാണുന്നത്. ഒന്നുംരണ്ടും സംഘങ്ങൾ ഇന്നും ഐതിഹ്യാധിഷ്ഠിതമായിരിക്കെ മൂന്നാംസംഘം ഉണ്ടായിരുന്നതിന് സാഹിത്യബാഹ്യമായ തെളിവുകൾ ലഭിച്ചിട്ടുണ്ട്. *അകനാനൂറി*ലും (362-ാം പാട്ട്) *പുറനാനൂറി*ലും (264-ാം പാട്ട്) പരാമർശിച്ചിട്ടുള്ള ശവസംസ്കാരരീതികളായ 'പരൽ ഉയർപതുക്കൈയും' 'നടുനിലൈ നടുക്കലും' ഉണ്ടായിരുന്നതിന് പുരാവസ്തുഗവേഷകർ തെളിവുകൾ കണ്ടെത്തിയിരിക്കുന്നു. മഹാശിലാസംസ്കാരത്തിന്റേതാണ് ഈ ശവസംസ്കാരരീതികൾ. നാണയങ്ങളെപ്പറ്റി സംഘസാഹിത്യത്തിൽ സൂചനകളില്ലെങ്കിലും ചേരപാണ്ഡ്യരാജാക്കന്മാരുടെയും ഗ്രീക്ക് റോമൻ ഭരണാധികാരികളുടെയും നാണയങ്ങൾ കേരളത്തിലും തമിഴ്നാട്ടിലും നിന്നു ലഭിച്ചിട്ടുണ്ട്. ലിപിയെക്കുറിച്ച് യാതൊരു പരാമർശവും സംഘംകൃതികളിലില്ല. പക്ഷേ, ക്രി.വ. 6-ാം നൂറ്റാണ്ടിനുമുമ്പ് എഴുതപ്പെട്ട ധാരാളം ലിഖിതങ്ങൾ സഹ്യപർവ്വതത്തിനു കിഴക്കും പടിഞ്ഞാറുമുള്ള ദേശങ്ങളിൽ ഉണ്ടായിരുന്നതിനാൽ സാംസ്കാരികമായി നിലവാരപ്പെട്ട ഒരു ജനവിഭാഗമായിരുന്നു സംഘകാലത്ത് ഉണ്ടായിരുന്നതെന്ന് നിസ്സംശയം പറയാം.

കേരളത്തെക്കുറിച്ചു കിട്ടുന്ന പ്രഥമലിഖിത പരാമർശം അശോകന്റെ രണ്ടാംശാസനത്തിലാണുള്ളത്. ചോഡപാഡയോടൊപ്പം 'കേതലപുതനും' പ്രസ്തുത ശാസനത്തിൽ അനുസ്മരിക്കപ്പെടുന്നുണ്ട്. കേരളപുത്രന്റെ പാലിരൂപമാണ് കേതലപുത. ചേരശബ്ദം അശോകശാസനത്തിലില്ല. ചോഡ ചോളത്തെയും പാഡ പാണ്ഡ്യത്തെയുമാണ് സൂചിപ്പിക്കുന്നത്. ചേരത്തിന്റെ ശബ്ദമാറ്റ രൂപമാണ് 'കേതല' എന്നു വാദിക്കാൻ പറ്റില്ല. ഭാഷാശാസ്ത്രനിയമമനുസരിച്ച് താലവ്യസ്വരത്തിനുമുമ്പിരിക്കുന്ന കകാരം ചകാരമായി മാറുന്നതിനാണ് സാദ്ധ്യതയുള്ളത്. അതായത് ഒരു പദത്തിന് കകാരഘടിതവും ചകാരഘടിതവുമായ രൂപങ്ങളുണ്ടെങ്കിൽ കകാരമുള്ള പദമായിരിക്കും പൂർവ്വരൂപം. ചേരം എന്ന വാക്കിന് പ്രസിദ്ധി കൈവരുന്നത് സംഘം പാട്ടുകളിലൂടെയാണ്. പൂർവ്വരൂപം കേതലമെന്ന് പാലിരൂപമുള്ള 'കേരള'മാണ്. അത് ഒരു മലയാളപദമാണ്. ഈ ദേശനാമം പ്രാചീനസംസ്കൃതകവികൾക്കും ആദ്യകാലവിദേശസഞ്ചാരികൾക്കും സുപരിചിതമായിരുന്നു. എന്നാൽ സംഘംകൃതികളിലെങ്ങും 'കേരളം' എന്ന വാക്കു കാണുന്നില്ല. കേരളമെന്ന സംജ്ഞ ഒരു ഭൂമേഖലയെ കുറിക്കുമ്പോൾ ചേരശബ്ദം ഒരു ഭരണമേഖലയെയാണ് കുറിക്കുന്നതെന്നു തോന്നുന്നു. കേരളം പരശുരാമസൃഷ്ടമാണെന്ന ഐതിഹ്യവും

സംഘംകൃതികൾക്ക് അന്യമായിരുന്നു. *പുറനാനൂറ്, അകനാനൂറ്, കുറുന്തൊകൈ, നറ്റിണൈ, ഐങ്കുറുനൂറ്, കലിത്തൊകൈ* എന്നിവയിൽ കേരളചരിത്ര സംബന്ധിയായ സൂചനകളുണ്ട്. സംഘംകൃതികളിലെ 2381 പാട്ടുകളിൽ 722 പാട്ടുകൾ ചേരന്മാരെക്കുറിച്ചുള്ളതാണ്. *പതിറ്റുപ്പത്തു* നല്കുന്ന ചേരവംശാവലി വിശ്വാസയോഗ്യമാണെന്ന് ഒരു പുഗളൂർ ശാസനം കൊണ്ടു വ്യക്തമാണ്. ആതൻ ചേരൽ ഇരുമ്പൊറൈ, പെരുംകടുങ്കോൻ എന്നീ ചേരന്മാരെപ്പറ്റി അതിൽ സൂചനയുണ്ട്. *പുറനാനൂറ്* 13-ാം പാട്ടിലെ അന്തുവൻ ചേരൽ ഇരുമ്പൊറൈ ആകാം പുഗളൂർശാസനത്തിലെ 'ആതൻ ചേരൽ ഇരുമ്പൊറൈ'.

ക്രിസ്തുവർഷം ഒന്നും രണ്ടും നൂറ്റാണ്ടുകളിൽ എഴുതപ്പെട്ട യൂറോപ്യൻ സഞ്ചാരികളുടെ കുറിപ്പുകളിൽ കേരളത്തിലെ ഏതാനും സ്ഥലങ്ങൾ സൂചിതമായിട്ടുണ്ട്. ഇവ കണ്ടെത്താൻ സംഘസാഹിത്യം സഹായം നല്കുന്നു. മുചിറി, തൊണ്ടി, മാന്തൈ, കൊടുമണം, പന്തർ, കാനലം പെരുംതുറൈ, കഴുമലം, വെളിയം, നറവ് ആയ്ക്കുടി, തകടൂർ മുതലായ സ്ഥലങ്ങളെക്കുറിച്ചും സംഘം കൃതികളിൽ പരാമർശം കാണുന്നു. വിദേശക്കുറിപ്പുകളിലെ കേരബത്രോസ് കേരളപുത്രനും, കരൗര കരൂരും, മുസിരിസ് മുചിറിയും, നിട്രിയാസ് നാട്ടികയും ആണ്. തിണ്ടിസ് തൊണ്ടിയും, ഓഫിർ പൂവാറും, നെൽക്കിണ്ട നീർക്കുന്നവും കൊട്ടനാറ കുട്ടനാടും ആകാമെന്ന് അനുമാനിച്ചിട്ടുണ്ട്.

കേരളഭാഷയുടെ അസ്തിത്വവും ഭൂപ്രകൃതിയും കുടിയേറ്റങ്ങളും സൂചിപ്പിക്കുന്ന ധാരാളം സ്ഥലപ്പേരുകൾ സംഘംകൃതികളിലുണ്ട്. കേരളക്കാരായ സംഘംകവികൾ മിക്കവരും സ്വന്തം പേരിന്റെ ഭാഗമായി സ്ഥലപ്പേരുകൾ ചേർത്തിരുന്നു. വണ്ണപ്പുറക്കന്തരത്തനാർ (തൊടുപുഴയ്ക്കടുത്താണ് വണ്ണപ്പുറം) പാലൈ ഗൗതമനാർ, കണിയൻ പുങ്കുന്റൽ (തൃശൂരിലെ പൂങ്കുന്നം) വെണ്മണിപൂതി, മുരിഞ്ചിയൂർ മുടിനാകൻ (മുരിങ്ങൂർ) ഇടൈക്കാടനാർ (ഇടക്കാട് - മുളന്തുരുത്തി) എന്നീ കവികളുടെ പേരിനോടൊപ്പമുള്ള സ്ഥലങ്ങൾ ഇപ്പോഴുമുണ്ട്. ചിലപ്പതികാരത്തിലെ വഞ്ചിയും, പറൈയൂരും കേരളത്തിൽതന്നെ. സംഘകാലത്ത് കേളികേട്ടിരുന്ന ഏഴിമല അതേ പേരിൽ തന്നെ നിലനില്ക്കുന്നു. തൊണ്ടി, മുചിറി, ആതങ്കോട്, വെളിയം, കോട്ടമ്പലം, നാഞ്ചിൽ, ഉമ്പർകാട്, വിളങ്കോട്, കാരിയൂർ, കാരിക്കോട് തുടങ്ങിയവ പ്രാചീനകേരളത്തിലെ ജനാധിവാസകേന്ദ്രങ്ങളാണ്. *ചിലപ്പതികാര*ത്തിലെ കുണവായിൽ കോട്ടം കൊടുങ്ങല്ലൂരിന് വടക്ക് മതിലകം ദേശമാണെന്ന് കണ്ടെത്തിയിട്ടുണ്ട്. സംഘകാലത്തെ പ്രസിദ്ധമായ ചെല്ലൂർ ഇന്നത്തെ തളിപ്പറമ്പാണ്.

സംഘകാലകൃതികളിൽ ധാരാളം മലനാട്ടുഭാഷാ പദങ്ങളും വ്യാകരണ പ്രത്യേകതകളുമുണ്ട്. അങ്ങനെ (DED 1) ആർപ്പ് (DED 367) കടവ് (DED 1109) കുപ്പായം, ചിതൽ (DED 1548) ചോര (DED 2883) തീറ്റ (DED 3863) തെല്ല്, പണിക്കൻ (DED 3884) പുഴുക്ക് (DED 4315) പൂച്ച (DED 4355) പൂള, മതി, മിടുക്ക് (DED 4846) വഴിപാട് എന്നീ

വാക്കുകൾ *അകനാനൂറ്, പുറനാനൂറ്* കൃതികളിലുള്ളവയാണ്. മണിമേഖലയിൽ ഊൺ (DED 600) കാവ് (DED 1416) തൊഴുതു (DED 3525) എന്നീ വാക്കുകളും *ചിലപ്പതികാരത്തിൽ* അങ്കാടി, അടയ്ക്ക (DED 88) അളിയൻ (DED 2410) ആശാൻ, ഈട് (DED 442) എക്കൽ (DED 770) കരയാമൽ (DED 1291) കൂവനീറ് (DED 3187) ചാന്തി, തുന്നൽക്കാരൻ, പടുകാലം, പട്ടുഞായിറ്, പട്ടാങ്ങ്, പനി (DED 4035) പിണക്കം (ഉളള 4160) പിഴ (DED 4187) പീടിക, പൊതി (DED 4509) മാണി, മാന്നിക്കായ്, വാലായ്മ, വഴിപാട് എന്നീ വാക്കുകളും ആദ്യവായനയിൽ തന്നെ തെളിഞ്ഞുകിട്ടുന്ന മലനാട്ടുപദങ്ങളാണ് (DED - Dravidian Etymological Dictionary).

സംഘംകൃതികളിൽ കാണുന്ന രണ്ടാം വിഭക്തിപ്രത്യയങ്ങൾ-അയ്, ഐ, അ എന്നിവയാണ്. എകാരത്തെക്കാൾ പ്രാചീനം അകാരമാണ്. തമിഴിൽ അകാരം രണ്ടാം വിഭക്തിപ്രത്യയം എന്ന നിലയ്ക്ക് പ്രചാരലുപ്തമായെങ്കിലും മലയാളത്തിൽ ഇന്നും അകാരത്തിനു പ്രചാരമുണ്ട്. *തൊൽകാപ്പിയ*ത്തിൽ - ഉടൈ എന്ന ആറാം വിഭക്തി പ്രത്യയത്തെപ്പറ്റി പ്രസ്താവമില്ല. *ഐങ്കുറുനൂറിലെ* 'അവരുടൈ' എന്ന പ്രയോഗത്തിൽ - ഉടൈ ഉണ്ട്. മലയാളത്തിലെ - ഉടെയുടെ പൂർവ്വരൂപമാണ് സംഘംകൃതിയിലുള്ള - ഉടൈ.

സംഘം കൃതികളിലെ അലിംഗബഹുവചനങ്ങളാണ്-അവ, ഇവൈ എന്നിവ. പില്ക്കാല തമിഴിൽ ഇവ പ്രചാരലുപ്തങ്ങളായെങ്കിലും മലയാളത്തിൽ അവയും ഇവയും ഇന്നും പ്രചാരത്തിലുണ്ട്. *തൊൽകാപ്പിയം* ചൊല്ലതികാരം 6-ാം സൂത്രപ്രകാരം നപുംസകനാമങ്ങളുടെ ബഹുവചനരൂപങ്ങൾ-അ,-ഈ,-വ് എന്നീ സ്വനിമങ്ങളിൽ അവസാനിക്കുന്നു. മലയാളത്തിലെ അവയുടെയും ഇവയുടെയും പ്രാക്തനത വ്യക്തമാക്കുന്നതാണ് ഈ സൂത്രം.

- ഓർ എന്ന സർവ്വനാമ ബഹുവചനപ്രത്യയം, ഉദ്ദേശികാവിഭക്തി പ്രത്യയം- ഉ, വർത്തമാനകാല പ്രത്യയം ഉന്തു > ഉന്നു, ആധാരികാവിഭക്തിപ്രത്യയം - അത്ത് എന്നിവ സംഘസാഹിത്യത്തിലുണ്ട്. ഇവയെല്ലാം സമകാലിക മലയാളത്തിലും സംരക്ഷിച്ചുപോരുന്നു.

തമിഴ് മലയാള ഭാഷകൾക്ക് പൊതുവായൊരു പ്രാചീന ഭാഷയുണ്ടായിരുന്നുവെന്നതിന് തെളിവാണ് ഇവ. ഈ പൊതുപ്രാചീനഭാഷയിൽ നിന്ന് മലയാളവും തമിഴും സ്വതന്ത്രമായി ഉരുത്തിരിഞ്ഞു. സംഘസാഹിത്യം അതുകൊണ്ടുതന്നെ രണ്ടുഭാഷകൾക്കും അവകാശപ്പെട്ടതാണ്. സ്ഥലപ്പേരുകളിൽ പൊതു അംശമായിക്കാണുന്ന പാല, മുല്ല, കുറിഞ്ഞി, മരുതം, നെയ്തൽ, ഊർ, കോട്, കുളം, ഏരി, കാനം, വായ്, കൊല്ലി, മല, കുടി, ചേരി, കല്ല്, അളം, അകം, പുറം, നാട്, കാട്, കര, തുറ, എന്നീ വാക്കുകൾ തമിഴ്, മലയാള ഭാഷകൾക്ക് പൊതുവിൽ അവകാശപ്പെട്ടതും രണ്ടുഭാഷകളുടേയും തനത് സ്വത്തിൽ പെട്ടവയുമാണ്.

കേരളപൂർവ്വഭാഷയെക്കുറിച്ച് അനിഷേദ്ധ്യമായ തെളിവുകൾ

നല്കുന്ന കൃതികളാണ് *ചിലപ്പതികാരവും തൊൽകാപ്പിയവും.* ഈ രണ്ടു കൃതികളും കേരളത്തിൽ ഉണ്ടായവയാണെന്ന വസ്തുത ആരും നിഷേധിച്ചിട്ടില്ല. *ചിലപ്പതികാര*ത്തിലെ വഞ്ചികാണ്ഡം കേരളീയ ജീവിതത്തിന്റെ ചിത്രമാണ് നല്കുന്നത്. തമിഴ്നാടിനെ അപേക്ഷിച്ച് കണ്ണകികോവിലൻ ചരിത്രത്തിന് കൂടുതൽ പ്രചാരം സിദ്ധിച്ചത് കേരളത്തിലാണ്. മലയാളത്തിലെ നാടോടി വാങ്മയങ്ങളിലും പരമ്പരാഗത കലാരൂപങ്ങളിലും ചിലപ്പതികാര കഥയ്ക്കു നല്ല പ്രചാരമുണ്ട്. *ചിലപ്പതികാര*ത്തിൽ പരാമർശിച്ചിട്ടുള്ള മിക്ക കലാരൂപങ്ങളും ഇന്നും കേരളം കാത്തുസൂക്ഷിക്കുന്നു.

കേരളത്തിലെ നായർ ബ്രാഹ്മണ വിഭാഗങ്ങളെപ്പറ്റി സംഘസാഹിത്യത്തിൽ യാതൊരു സൂചനയുമില്ല. അന്തണൻ, പാർപ്പാർ, ഇരുപിറപ്പാളർ എന്നീ വാക്കുകൾ ബ്രാഹ്മണരെ സൂചിപ്പിക്കുന്നവയാകാം. വേദം ചൊല്ലൽ, സന്ധ്യാവന്ദനം, പ്രഭാതവന്ദനം, ഷഷ്ട് കർമ്മാനുഷ്ഠാനം എന്നിവ സംഘസാഹിത്യത്തിൽ പരാമൃഷ്ടമായിട്ടുണ്ട്. ഈ അനുഷ്ഠാനങ്ങൾക്ക് അന്തണരുമായിട്ടാണു ബന്ധം. കേരളബ്രാഹ്മണർ ഇന്നും ഇവയൊക്കെ ദിനചര്യയുടെ ഭാഗമായി അനുഷ്ഠിച്ചുപോരുന്നു. നായന്മാരുടെ കുലത്തൊഴിൽ കൃഷിയായിരുന്നു. യോദ്ധാക്കളായി നാടിനെയും അവർ സേവിച്ചു. സംഘകാലത്തെ ഉഴവർ, വെള്ളാള വർഗ്ഗക്കാരായിരിക്കാം നായന്മാരുടെ പൂർവ്വികർ എന്ന് അനുമാനിക്കാൻ യാതൊരടിസ്ഥാനവുമില്ല. നായന്മാരുടെ ഇടയിൽ നിലനിന്നിരുന്ന മരുമക്കത്തായ സമ്പ്രദായത്തിന് സംഘകാലത്തെ പിന്തുടർച്ചാവകാശങ്ങളുമായി യാതൊരു സാമ്യവുമില്ല. അതിനാൽ നായർ സമുദായത്തിന്റെ ചരിത്രം പുനർനിർമ്മിക്കാൻ സംഘസാഹിത്യം സഹായകരമല്ല.

കുലത്തൊഴിലിന്റെ അടിസ്ഥാനത്തിൽ വർഗ്ഗീകരിക്കപ്പെട്ടിട്ടുള്ള സംഘകാല ജനവിഭാഗങ്ങളിൽ ഏതാനും എണ്ണം മാത്രമേ കേരളത്തിൽ ഇന്നുള്ളു. കാർഷിക വൃത്തി ചെയ്തിരുന്ന വെള്ളാളർ കേരളത്തിന്റെ ചില ദേശങ്ങളിലുണ്ടെങ്കിലും എണ്ണത്തിൽ വളരെ കുറവാണ്. ഉഴവർ, എയിനർ, മറവർ, ഇടയർ, കാനവർ, തൊഴുവർ, പരതവർ, വലയർ, മീനവർ എന്നീ തൊഴിൽ വിഭാഗങ്ങളൊന്നും ഇന്നത്തെ കേരളത്തിലില്ല. കുറവർ, വേലൻ വർഗ്ഗക്കാർ സംഘകാലത്ത് അവർക്കുണ്ടായിരുന്ന കുലത്തൊഴിൽ ഉപേക്ഷിക്കാതെ ഇന്നും കേരളത്തിൽ പുലരുന്നുണ്ട്. സംഘകാലജനവിഭാഗങ്ങളുടെ പിന്തുടർച്ചക്കാരായ ചില കൂട്ടർ ആദിവാസികളിൽ പെട്ടവരായി വയനാട്ടിലും കേരളത്തിലെ മറ്റ് ആദിവാസി ഊരുകളിലും നിവസിക്കുന്നുണ്ടാകണം. പിടിച്ചുപറിക്കൂട്ടങ്ങളായി സംഘകാലത്തുണ്ടായിരുന്ന മറവർ, മടവർ, മള്ളർ വിഭാഗങ്ങൾ കേരളത്തിൽ ഇല്ലെങ്കിലും തമിഴ്നാട്ടിൽ ധാരാളമായിട്ടുണ്ട്. വേടർ, കുറവർ, കൊല്ലൻ, തച്ചൻ, ഇടയൻ വിഭാഗങ്ങൾ എണ്ണത്തിൽ കുറവാണെങ്കിലും സംഘകാലത്ത് അവർക്കുണ്ടായിരുന്ന കുലത്തൊഴിൽ ഉപേക്ഷിക്കാതെ തന്നെ കേരളത്തിൽ ജീവിച്ചുപോരുന്നു. എയിനർ, കാനവർ, തൊഴുവർ, മീനവർ, വലയർ, ഉഴവർ, ഉമണർ വിഭാഗങ്ങൾ ഇല്ലേ ഇല്ല. സംഘകാലതമിഴകത്തിൽ

സഹ്യപർവ്വതത്തിനു പടിഞ്ഞാറുള്ള കേരളരാജ്യം മുഴുവൻ പെട്ടിരുന്നില്ലെന്നാണ് സംഘകാലത്തെ തൊഴിൽ കൂട്ടങ്ങളിൽ ഏറെയെണ്ണത്തിന്റെ അഭാവംകൊണ്ട് വ്യക്തമാകുന്നത്.

പരതവർ അല്ലെങ്കിൽ പാൺമകൻ എന്ന വിഭാഗം സംഘകാലത്ത് മത്സ്യബന്ധനത്തിലൂടെ ഉപജീവനം നടത്തിയിരുന്നവരാണ്. മത്സ്യബന്ധനസാദ്ധ്യത ധാരാളമുള്ള കേരളത്തിൽ ഈ രണ്ടുവിഭാഗങ്ങളും ഇല്ല. പരവർ ഉണ്ട്. പരതവരുടെ പിന്മുറക്കാരാണ് പരവർ എന്ന് അനുമാനിക്കാൻ തെളിവില്ല.

തെങ്ങുകൾ ധാരാളമുള്ള നാടാണ് കേരളം. സംഘസാഹിത്യത്തിൽ തെങ്ങിനെപ്പറ്റി നാമമാത്രമായ സൂചനകളേയുള്ളൂ. ചേരന്റെ വൃക്ഷം പനയാണ്. കേരളത്തിൽ ഏതാനും സ്ഥലങ്ങളിൽ മാത്രമേ പനകൾ കാണുന്നുള്ളു. തെങ്ങുമായി താരതമ്യം ചെയ്യുമ്പോൾ പനയ്ക്കു കേരളീയന്റെ ദൈനംദിന ജീവിതവുമായി തീരെ ബന്ധമില്ലെന്നു പറയാം. ചേരവംശത്തിന് കേരളത്തിൽ വേരോട്ടമുണ്ടായിരുന്നതിനാൽ അവരുടെ അപദാനങ്ങൾ കീർത്തിക്കുന്ന പാട്ടുകളിലെങ്കിലും കേരളസംസ്കാരവുമായി അഭേദ്യ ബന്ധമുള്ള കേരവൃക്ഷത്തെപ്പറ്റി പരാമർശിക്കാതെ പോയത് എന്തുകൊണ്ടാകാം? സംഘകാലത്ത് കേരളത്തിൽ കേരവൃക്ഷം ഇല്ലായിരുന്നെന്നാണോ അനുമാനിക്കേണ്ടത്? ക്രി.വ.7-ാം നൂറ്റാണ്ടിനപ്പുറം പഴക്കമുള്ള ഭദ്രകാളിപ്പാട്ടുകളിലും യാത്രക്കളിയിലെ നാലു പാദത്തിലും ഒരുക്കുകളുടെ കൂട്ടത്തിൽ തേങ്ങയുടെയും അടയ്ക്കയുടെയും പരാമർശം കാണുന്നതിനാൽ തെങ്ങ് കേരളത്തിൽ ഉണ്ടായിരുന്നുവെന്നതിന് സംശയമേതുമില്ല. എടയ്ക്കൽ ഗുഹയിലെ ചിത്രങ്ങളുടെ കൂട്ടത്തിൽ തെങ്ങോല എന്നു സംശയിക്കാവുന്ന തരത്തിലുള്ള ഒരു രചനയുണ്ട്. (*ഫാസ്റ്റ് ഇന്ത്യൻ ആന്റീക്വാറിയിൽ* പ്രസിദ്ധീകരിച്ച ലേഖനത്തിൽ കൊടുത്തിട്ടുള്ള *പ്ലേറ്റ് 4- Fig. 12* നോക്കുക. പുറം 471 വർഷം 1901) ഇതരസസ്യജാലങ്ങൾ മിക്കവാറും കേരളത്തിൽ കാണുന്നുണ്ടെങ്കിലും തെങ്ങിനോളം സാംസ്കാരിക പ്രാധാന്യമോ ജീവിതബന്ധമോ ഉണ്ടെന്നു പറയാവതല്ല.

സംഘകാലകൃതികളൊന്നും കേരളത്തിൽനിന്നു ലഭിച്ചിട്ടില്ല. പല കാലത്ത് പലരാൽ ഉണ്ടാക്കപ്പെട്ടതാകയാൽ കൃത്യമായ കാലത്തിന്റെ പശ്ചാത്തലത്തിൽ അവയെ വിലയിരുത്താനും സാദ്ധ്യമല്ല. ഓരോ കൃതിക്കും ഒരു രചനാകാലവും ഒരു വ്യാഖ്യാനകാലവും ഉണ്ട്. എന്തായാലും ക്രി. വ. 6-ാം നൂറ്റാണ്ടിനു മുമ്പുള്ള ഒരു കാലത്തിന്റെ സൃഷ്ടികളാണവയെന്ന കാര്യത്തിൽ സംശയമില്ല. സംഘകാലത്തെ ജീവിതത്തെക്കാൾ സാമൂഹികമായി വികസ്വരമാർന്ന ഒരു കാലത്തിന്റെ ചിത്രമാണ് *ചിലപ്പതികാരം* നല്കുന്നത്. അശാസ്ത്രീയമായ മുൻവിധിയോടെ 'അല്പം തമിഴ്, അതിലും താഴെ മലയാളം' അറിയാവുന്നവർ വരുത്തിക്കൂട്ടിയ ധാരണപ്പിശകുകൾ ഒട്ടൊന്നുമല്ല മലയാളഭാഷയുടെ വ്യക്തിത്വം സംബന്ധിച്ച വാദങ്ങളെ വഴിതെറ്റിച്ചത്. സംഘം കൃതികളിലെ ഭാഷ പഴന്തമിഴെന്നോ മലനാട്ടുതമിഴെന്നോ പറയാനാവില്ല. രണ്ടും കലർന്ന ഒരു പൂർവ്വ തമിഴ് മല

യാളഭാഷയാണ് അവയിൽ കാണുന്നത്. സഹ്യപർവ്വതത്തിനു കിഴക്കും പടിഞ്ഞാറുമുള്ള ഭാഷകളുടെ ബന്ധം തികച്ചും രാഷ്ട്രീയാധികാരത്തിന്റെ അടിസ്ഥാനത്തിലുള്ള ഒന്നാണ്. കേരളത്തിലെ ഭാഷയും സംസ്കാരവും കന്നട തെലുങ്കു സംസ്കാരങ്ങളിൽ നിന്നെന്നപോലെ തമിഴിൽനിന്നും അകന്നു നില്ക്കുന്നുവെന്നാണ് സംഘംകൃതികളുടെ നിഷ്കൃഷ്ട പഠനം വ്യക്തമാക്കുന്നത്.

സഹായകസൂചി

1. *Pictures of Ancient Kerala Life*. L V Ramaswamy Ayyar, RVRI Bulletin, Vol.13 No.2, 1946.
2. *സംഘകാലകൃതികളിലെ തമിഴ് സംസ്കാരം,* കെ ഉണ്ണിക്കിടാവ്, കേരളസാഹിത്യ അക്കാദമി, തൃശൂർ, 2007.
3. *Sangam Literature and Kerala*. Naduvattom Gopalakrishnan, Dravidian Studies Vol.V Nos.1-2, 2007.
4. *Vedic, Puranic, Sastraic Elements in Tamil Sangam Society and Culture,* M.G.S. Narayanan, IHC Proceedings, Delhi, 1975.
5. *Some Aspects of Kerala and Tamil Literature* - M. Raghava Aiyangar, University of Kerala, 1973 Edition.

6

സംഘസാഹിത്യത്തിന് കേരളത്തിന്റെ സംഭാവനകൾ

പ*ത്തുപ്പത്തും എട്ടുത്തൊകയും* അറിയപ്പെട്ടിടത്തോളം തമിഴിലെ ഏറ്റവും പ്രാചീനമായ സാഹിത്യസൃഷ്ടികളാണ്. ഇവയുടെ കാലം എ. ഡി. രണ്ടിനും അഞ്ചിനും ഇടയ്ക്കാണെന്ന് ഭൂരിപക്ഷം പണ്ഡിതന്മാരും അഭിപ്രായപ്പെടുന്നു. തിരുമുരുകാറ്റുപ്പടൈ, പെരുംപാണാറ്റുപ്പടൈ, *മുല്ലൈപ്പാട്ട്, മതുരൈക്കാഞ്ചി, നട്ടനൽവാടൈ, കുറിഞ്ചിപ്പാട്ട്, പട്ടിനപ്പാലൈ, മലൈപട്ടകടാം എന്നിവ പത്തുപ്പത്തിലും പുറനാനൂറ്, അകനാനൂറ്, പതിറ്റുപ്പത്ത്, ഐങ്കുറുനൂറ്, കലിത്തൊകൈ, കുറുന്തൊകൈ, പരിപാടൽ, നറ്റിണൈ* എന്നിവ *എട്ടുത്തൊകയിലും* ഉൾപ്പെടുന്നു. ചേരചോളപാണ്ഡ്യ രാജ്യങ്ങളുടെ ചരിത്രം പുനർ നിർമ്മിക്കാൻ ഈ ഗ്രന്ഥങ്ങളെയാണ് ചരിത്രകാരന്മാർ ഏറെ ആശ്രയിച്ചിട്ടുള്ളത്. പ്രസിദ്ധ ചരിത്രപണ്ഡിതനായ കെ എ നീലകണ്ഠശാസ്ത്രി ഇങ്ങനെ പറയുന്നു: "സംഘസാഹിത്യം ദ്രാവിഡമെന്നും ആര്യമെന്നും വീക്ഷിച്ചിട്ടുള്ള രണ്ട് വിഭിന്ന സംസ്കാരങ്ങളുടെ മിളനംകൊണ്ടുളവായ ഒരു കൂട്ടുസ്വഭാവമാണ് പ്രകടിപ്പിക്കുന്നത്. എന്നാൽ, ഓരോന്നിന്റെയും യഥാർത്ഥ സ്വഭാവം വേർതിരിച്ചു കാണിക്കുകയെന്നതു ദുഷ്കരമാണ്," (തെക്കേ *ഇന്ത്യൻ ചരിത്രം,* പുറം 129) സംഘകാലത്തെ തമിഴകം വേങ്കടം കുന്നുകൾക്കും കന്യാകുമാരിക്കും ഇടയ്ക്ക് കിഴക്കു ബംഗാൾ ഉൾക്കടലാലും പടിഞ്ഞാറ് അറബിക്കടലാലും പരിവൃത്തമായി കിടന്നിരുന്നു. തമിഴകത്തിന്റെ മറ്റൊരു പേരാണ് ചെന്തമിഴ്നാട്. പഴയ ഒരു വെൺപാ പ്രകാരം തമിഴകത്തിൽ പന്ത്രണ്ടു നാടുകൾ ഉൾപ്പെട്ടിരുന്നു - പാണ്ടിനാട്, കുട്ടനാട്, കുടനാട്, കർക്കനാട്, വേണാട്, പൂഴിനാട്, പന്റിനാട്, ആരുവനാട്, വടക്കേ അരുവനാട്, ചീതനാട്, മലനാട്, പുനനാട്. 'ചെന്തമിഴ് ചേർന്ത പന്തിരുനിലം' എന്ന് *തൊൽകാപ്പിയത്തിലും* പ്രസ്താവനയുണ്ട്. *തൊൽകാപ്പിയർ,* മുകളിൽ പറഞ്ഞ

പന്ത്രണ്ടു വിഭാഗങ്ങൾ അംഗീകരിച്ചിരുന്നതിനു തെളിവാണിത്. ഈ നാടുകളിലെ രാഷ്ട്രീയ സാംസ്കാരികാന്തരീക്ഷമാണ് സംഘംകൃതികളിൽ പൂവിട്ടുനിൽക്കുന്നത്.

> തമിഴും മലയാളവും ഏറെനാളത്തെ സുഹൃത്ബന്ധം ഉള്ളവരാണെന്നതു കൂടാതെ അവർക്ക് ആദ്യകാലം മുതൽക്കേ പൊതുവായ സംസ്കാരവും രാഷ്ട്രീയചരിത്രവും അവകാശപ്പെടാനുണ്ട്. കിഴക്കെന്നപോലെ പടിഞ്ഞാറൻതീരത്തും തമിഴ് ഭാഷയ്ക്ക് പോഷണം ലഭിച്ചിരുന്നുവെന്ന്, സംഘകാലം മുതലുള്ള കേരളചരിത്രം പരിശോധിച്ചാൽ വെളിവാകും. കേരളത്തിലെ തമിഴ്കവികളിൽ ഏറ്റവും അവസാനത്തെ ആൾ ഒരു വേണാട്ടടികൾ ആയിരുന്നു. ഒരു സ്വതന്ത്രഭാഷയെന്ന നിലയിൽ മലയാളം ഉരുത്തിരിയുന്നതിനുമുമ്പ് തമിഴ് സാഹിത്യത്തിന് കേരളത്തിന്റെതായ സംഭാവനകൾ എന്തൊക്കെയായിരുന്നുവെന്ന് നോക്കാനാണ് ഈ ലേഖനത്തിൽ ശ്രമിച്ചിട്ടുള്ളത് (ഡോ. വി ഐ സുബ്രഹ്മണ്യം 1974).

തമിഴിന്റെ ആദ്യവ്യാകരണം അഗസ്ത്യന്റെ *പേരകത്തിയം* ആണ്. ഈ കൃതി ഇന്ന് ലഭ്യമല്ല. *തൊൽകാപ്പിയം* ഒഴിച്ചുള്ള തമിഴ് വ്യാകരണങ്ങളിൽ *പേരകത്തിയ*ത്തെക്കുറിച്ച് സൂചനകളുണ്ട്. അഗസ്ത്യൻ തെക്കൻ തിരുവിതാംകൂറിലുള്ള 'അഗസ്ത്യകൂട' പർവ്വതത്തിൽ നിതാന്ത തപസ്സിൽ ഏർപ്പെട്ടിരിക്കുകയാണെന്നു വിശ്വസിച്ചുപോരുന്നു. ഈ ഐതിഹ്യം അഗസ്ത്യനു കേരളവുമായുള്ള ദൃഢബന്ധം സൂചിപ്പിക്കുന്നു. അഗസ്ത്യന്റെ ശിഷ്യന്മാർ പന്ത്രണ്ടാണ്. ആതങ്കോട്ട് ആശാൻ, ധുരാലിംഗം, ചെമ്പുചെയ്, വൈയാപികം, പരമ്പരനാർ, കാലിയരമ്പർ, വാമനൻ, *തൊൽകാപ്പിയർ.* ഇവർ ഓരോരുത്തരും *പുറപ്പൊരുളി*ന്റെ ഓരോ അദ്ധ്യായം എഴുതിയിട്ടുണ്ടത്രേ. കൃതിക്ക് മൊത്തത്തിൽ പന്തിരുപ്പടലമെന്നുപേർ. *പന്തിരുപ്പടലവും* ഇന്ന് ലഭ്യമല്ല. അയ്യനാരിതനാർ രചിച്ച *വെൺപാമാലൈയ്*ക്ക് ആധാരം പന്തിരുപ്പടലമാണെന്നാണ് പണ്ഡിതന്മാരുടെ മതം. അയ്യനാരിതനാർ ഒരു ചേരരാജാവായിരുന്നുവെന്ന് ഉള്ളൂർ *കേരളസാഹിത്യചരിത്ര*ത്തിൽ രേഖപ്പെടുത്തിയിട്ടുണ്ട് (പുറം 66) *തൊൽകാപ്പിയം* ചിറപ്പുപ്പായിരത്തിൽ സ്മരിക്കപ്പെടുന്ന 'ആതങ്കോട്ട് ആശാൻ' തിരുവിതാംകൂറുകാരനായിരുന്നെന്നാണ് പ്രൊഫസർ വൈയാപുരിപ്പിള്ളയുടെ നിഗമനം. കൂടാതെ *തൊൽകാപ്പിയ*ത്തിലെ പല നിയമങ്ങളും എഴുതപ്പെട്ടിരിക്കുന്നത് മലയാളത്തിനുവേണ്ടിയല്ലേയെന്നു സംശയിക്കണമെന്നും പ്രൊഫസർ അഭിപ്രായപ്പെടുന്നു. *തൊൽകാപ്പിയം* നിയമങ്ങൾ പലതും ഇന്നത്തെ തമിഴിന് യോജിച്ചുകാണുന്നില്ല. എന്നാൽ, തമിഴിനു യോജിക്കാത്തതായി കാണുന്ന നിയമങ്ങൾ മലയാളത്തിനു യോജിച്ചതായും കാണുന്നു. അതുകൊണ്ട് അഗസ്ത്യനുൾപ്പെടുന്ന ആദ്യകാല തമിഴ് വ്യാകരണസംഘത്തിന് കേരളവുമായി അഭേദ്യമായ ബന്ധ

മുണ്ടായിരുന്നുവെന്ന കാര്യത്തിൽ രണ്ടുപക്ഷത്തിനവകാശമില്ല. ഈ വിശ്വാസത്തെ അരക്കിട്ടുറപ്പിക്കാൻ പര്യാപ്തമാണ് തെക്കൻ തിരുവിതാം കൂറിലെ അഗസ്ത്യകൂടസങ്കല്പവും.

അറിയപ്പെട്ടിടത്തോളം കേരളത്തിലെ ആദ്യത്തെ തമിഴ് കവി അഴിശ്ശി യാണ്. ഇദ്ദേഹം എഴിമലയിലെ നന്നന്റെ സദസ്യനായിരുന്നു. എഴിമല യുടെ സൗഭഗവും സൗരഭ്യവും പരത്തിയത് അഴിശ്ശിയാണ്. കാളിദാസന് ഉപമയെന്നപോലെ ചെറുശ്ശേരിക്ക് ഉൽപ്രേക്ഷയെന്നപോലെ അഴിശ്ശിക്ക് ഏറ്റവും പ്രിയപ്പെട്ട കാവ്യാലങ്കാരം ഉപമയായിരുന്നു. "എഴിമലയിലെ നന്നനെ നാം മറന്നേക്കാം. പക്ഷേ, അഴിശ്ശിയെ മറക്കാനാവില്ല." (പ്രൊ ഫ. ഇളംകുളം). *കുറുന്തൊകൈ* അഴിശ്ശിയുടെ സംഭാവനകൾ ഉൾക്കൊ ള്ളുന്നു.

കേരളക്കാരായ രണ്ടു കവികളാണ് കഴത്തലൈയാരും, കുമട്ടൂർ കണ്ണനാരും. ചേരരാജാവായ നെടുഞ്ചേരലാതനും ചോളരാജാവായ വേൽപൽതടക്കി പെരുവിരൽക്കിള്ളിയും തമ്മിൽ നടന്ന യുദ്ധം നേരിട്ടു വീക്ഷിച്ച കവിയാണ് കഴാത്തലൈയാർ. *പുറനാനൂറ്* 62 ൽ കവി ഈ ദൃശ്യം വിവരിച്ചിട്ടുണ്ട്. *പതിറ്റുപ്പത്തി*ലെ രണ്ടാം പത്ത് കുമട്ടൂർ കണ്ണനാ രുടെ സൃഷ്ടിയാണ്. നെടുഞ്ചേരലാതർ ഈ കവിക്ക് നൽകിയ ഉമ്പർകാട് എന്ന സ്ഥലം കേരളത്തിലാണെന്നും കൊങ്ങുനാട്ടിലാണെന്നും അഭി പ്രായമുണ്ട്. എന്തായാലും മാവേലിക്കരയ്ക്കടുത്ത് ഒരു ഉമ്പർകാടുണ്ട്.

പ്രധാനമായും ആട്ടുക്കോട്ടു പാട്ടുചേരലാതന്റെ അപദാനങ്ങളെ പ്രകീർത്തിക്കുന്നവയാണ് കാക്കൈപ്പാടിനിയർ നച്ചെള്ളയാരുടെ കവി തകൾ. *കുറുന്തൊകൈ, പതിറ്റുപ്പത്ത്* എന്നീ സമാഹാരങ്ങളിൽ അവ രുടെ കവിതകൾ കാണുന്നു. 'കാക്കൈപ്പാടിനിയർ' ബിരുദനാമമാണ്. ഈ കവയത്രി കേരളക്കാരിയാണ്.

കേരളക്കാരായ തമിഴ് കവികളിൽ ഏറ്റവും പ്രധാനികളാണ് പര ണരും കപിലരും. പരണർ മലബാർകാരനായിരുന്നെന്ന് കരുതപ്പെടുന്നു. തമിഴകത്തിലെ എല്ലാ തട്ടകങ്ങളും ഈ കവിക്ക് സുപരിചിതമാണ്. *പതി റ്റുപ്പ*ത്തിലെ മിക്കവാറും പാട്ടുകൾ പരണരുടേതാണ്. ചേരൻ ചെങ്കുട്ടവ നാണ് ഈ കവിതകളിലെ നായകൻ. നെടുഞ്ചേരലാതനും പെരുവി രൽക്കിള്ളിയും തമ്മിൽ നടന്ന യുദ്ധം നേരിട്ടുവീക്ഷിച്ച കവിയാണ് പര ണർ എന്ന് ഔവ്വയാർ രേഖപ്പെടുത്തിയിട്ടുണ്ട്. കപിലർ ജന്മനാ ബ്രാഹ്മ ണനായിരുന്നു. തന്റെ അന്നദാതാവായ മലൈയമൻ തിരുമുടിയെ പ്രകീർത്തിക്കുമ്പോൾ കൊർകൈയിലെ നപ്പശലിയർ ഇങ്ങനെ പറയുന്നു: "പടിഞ്ഞാറെ കടലിൽ ചേരരാജാവിന്റെ കപ്പൽവ്യൂഹം സ്വർണ്ണവുമായി വരുമ്പോൾ മറ്റൊരു കപ്പലിനും ആ വഴിക്കുപോകാനാവില്ല. അതുപോലെ ലോകത്തിൽ ഒരു കവിക്കും കപിലരുടെ ഏഴയലത്ത് വരാനാവില്ല." ചെൽവങ്കടുങ്കോ വാഴിയാതന്റെ പ്രത്യേകമായ അഭിനന്ദനത്തിനു പാത്ര മായ കവിയായിരുന്നു കപിലർ.

ഐങ്കുറുനൂറ്, കുറുന്തൊകൈ, നാറ്റിണൈ എന്നീ സമാഹാരങ്ങ

ളിൽ മാമൂലനാരുടെ കവിതകൾ കാണാം. മാമൂലനാർ ജാതിയിൽ ബ്രാഹ്മണനായിരുന്നു. ഇദ്ദേഹവും തമിഴകത്തിന്റെ എല്ലാ ഭാഗങ്ങളിലും സഞ്ചരിച്ചിട്ടുണ്ട്. ചില കവിതകളിൽ മാമൂലനാർ ഉതിയൻചേരലിന്റെ അപദാനങ്ങൾ പ്രകീർത്തിച്ചിട്ടുണ്ട്. *ഐങ്കുറുനൂറ് 127 ലും 327 ലും* നെടുഞ്ചേരലാതനെപ്പറ്റിയാണ് മാമൂലനാർ പാടിയിട്ടുള്ളത്. മാമൂലനാരുടെ അഭിപ്രായപ്രകാരം നെടുഞ്ചേരലാതൻ ഹിമാലയംവരെയുള്ള സ്ഥലങ്ങൾ കീഴടക്കിയത്രേ. എന്നിട്ട് 'ഇമയവരമ്പൻ' എന്ന ബിരുദം നേടിപോലും.

പെരുംചേരൽ ഇരുമ്പൊറൈയുടെ കാലത്ത് ജീവിച്ചിരുന്ന കേരളകവിയാണ് മോഴികിരണർ. ഇദ്ദേഹത്തിന്റെ കവിതകളിലെ ഒരു സവിശേഷത റിയലിസ്റ്റിക് വീക്ഷണമാണ്. എഴിമലയിലെ നന്നനെപ്പറ്റിയാണ് ഈ കവി കൂടുതൽ പാടിയിട്ടുള്ളത്. അതുകൊണ്ട് കിരണർ നന്നന്റെ സദസ്യനായിരുന്നിരിക്കാൻ സാദ്ധ്യതയുണ്ട്.

ചിലപ്പതികാരം-തമിഴിലെ പഞ്ചമഹാകാവ്യങ്ങളിലൊന്ന്-കേരളകവിയായ ഇളങ്കോവടികളുടെ സംഭാവനയാണ്. ചേരൻചെങ്കുട്ടുവന്റെ അനുജനാണ് ഇളങ്കോവടികൾ.

> ഇളങ്കോവടികളുടെ *ചിലപ്പതികാരം* കാവ്യഭംഗിയിൽ ലോകസാഹിത്യത്തിലെ ഏതു കൃതിയോടും കിടപിടിക്കുന്നതാണ്. തമിഴിനെ സംബന്ധിച്ചിടത്തോളം സംഘകാലം തൊട്ടുള്ള സാഹിത്യവളർച്ചയുടെ പൂർണചിത്രം അതിലുണ്ട്. ഇയൽ (സാഹിത്യം), ഇശ (സംഗീതം), നാടകം എന്നിവ മൂന്നും ചേർന്ന മുത്തമിഴ് കാവ്യമാണ് ഇതെന്നു പറയുന്നു. ഇതുപോലുള്ള വേറൊരുകൃതി ലഭിച്ചിട്ടുമില്ല (കെ എൻ എഴുത്തച്ഛൻ 1978).

ശ്രീരാമഭക്തനായ കുലശേഖര ആഴ്വാർ *പെരുമാൾ തിരുമൊഴി*യുടെ കർത്താവാണ്. കുലശേഖര ആഴ്വാർ കേരളം ഭരിച്ച പെരുമാക്കന്മാരിൽ ഒരാളായിരുന്നു. ഇദ്ദേഹം തൊണ്ടരടിപ്പൊടി ആഴ്വാരുടെ സമകാലികനാണ്. താൻ കൊങ്കർ, കൂടൽ, കോഴി എന്നിവയുടെ അധിപനാണെന്ന് പ്രസ്താവിച്ചിട്ടുള്ള സ്ഥിതിക്ക് കുലശേഖരൻ രാജാവായിരുന്നുവെന്നു വ്യക്തം. *മുകുന്ദമാല* എന്നൊരു സംസ്കൃതകൃതിയും കുലശേഖരൻ രചിച്ചിട്ടുണ്ട്. പാലൈ പാടിയ പെരുങ്കടുങ്കോ ഒരു ചേരരാജകുമാരനായിരുന്നു. *പുറനാനൂറി*ലെ 'പെരുങ്കോപെണ്ട്,' ഇദ്ദേഹത്തിന്റെയാണ്. *തിരുവിശൈപ്പാ*യുടെ കർത്താവായ വേണാട്ടടികൾ നിസ്സംശയമായും വേണാട്ടിലെ ഒരു രാജാവുതന്നെ. അടികൾ എന്ന പൂജകനാമം ഉപയോഗിച്ചിരുന്നത് വേണാട്ടു രാജാക്കന്മാരാണല്ലോ. കളമുറ്റത്തു തുഞ്ചിയ ചേരമാൻ *പുറനാനൂ*റിലെ ചില മനോഹരകാവ്യങ്ങളുടെ സ്രഷ്ടാവാണ്. ചേരമാൻ എന്ന സ്ഥാനപ്പേര് എ ഡി 9 ഉം 10 ഉം നൂറ്റാണ്ടുകളിൽ കേരളം ഭരിച്ചിരുന്ന പെരുമാക്കന്മാർ ഉപയോഗിച്ചിരുന്നതിന് മതിയായ തെളിവുകളുണ്ട്.

വാഴപ്പള്ളി ശാസനത്തിൽ പ്രകീർത്തിതനായിട്ടുള്ള രാജശേഖരൻ തമിഴ് ശൈവന്മാരിൽ ഒരാളായ ചേരമാൻ പെരുമാൾ നായനാരാണെന്നാണ് പ്രൊഫ. ഇളങ്കുളത്തിന്റെ മതം. സുന്ദരമൂർത്തിനായനാർ ഇദ്ദേഹത്തിന്റെ സമകാലികനായിരുന്നു. ഇവർ രണ്ടുപേരും തെക്കെ ഇന്ത്യയിലെ പ്രധാനപ്പെട്ട ശിവക്ഷേത്രങ്ങൾ സന്ദർശിച്ചിട്ടുണ്ടെന്നും ഒടുവിൽ തിരുവഞ്ചിക്കുളത്തുവെച്ച് ദിവംഗതരായെന്നും വിശ്വസിച്ചുപോരുന്നു. തിരുവഞ്ചിക്കുളം ക്ഷേത്രത്തിൽ സുന്ദരമൂർത്തിയുടെയും പെരുമാളിന്റെയും പ്രതിമകൾ ഉണ്ട്. *തിരുവാലൂർ മുമ്മണിക്കോവൈ*യും *പൊൻവണ്ണത്തന്താദി*യും *തിരുക്കൈലാസജ്ഞാനയുല*യും ചേരമാൻ പെരുമാളിന്റെ കൃതികളാണ്. *തിരുക്കൈലായജ്ഞാനയുലാ* പെരുമാളിന്റെ അവസാനത്തെ കൃതിയാണ്. പ്രസിദ്ധിപെറ്റ ശൈവന്മാരിൽ ഒരാളായ വിറന്മിണ്ട നായനാർ ചെങ്ങന്നൂർകാരനായിരുന്നു. ദ്രാവിഡദേശത്തെല്ലാം സഞ്ചരിച്ച് എല്ലാ രാജാക്കന്മാരുടെയും ആതിഥ്യം സ്വീകരിച്ച് മധുരമനോഹരമായ കാവ്യതല്ലജങ്ങളാൽ ചെന്തമിഴിനെ അനുഗ്രഹിച്ച ഔവ്വയാർ പറയിപെറ്റ പന്തിരുകുലത്തിൽപ്പെട്ട മനീഷിയാണെന്നു വിശ്വസിച്ചുപോരുന്നു. പറയിയോടു ബന്ധപ്പെടുത്തിയാണ് നാറാണത്തു ഭ്രാന്തിനെപ്പറ്റിയുള്ള ഐതിഹ്യവും നിലനില്ക്കുന്നത്. പൊന്മുടിയാർ എന്ന പേരിൽ തമിഴിൽ കളംപാട്ടുകൾ എഴുതിയ കവി നാറാണത്തുഭ്രാന്തനായിരുന്നുവെന്ന് ചിലർ അഭിപ്രായപ്പെട്ടിട്ടുണ്ട്. പൊന്മുടിയാരുടെ പാട്ടുകൾ *പുറനാനൂറി*ലും *തകടൂർ യാത്രയി*ലും ലഭ്യമാണ്.

സംഘകാല തമിഴ്ക്കവികളിൽ ചിലർ തങ്ങളുടെ പേരിനോടൊപ്പം ചേർത്തിട്ടുള്ള സ്ഥലപ്പേരുകൾ വ്യക്തമാക്കുന്നത് അവരിൽ കുറച്ചുപേരെങ്കിലും കേരളക്കാരായിരുന്നുവെന്നാണ്. ഇന്നും ദ്രാവിഡഭാഷയുടെ അതിപ്രാചീന സവിശേഷതകൾ സംരക്ഷിച്ചുപോരുന്നതും മലയാളമാണ്. പ്രത്യേകിച്ചും സ്ഥലപ്പേരുകളുടെ കാര്യത്തിൽ. രാഷ്ട്രീയമായ തിരിമറിച്ചിലുകൾ ധാരാളമുണ്ടായിരുന്നിട്ടും കേരളത്തിലെ സ്ഥലപ്പേരുകൾ ദ്രാവിഡപൈതൃകം കളഞ്ഞുകുളിച്ചിട്ടില്ല. തമിഴ്നാട്ടിൽ ജൈനബുദ്ധമതക്കാർ വളരെ ഉള്ളിലേക്ക് തള്ളിക്കയറി പല സ്ഥലപ്പേരുകളും ആര്യവൽക്കരിക്കുകയുണ്ടായി. എന്നാൽ, കേരളത്തിൽ വന്ന ദ്രാവിഡേതരർ ഈ നാടിന്റെ പൈതൃകങ്ങളിൽ മായംചേർത്തിട്ടില്ലെന്ന കാര്യം നാം ഉപചാരപൂർവ്വം സ്മരിക്കേണ്ടിയിരിക്കുന്നു. സംഘകാലകവികളായ ഇടൈക്കാടനാർ (കന്യാകുമാരിക്കടുത്ത് ഇടൈക്കാടാകാം), ഇരണിയമുട്ടത്തു പെരും കൗശികനാർ (ഗൂഡല്ലൂരാകാം), കിള്ളിമംഗലം കിഴാർ (കിള്ളിക്കുറിശ്ശിമംഗലം?) എരുക്കാട്ടൂർ തായങ്കണ്ണനാർ (തൃശൂർ ജില്ലയിലെ കാട്ടൂർ ആകണം), കണികൻ പൂങ്കുന്റൽ (തൃശൂരിലെ പൂങ്കുന്നം?) വെൺമണിപ്പൂതി തുടങ്ങിയവർ ചേരരാജ്യത്തിന്റെ സംഭാവനകളായിരിക്കണം. ഇവിടെ പറയപ്പെട്ട സ്ഥലങ്ങളെല്ലാം ചേരസാമ്രാജ്യപരിധിക്കുള്ളിൽപ്പെടുന്നവയും മാറ്റമില്ലാതെ ഇന്നും പേരുകൾ നിലനിർത്തുന്നവയുമാണ്.

ഇങ്ങനെ തമിഴ്സാഹിത്യം ആദ്യകാലത്ത് തമിഴകത്തിന്റെ പൊതു സ്വത്തും തമിഴകത്തിലെ മൂന്നു പ്രബലരാജ്യങ്ങൾ തമിഴ് സംസ്കാരത്തിന്റെ അവിഭാജ്യഘടകങ്ങളുമായിരുന്നു. സംഘകാലത്ത് കേരളത്തിലെ സാഹിത്യഭാഷ പൂർവ്വതമിഴ് മലയാളമായിരുന്നുവെന്നു വ്യക്തം. തമിഴിന്റെ സ്വാധീനം കുറഞ്ഞുവരുന്നതായിട്ട് മലയാളത്തിന്റെ പിന്നീടുള്ള ചരിത്രം പരിശോധിച്ചാൽ ബോധ്യപ്പെടും.

7

എടയ്ക്കൽ ഗുഹാലിഖിതങ്ങൾ

കേരളത്തിലെ പുരാതന ചരിത്രസ്മാരകങ്ങളിലൊന്നാണ് വയനാട്ടിലെ എടയ്ക്കൽ ഗുഹ. മുഖാമുഖമായി നിൽക്കുന്ന രണ്ട് പാറയുടെ മുകളിൽ ഏതോ ഭൂകമ്പത്താൽ അടർന്നു തെറിച്ചു വീണ് ഒരു നെടുങ്കൻ പാറ സൃഷ്ടിച്ച ഗുഹയാണ് എടയ്ക്കൽ മലയിലുള്ളത്. കർണ്ണാടക, തമിഴ്നാട്, കേരള സംസ്ഥാനങ്ങളുടെ അതിർത്തി പ്രദേശത്തുള്ള അമ്പുകുത്തി മലനിരയാണ് എടയ്ക്കൽ ഗുഹയെ ഗർഭം ധരിച്ചിരിക്കുന്നത്. സുൽത്താൻ ബത്തേരിയിൽനിന്ന് 6 കി മീ അകലെ സമുദ്രനിരപ്പിൽനിന്ന് ഏകദേശം 4000 അടി ഉയരത്തിലാണ് ഈ ഗുഹ സ്ഥിതിചെയ്യുന്നത്. ഭൂനിരപ്പിൽനിന്നും 1500 അടി ഉയരം ചെന്നാൽ ഗുഹ കാണാം. ഗുഹാഭിത്തികളിൽ ആലേഖനം ചെയ്തിട്ടുള്ള ചിത്രങ്ങളും ലിപികളും പുറംലോകത്തിന്റെ ശ്രദ്ധയിൽ കൊണ്ടുവന്നത് മലബാർ പൊലീസ് സൂപ്രണ്ടായിരുന്ന എഫ് ഫോസറ്റാണ്. 1894 ൽ അദ്ദേഹം ഈ ഗുഹ കണ്ടെത്തി. തുടർന്ന് നടത്തിയ അന്വേഷണങ്ങളും പഠനങ്ങളും ക്രോഡീകരിച്ച് എടയ്ക്കൽ ഗുഹയെപ്പറ്റി ഒരു പ്രബന്ധം 1901 ൽ *ഇന്ത്യൻ ആന്റിക്വാറി വോള്യം 30 ൽ* ഫോസറ്റ് പ്രസിദ്ധപ്പെടുത്തി. ഗുഹാചിത്രങ്ങളോടൊപ്പം ഏതാനും ലിഖിതങ്ങളുടെ പകർപ്പുകളും ആ പ്രബന്ധത്തിലുണ്ടായിരുന്നു. ലിഖിതങ്ങളിൽ രണ്ടെണ്ണം മദ്രാസിലെ എപ്പിഗ്രാഫിസ്റ്റായിരുന്ന ഹുൾഷ് വായിച്ചിരുന്നു. പിന്നീട്, നൂറോളം വർഷങ്ങൾ ചെന്നിട്ടു മാത്രമാണ് എടയ്ക്കൽ ഗുഹയെപ്പറ്റിയുള്ള പുനരന്വേഷണങ്ങൾ ആരംഭിച്ചത്. ഈ നീണ്ട കാലയളവിനുള്ളിൽ ഗുഹാചിത്രങ്ങളിൽ ചിലതിനു തേയ്മാനവും ലിഖിതങ്ങളിൽ ചിലതിന് സാരമായ പൊടിപ്പും സംഭവിച്ചു. കൃത്യമായി പറഞ്ഞാൽ 1990 നുശേഷമാണ് കാര്യമായ ചില അന്വേഷണങ്ങൾ എടയ്ക്കൽ ഗുഹയെ സംബന്ധിച്ചുണ്ടായത്. അന്വേഷകരുടെ

കൂട്ടത്തിൽ എം ജി എസ് നാരായണൻ, രാജൻ ഗുരുക്കൾ, എം ആർ രാഘവവാര്യർ, ടിൽനർ, ഐരാവതം മഹാദേവൻ, സ്വാമിനാഥൻ തുടങ്ങിയവരുടെ പേരുകൾ എടുത്തു പറയുകതന്നെ വേണം. ഫോസറ്റിനു ശേഷം ഗുഹ സന്ദർശിച്ചുപോയ സഞ്ചാരികൾ ഏല്പിച്ച കൈക്കുറ്റപ്പാടുകളുടെ ഭീകരത ബോദ്ധ്യപ്പെടുന്നത് 1901 ൽ *ഇന്ത്യൻ ആന്റികാറിയിൽ* വന്ന ഗുഹാചിത്രങ്ങളുടെ ഫോട്ടോപകർപ്പുകളും വിശദീകരണചിത്രങ്ങളും വച്ചുകൊണ്ട് ഇന്നത്തെ അവയുടെ അവസ്ഥയുമായി താരതമ്യം ചെയ്യുമ്പോഴാണ്. 1896 ൽ ഫോസറ്റ് തയ്യാറാക്കി ഹുൽഷിനു നൽകിയ ലിഖിത പകർപ്പുകളിലുള്ള രണ്ടു ലിഖിതങ്ങൾ ഗുഹാഭിത്തികളിൽ സസൂക്ഷ്മം പരതിയിട്ടും കണ്ടെത്താനായില്ലെന്ന് ഐരാവതം മഹാദേവൻ രേഖപ്പെടുത്തിയിട്ടുണ്ട്. ഭിത്തിയിലെ കൊത്തുപടങ്ങളിൽ പോറലുകളും എഴുതിച്ചേർക്കലുകളുമൊക്കെ സന്ദർശകർ നടത്തിയിട്ടുണ്ട്. എന്തിനധികം ഫോസറ്റിനോടൊപ്പം ഗുഹയിലെത്തിയ അദ്ദേഹത്തിന്റെ ഒരു കച്ചേരി ഉദ്യോഗസ്ഥൻപോലും ഗുഹാചിത്രങ്ങൾക്കിടയിൽ സ്വന്തം പേര് എഴുതിച്ചേർത്തു കളഞ്ഞു! ജില്ലാഭരണകൂടം അടുത്തകാലത്തായി ഏർപ്പെടുത്തിയിട്ടുള്ള സംരക്ഷണോപാധികൾ അഭിനന്ദനാർഹമാണ്.

1998 ൽ ഐരാവതം മഹാദേവന്റെ നേതൃത്വത്തിൽ എടയ്ക്കൽ ലിഖിതങ്ങളെപ്പറ്റി വിശദമായ അന്വേഷണമുണ്ടായി. പുതുതായി ചില ലിഖിതങ്ങൾ കൂടി അങ്ങനെ വെളിച്ചം കണ്ടു. കൊ(വ്) ആതാന, കൊപൂതി വിര എന്നീ ലിഖിതങ്ങൾ ഹുൽഷ് 1898 ൽ തയാറാക്കിയ പകർപ്പിൽ നിന്നാണ് വായിച്ചെടുത്തത്. 'കടുമ്മിപുത ചെര', 'ഒപ്നപ് വിരാ' എന്നിവ കണ്ടെത്തിയ ലിഖിതങ്ങളാണ്. പുതുതായി കണ്ടെത്തിയ ലിഖിതങ്ങളും വായനയിൽ വ്യത്യാസം വന്ന പഴയ ലിഖിതങ്ങളും സൃഷ്ടിക്കുന്ന ഭാഷാകൗതുകവും സംസ്കാരവിശേഷവും തെളിയിക്കാനാണ് ഈ ലേഖനത്തിൽ ശ്രമിച്ചിട്ടുള്ളത്.

പല്പുലി

1897 ൽ ഹുൽഷ് 'പല്പുലിതാനന്തകാരി' എന്ന് വായിച്ച ലിഖിതം 1998 ലെ വായനയിൽ പല്പുലിതാത്തകാരി എന്നുമാറി. ലിഖിതത്തിന്റെ കാലം അഞ്ചാം നൂറ്റാണ്ടെന്ന് കണക്കാക്കിയിരിക്കുന്നു. പല്പുലി ഒരു സ്ഥലനാമമാകാമെന്നാണ് ഐരാവതം മഹാദേവന്റെ അഭിപ്രായം. പുലി വിശേഷണം ഒരാഢ്യപ്പേരായി കരുതുന്ന സംസ്കാരത്തിന് സംഘകാലത്തിനപ്പുറം പഴക്കമുണ്ട്. *പുറനാനൂറി*ലെ ഒരു പാട്ടിൽ 'പുലികടിമാൽ' എന്നൊരു വർഗ്ഗത്തലവന്റെ പേര് കാണുന്നു. ചോള രാജവംശത്തിന്റെ ചിഹ്നം പുലിയാണ്. ഗോത്രസംസ്കാരത്തിൽനിന്ന് ഉറവെടുത്ത ഒരു അമാനുഷസങ്കല്പമാണ് പുലി. വീരന്മാരെയും അമാനുഷപ്രഭാവന്മാരെയും പുലി എന്നു വിശേഷിപ്പിക്കുകയും അവരെ ആരാധിക്കുകയും ചെയ്യുന്ന ആചാരം ഇന്നുമുണ്ട്. പുലിവേഷം മറിഞ്ഞ തൊണ്ടച്ചന്റെ കഥ നോക്കു

ക. പുലിവേഷം കൈക്കൊണ്ട് ആഭിചാരക്രിയ ചെയ്ത കാരിക്കുരിക്കളെന്ന പുലയവീരന് പുലിവേഷം മാറ്റാനായില്ല. ആ വീരൻ പുലിയായി കാടുകയറി. പിന്നീടു വന്ന തലമുറകൾ കാരിക്കുരിക്കളെ പുലിദൈവമായി സങ്കല്പിച്ച് തെയ്യക്കോലങ്ങൾ കെട്ടി ആരാധിച്ചു. ക്രൂരമൃഗങ്ങളെ അനുനയിപ്പിച്ച് ദൈവപരിവേഷം നൽകി ആരാധിക്കുന്ന സമ്പ്രദായത്തിന് മനുഷ്യൻ കാട്ടുമൃഗമായി ജീവിച്ചിരുന്ന കാലത്തോളം പഴക്കമുണ്ട്. വീരന്മാരെ പുലിയായും സിംഹമായും വിശേഷിപ്പിക്കുന്ന ആചാരത്തിൽകൂടിയാകണം പുരാണങ്ങളിലെ ദേവതാസങ്കല്പത്തിൽ മൃഗങ്ങൾക്കും ഇടം കിട്ടിയത്. സിംഹവാഹനനും പുലിവാഹനനും ഗരുഡവാഹനും ഋഷഭവാഹനനും മയിൽവാഹനനും നാഗകേതനനും പുരാണങ്ങളിൽ സുപരിചിതരാണ്. നാഗഭൂഷണനും വേതാളസ്ഥിതയായ കാളിയും നരസിംഹവും ഋശ്യശൃംഗനും ഗോത്രസംസ്കാരത്തിന്റെ സൃഷ്ടികളാണ്. വലിയ പരാക്രമികളെ പുലി എന്ന ബഹുമതി നല്കി സ്തുതിക്കുന്ന നാടൻ പാട്ടുകളുണ്ട്. ബുദ്ധിമാനാം കടുങ്ങോൻ നല്പുലി തന്റെ ചരിത്രം ഒരു പാട്ടിലുണ്ട്. ചാന്തുചാർത്തും പുലിദൈവമാണ് മറ്റൊരു പാട്ടിലെ നായകൻ. കണ്ടമ്പുലി വയനാട്ടിലെ മലദൈവങ്ങളിൽ പ്രധാനിയാണ്. വയനാട്ടിൽ പലയിടത്തും കണ്ടമ്പുലിക്ക് തറകളുണ്ട്. സുൽത്താൻ ബത്തേരിക്കടുത്തുള്ള തിരുവണ്ണൂർ മഹാദേവർ ക്ഷേത്രത്തിലെ ഉപദേവന്മാരിൽ ഒന്ന് കണ്ടമ്പുലിയാണ്. ഇവിടെ കണ്ട വഴിപാടുബിംബങ്ങളിലൊന്ന് കൈകൾ തോളിനുസമം ഇരുവശത്തേക്ക് നീട്ടി മുട്ടുമുതൽക്കുള്ള ഭാഗം മുകളിലേക്ക് ഉയർത്തി നിൽക്കുന്ന രൂപം കൊത്തിവച്ചിട്ടുള്ളതാണ്. ഇത് എടയ്ക്കൽ ഗുഹയിലെ കൈകൾ ഉയർത്തി നില്ക്കുന്ന ആൾരൂപത്തെ ഓർമ്മിപ്പിക്കുന്നു. കുറിച്യരുടെ *നരിപ്പാട്ട്* കാട്ടിലെ പുലിയെ കൊന്ന് വിജയശ്രീലാളിതനായി മടങ്ങുന്ന വീരന്റെ കഥയാണ് കീർത്തിക്കുന്നത്. ഈ പശ്ചാത്തലത്തിൽ നോക്കുമ്പോൾ എടയ്ക്കൽ ലിഖിതത്തിലെ പല്പുലി താത്തകാരിക്ക് ഒരു സാംസ്കാരിക പരിവേഷം സിദ്ധിക്കുന്നു. കണ്ടമ്പുലി പോലെ, കടുങ്ങോൻ നല്പുലിപോലെ, പുലിവേഷം മറിഞ്ഞ തൊണ്ടച്ചൻപോലെ വിശേഷണ രൂപത്തിലുള്ള പ്രയോഗമാണ് 'പല്പുലി താത്തകാരി.' താത്തകാരി സംജ്ഞാനാമമാകണം. കാരി ആദിമ നിവാസികളുടെ ദൈവങ്ങളിലൊന്നാണ് (ഉദാ: മലങ്കാരി). പല്പുലി, കണ്ടമ്പുലി പോലെ ഗോത്രദൈവങ്ങളിൽ ഒന്നാകാനും സാദ്ധ്യതയുണ്ട്. അമ്പലവയൽ മ്യൂസിയത്തിൽ സൂക്ഷിച്ചിട്ടുള്ള ഒരു വീരക്കല്ലിൽ പുലിയെ കെട്ടി വലിക്കുന്ന വീരന്റെ രൂപം കൊത്തിയിട്ടുള്ളത് ഇത്തരുണത്തിൽ ശ്രദ്ധേയമാണ്. വയനാട്ടിൽനിന്നും കിട്ടിയതാണ് ഈ വീരക്കല്ല്.

വെങ്കോമലൈ കച്ചവൻ

'വേട്കോ പണാകചം നന്നുചത്തി' എന്നും 'വേട്കോ മാനാകച്ചൺടു അത്തി' എന്നും വായിക്കപ്പെട്ടിട്ടുള്ള ഒരു ലിഖിതം ഫോസറ്റിന്റെ പ്രബന്ധത്തോടൊപ്പമുള്ള ഫോട്ടോ പ്ലേറ്റിലുണ്ട്. വെങ്കോമലൈ കച്ചവ

നുചത്തി' എന്നാണ് മഹാദേവന്റെ വായന. "വെങ്കോമലയിലെ കശ്യപന് ശക്തി" ഒരു വിശ്വാസപ്രസ്താവനയാണ്. കശ്യപന്റെ തത്ഭവമാണ് കച്ചവൻ. ശക്തിയാണ് ചത്തി, വെങ്കോമലയിലെ കശ്യപനെ ആരാധിക്കുന്ന ഏതോ സംഘം ഗുഹയിൽ വന്ന് കോറിയിട്ടതാകാം ഈ വാക്യം. ലിഖിതത്തിന് 5-ാം നൂറ്റാണ്ടോളം പഴക്കമുണ്ട്. തമിഴ് ബ്രാഹ്മിയാണ് എഴുതാനുപയോഗിച്ച ലിപി. സ്വരസംവരണം സംഭവിക്കാത്ത വെങ്കോമലൈ, തത്ഭവമായ കച്ചവൻ, ചത്തി എന്നിവയ്ക്കു പുറമെ ഉദ്ദേശികാപ്രത്യയം ചേർന്ന കച്ചവനു എന്ന പ്രയോഗവും പൂർവ്വ കേരളഭാഷയുടെ ഗന്ധം ചുരത്തുന്നു.

കടുമ്മിപുത ചേരനും വീരന്മാരും

സ്വാമിനാഥന്റെ ശ്രമഫലമായി കണ്ടെത്തിയ ഒരു ലിഖിതമാണ് 'കടുമ്മിപുതചേര.' ചേര ശബ്ദം കാണുന്ന ഏറ്റവും പുരാതനമായ ഗുഹാലിഖിതമാണിത്. സംഘകാലചേരവംശത്തിന് കേരളത്തിലും കോയമ്പത്തൂരിനടുത്ത് കരൂരിലും ശാഖകളുണ്ടായിരുന്നു. എടയ്ക്കൽ ലിഖിതം കേരളത്തിൽ ആവാസമുറപ്പിച്ച ചേരന്മാരെ സംബന്ധിച്ചുള്ളതാണ്. കടുമ്മിപുത്രനായ ചേരൻ ആരെന്നറിയാൻ നിർവ്വാഹമില്ല. കടുമ്മി കടുമാൻ ആകാം. മാന്തരം ചേരൽ ഇരുമ്പൊറൈയും കുട്ടുവൻ കോതൈയും കടുമാൻ എന്ന വിശേഷണം ഉള്ളവരാണ്. അശോകശാസനങ്ങളിലെ 'കേരലപുത'യും 'സതിയപുത'യും പോലെ ചരിത്രമാനമുള്ള ഒരു പ്രയോഗമാണ് കടുമ്മിപുത. തമിഴ് ബ്രാഹ്മി ലിപിയിലുള്ള ഈ ലിഖിതത്തിന്റെ കാലം 5-ാം നൂറ്റാണ്ടാണ്.

വീരന്മാരെ സൂചിപ്പിക്കുന്ന കൽവെട്ടുകളാണ് 'കൊപുതിവിരാ'യും 'ഒപ്നപ്വിരാ'യും. പൂതി ഭൂതിയുടെ തത്ഭവമാണ്. വേളിർ മുഖ്യന്മാരുടെ പൊതുപ്പേരാണ് പൂതി. ഒരു വേളിർ മുഖ്യനെയാകാം ഈ ലിഖിതത്തിൽ പരാമർശിച്ചിട്ടുള്ളത്. ഒപ്നപ് വിരാ എന്നതിന് ഒപ്പനപ്പവിരാ എന്ന വായനയാണ് മഹാദേവൻ നിർദ്ദേശിക്കുന്നത്. ഒപ, ഒപ്പ് എന്നീ വാക്കുകൾ സംഘം തമിഴിന് പരിചിതമാണ്. പക്ഷേ, അപ്പന് വിദൂര സാദ്ധ്യതപോലും ഇല്ല. കൊ(വ്) ആതാന എന്ന ലിഖിതവും ഇക്കൂട്ടത്തിൽപ്പെടുത്താം. കൊ എന്നാൽ രാജാവ് ചേരവംശാവലിയിൽ ആതന്മാർ പലരുണ്ട്. കോ ആതൻ ആയ ആരെയോ പരാമർശിക്കുന്നതാണ് ഈ രേഖ. കോ ആതൻ, കൊ പൂതി എന്നീ ഭാഷാശൈലികൾ ഒമ്പതും പത്തും നൂറ്റാണ്ടുകളിലെ കേരള ലിഖിതങ്ങളിലെ ശൈലിക്ക് അന്യമല്ല.

ശകമുനിയും വിഷ്ണുവർമ്മനും

ബി സി രണ്ടാം നൂറ്റാണ്ടിന്റെ ലിഖിത സ്വഭാവമുള്ള രേഖയാണ് സകമുനേർവേരകോ (ഹു) ദാനം- ശകമുനേ ഒവരകോ ബഹുദാനം എന്ന് സംസ്കൃതത്തിൽ വായിക്കണം. ശ്രീബുദ്ധന്റെ അനുഗ്രഹത്താൽ ധ്യാനത്തിന് കിട്ടിയ ഇടം എന്നർത്ഥം. അശോകന്റെ ഗുഹാലിഖിതങ്ങളെ അനു

സ്മരിപ്പിക്കുന്നതാണ് ഈ എടയ്ക്കൽ ലിഖിതം. ധ്യാനത്തിലും താമസ ത്തിനും വേണ്ടി ആജീവകന്മാർക്കു ഗുഹകൾ ദാനം ചെയ്തിരുന്നുവെന്ന് അശോകന്റെ ഗുഹാലേഖകങ്ങൾ വ്യക്തമാക്കുന്നു. വയനാട്ടിലേക്കു വന്ന ആജീവകസംഘം എടയ്ക്കൽ ഗുഹയിൽ വിശ്രമിച്ചപ്പോൾ കോറിയിട്ട താകാം ഈ ലിഖിതം. അശോകന്റെ ഗിർനാർ ശാസനത്തിൽ പരാമർശ മുള്ള സതിയപുതനും ധ്യാനത്തിന് ഇടം (പള്ളി) നൽകിയതായി സൂചി പ്പിക്കുന്നു ഒരു ശാസനം ജുമ്പൈയിൽനിന്നും ലഭിച്ചിട്ടുണ്ട്. 'സതിയപു തൻ അതിയനനെടുമാനഞ്ചീത്തപാലി' എന്നാണു ലിഖിതം. അതിയമാൻ നെടുമാനഞ്ചി എന്നാൽ സത്യപുത്രൻ നല്കിയ പള്ളി എന്നർത്ഥം. അതി യമാൻ നെടുമാനഞ്ചി സംഘസാഹിത്യത്തിൽ പരാമൃഷ്ടനായിട്ടുള്ള ഭര ണാധികാരിയാണ്. ശകമുനിയുമായി ബന്ധമുള്ള യാതൊന്നും എട യ്ക്കൽ ഗുഹയിലില്ലെങ്കിലും ശ്രവണവെളഗൊളയിലെ (ശ്രവണബെള ഗൊള) ബാഹുബലിയെ ഓർമ്മിപ്പിക്കുന്ന ഒരാൾരൂപം ലിഖിതത്തിനു താഴെ കാണുന്നുണ്ടെന്ന വസ്തുത ശ്രദ്ധിക്കേണ്ടതാണെന്നു തോന്നുന്നു.

"ശ്രീവിഷ്ണുവർണ്ണ (നാഹ) കുടുംബിയ കുലവർദ്ധനസ്യ ലിഖിതം" ഹുൽഷിന്റെ ശ്രദ്ധയിൽപ്പെട്ടിരുന്നു. ദക്ഷിണ ബ്രാഹ്മി ലിപി യാണ് ലേഖനത്തിന് ഉപയോഗിച്ചിരിക്കുന്നത്. വിഷ്ണുവർമ്മനെ തിരി ച്ചറിയാൻ സാധിച്ചിട്ടില്ല.

ചലനം ചലനം

എടയ്ക്കൽ ഗുഹയെപ്പറ്റി പഠനം നടത്തിയ ആദ്യ കേരളീയൻ കേസരി ബാലകൃഷ്ണപിള്ളയാണ്. കേസരിയുടെ നിരീക്ഷണങ്ങൾക്ക് ആധാരം ഫോസറ്റിന്റെ പ്രബന്ധമായിരുന്നു. 1938 ലെ *മാതൃഭൂമി* വിശേ ഷാൽപ്രതിയിൽ *കേരളം എണ്ണായിരം വർഷങ്ങൾക്കുമുമ്പ് അഥവാ എട യ്ക്കൽ ഗുഹ* എന്ന പേരിൽ കേസരി എഴുതിയ ലേഖനത്തിൽ പുതിയ അന്വേഷണങ്ങൾക്ക് ഉദ്യമിച്ചിട്ടുണ്ടെങ്കിലും സൈദ്ധാന്തിക ചർച്ചയ്ക്ക് അവശ്യം വേണ്ട ലക്ഷ്യലക്ഷണക്ഷമതയുടെയും ശാസ്ത്രീയതയു ടെയും അഭാവംകൊണ്ട് പില്ക്കാലചരിത്രകാരന്മാരുടെ പരിഗണനയ്ക്ക് ആ ലേഖനം പാത്രീഭവിക്കാതെ പോയി. എടയ്ക്കൽ ഗുഹയിലുള്ളതി നെക്കാൾ പഴക്കമുള്ള ലിഖിതങ്ങൾ കേരളത്തിൽനിന്നും ലഭിച്ചിട്ടില്ല. എ. ഡി ഒന്നു മുതൽ അഞ്ചുവരെ നൂറ്റാണ്ടുകളിലായി എഴുതപ്പെട്ട എടയ്ക്കൽ ലിഖിതങ്ങളിൽ മലയാളഭാഷയുടെ തനിമ കാണുന്നുവെന്നതാണ് ഭാഷാ ശാസ്ത്രജ്ഞനെ ആകർഷിക്കുന്ന ഘടകം. കേരളത്തിന്റെ ഗതകാലച രിത്രത്തിലേക്കു തുറന്നിട്ട ചിത്രജാലകമാണ് എടയ്ക്കൽ ഗുഹ. നേര ത്തെയുള്ള പൊഴികളുടെ ഇടയിലും പുറത്തുമാണ് മിക്ക ലിഖിതങ്ങളും വരഞ്ഞിട്ടുള്ളത്. പഴയ പൊഴികൾക്കു മുകളിൽ എഴുതേണ്ടി വന്ന അക്ഷ രങ്ങളെ കൂടുതൽ ആഴത്തിൽ കൊത്തിയതിനു തെളിവായി 'കൊ(വ്) ആതാന' ലിഖിതം ചൂണ്ടിക്കാട്ടാം. ഈ ലിഖിതത്തിലെ ആ, ന എന്നീ അക്ഷരങ്ങൾ മറ്റുള്ളവയെക്കാൾ കൂടുതൽ ആഴത്തിൽ ചൂഴ്ന്നാണ് വെട്ടി

യിട്ടുള്ളത്. പാറ ഉരച്ചുകുഴിച്ചതിന്റെ ആഴവും പരപ്പും വച്ച് നോക്കുമ്പോൾ എടയ്ക്കലെ ചിത്രങ്ങൾ പല കാലങ്ങളിൽ വരയപ്പെട്ടതാണെന്നു വ്യക്തമാകും. പൂക്കൾ, ചക്രം, ആൾരൂപം എന്നിവയിൽ വ്യത്യസ്ത ശൈലികളുടെ മുദ്രകൾ കാണുന്നു. മൊത്തത്തിൽ നോക്കുമ്പോൾ എടയ്ക്കൽ ചിത്രങ്ങളുടെ അന്തർധാര ജീവിതത്തിന്റെ ചലനാത്മകതയാണെന്നു പറയാം. ആൾരൂപങ്ങളിലും മൃഗപക്ഷിരൂപങ്ങളിലും പനമ്പട്ടകളിലും ചലനത്തിന്റെ സൗന്ദര്യമുണ്ട്. സ്പോർട്ട് ലൈറ്റ് മാതിരി പാളി വീഴുന്ന സൂര്യരശ്മികളിൽ ഗുഹാഭിത്തിയിലെ പക്ഷിമൃഗാദികളും ആൾരൂപങ്ങളും ചലിക്കുന്ന പ്രതീതി എത്ര നൂറ്റാണ്ടുകളായി എടയ്ക്കൽ ഗുഹ സൃഷ്ടിച്ചുകൊണ്ടിരിക്കുന്നു!

8

പ്രാചീന മലയാളഗദ്യം

പണ്ടുമുതൽക്കുതന്നെ ബഹുമുഖമായ ഗദ്യശൈലിക്ക് ഉടമയായിരുന്നു മലയാളഭാഷ. ശാസനം, ശാസ്ത്രം, നീതി, ശില്പം, നാട്യം മീമാംസ, വൈദ്യം, പുരാണം, വേദാന്തം തന്ത്രം, ജ്യോതിഷം, ഗണിതം എന്നിവയ്ക്ക് ഉപയോഗിക്കാൻ പാകത്തിൽ ഗദ്യശൈലി ഉണ്ടായിരുന്ന ദക്ഷിണേന്ത്യൻ ഭാഷയാണ് മലയാളം. മിക്ക ഭാഷകൾക്കും പുരാതന ഈടുവെപ്പുകളായി എടുത്തു കാട്ടാനുള്ളത് കാവ്യങ്ങളാണ്. മലയാളത്തിലോ, ഏറ്റവും പഴയതായി ലഭിച്ചിട്ടുള്ള ലിഖിതരൂപം ഗദ്യമാണുതാനും. ഭാഷ പിറക്കുന്നത് സംസാരത്തിലൂടെയാണ്. സംസാരത്തിന്റെ രൂപം ഗദ്യമാണ്. സംസാരത്തെ ചെത്തിമിനുക്കി രേഖപ്പെടുത്തുമ്പോൾ ഗദ്യസാഹിത്യമാകും. ഈ ചെത്തിമിനുക്കലിന് പദ്യത്തെക്കാൾ സമയം ഗദ്യത്തിനുവേണ്ടിവരുന്നതിനാലാകാം സാഹിത്യമണ്ഡലത്തിലെ ആദ്യാങ്കുരങ്ങൾ പ്രായേണ പദ്യത്തിലായത്. മലയാളഭാഷ സംസാരരൂപമാർജ്ജിച്ചത് എന്നാണെന്നു പറയാൻ തെളിവുകളില്ലെങ്കിലും കൊല്ലവർഷാരംഭത്തിനു മുമ്പു തന്നെ ലേഖനയോഗ്യത ആ ഭാഷ നേടിയിരുന്നുവെന്നു വ്യക്തമാണ്. സാമാന്യം ദൈർഘ്യമുള്ള ഏറ്റവും പഴയ ലിഖിതപ്രമാണം എ ഡി 830 നടുപ്പിച്ച് ഉണ്ടായതാണെന്നിരിക്കെ, ലേഖനയോഗ്യമായ ആ ഭാഷയുടെ പിറവിക്ക് എ ഡി 830 ൽ നിന്നു പിന്നിലേക്ക് ഏതാനും നൂറ്റാണ്ടിന്റെയെങ്കിലും കാലം ന്യായമായും കല്പിക്കാവുന്നതാണ്.

മലയാളത്തിലെ പദ്യസാഹിത്യത്തിന്റെ ചരിത്രം *രാമചരിതം* മുതൽക്കു തുടങ്ങുന്നു. എ ഡി 1350 നടുപ്പിച്ചുണ്ടായ ആ പാട്ടു കൃതിക്കു മുമ്പുള്ള പദസാഹിത്യചരിത്രം ഊഹാധിഷ്ഠിതമാണ്. പാട്ടുരീതിക്കു ലക്ഷണപൂർത്തി വന്നതിനുശേഷം രചിച്ച കൃതിയാണ് *രാമചരിതം* എന്നാൽ ഗദ്യത്തെ സംബന്ധിച്ച് ഇതല്ല അവസ്ഥ. കൊല്ലവർഷാരംഭം

വരെ മലയാളഗദ്യത്തിന്റെ ചരിത്രത്തെ കൊണ്ടുപോകാം. എ ഡി 800 മുതൽ 1400 വരെയുള്ള കാലത്തെ മലയാളത്തിന്റെ പ്രാചീനകാലമായിട്ടെടുത്താൽ ആ ഘട്ടത്തിൽ പ്രചരിച്ചിരുന്ന ഗദ്യത്തിന്റെ സ്വരൂപം നിർണ്ണയിക്കാൻ താഴെപ്പറയുന്ന പ്രമാണങ്ങളെ ആശ്രയിക്കാവുന്നതാണ്:

1. കാലം കൃത്യമായി രേഖപ്പെടുത്തിയതോ അനുമാനിക്കാവുന്നതോ ആയ ചെപ്പേടുകളും ശിലാലിഖിതങ്ങളും
2. ആട്ടപ്രകാരങ്ങളും ക്രമദീപികയും
3. ഭാഷാകൗടലീയം.

ചരിത്രപശ്ചാത്തലം

കേരളോല്പത്തികളനുസരിച്ച് പരശുരാമൻ കടലിൽനിന്നു വീണ്ടെടുത്ത കേരളത്തിന്റെ എലുകകൾ കിഴക്ക് സഹ്യപർവ്വതവും പടിഞ്ഞാറ് അറേബ്യൻ കടലും തെക്ക് ഇന്ത്യൻ മഹാസമുദ്രവും വടക്ക് ഗോകർണ്ണവും ആണ്. ഈ ഭൂവിഭാഗത്തിന്റെ പൂർവ്വ ചരിത്രത്തിൽ ഒരുപാടു വിള്ളലുകളുണ്ട്. തമിഴ്സാഹിത്യവും സംസ്കൃതസാഹിത്യവും നല്കുന്ന സൂചനകളും വിദേശികളുടെ വിവരണങ്ങളും വെച്ചുകൊണ്ട് കൊല്ലവർഷാരംഭത്തിനു മുമ്പുള്ള കേരള ചരിത്രം ഊഹിച്ചെടുക്കാനേ കഴിഞ്ഞിട്ടുള്ളൂ. സാമൂഹിക ചരിത്ര രചനയ്ക്കവലംബം സംഘംകൃതികളാണ്. കേരളത്തിന്റെ പൂർവ്വചരിത്രം സംഘംകൃതികളെ ആശ്രയിച്ചു നിർണ്ണയിക്കുന്നത് സാഹസമാണെന്ന് ചില പണ്ഡിതന്മാർ അഭിപ്രായപ്പെട്ടിട്ടുണ്ട്. പൊതു സംസ്കാരത്തിൽപ്പെട്ട ഒരു ജനവിഭാഗം സഹ്യന്നപ്പുറവും ഇപ്പുറവും നിവസിച്ചിരുന്നതിന്റെ തെളിവുകൾ ഭാഷയിലും സംസ്കാരത്തിലുമുണ്ട്. പാലക്കാട് ചുരം, ചിറ്റൂർ, നെല്ലിയാമ്പതി, മൂന്നാർ, കുമളി, ആര്യങ്കാവ്, ആരുവാമൊഴി തുടങ്ങിയ അതിർത്തി പ്രദേശങ്ങളിലൂടെ ജനങ്ങൾ അങ്ങോട്ടും ഇങ്ങോട്ടും സഞ്ചരിച്ച് കൊണ്ടും കൊടുത്തും വളർന്ന ഒരു സംസ്കാരം. കാഞ്ഞങ്ങാട്, മഞ്ചേശ്വരം തുടങ്ങി വടക്കുള്ള പ്രദേശങ്ങൾക്ക് സ്വാഭാവികമായും തെക്കൻ കർണ്ണാടക നിവാസികളോടായിരുന്നു അടുപ്പം. 9-ാം നൂറ്റാണ്ടിനുമുമ്പ് കേരളത്തിലുണ്ടായിരുന്ന ഏതെങ്കിലും ഭരണാധികാരികളെപ്പറ്റിയോ അധികാരസ്ഥാനങ്ങളെപ്പറ്റിയോ വിവരം നൽകുന്ന ആധികാരികരേഖകളൊന്നും തന്നെയില്ല. അന്നത്തെ ഭാഷയുടെ സ്വരൂപവും ഏറക്കുറെ ഊഹനിഷ്ഠമാണ്. 9-ാം നൂറ്റാണ്ടുമുതൽക്കുള്ള ഭാഷാസ്വരൂപം ശിലാരേഖകളിൽനിന്നും ചെപ്പേടുകളിൽനിന്നും മനസ്സിലാക്കാനാകും. ജനങ്ങൾ അറിയുന്നതിനുവേണ്ടി എഴുതിവച്ച രേഖകളാണ് മലയാളത്തിന്റെ പൂർവ്വസ്വത്ത്. 830 ൽ ആരംഭിച്ച് 1400 വരെ നീളുന്ന കാലഘട്ടത്തിൽ ഏതാണ്ട് ഇരുന്നൂറിനുമേൽ രേഖകൾ ലഭിച്ചിട്ടുണ്ട്. കുറെ ഭരണാധികാരികളുടെ പേരുകൾ ഈ രേഖകളിൽനിന്നു ചരിത്രകാരന്മാർ വായിച്ചെടുക്കുകയും ആ കാലഘട്ടത്തിന്റെ ചരിത്രം പുനർനിർമ്മിക്കുകയും ചെയ്തിട്ടുണ്ട്. വ്യവസ്ഥാപൂർവ്വമുള്ള ഒരു ഭരണം കേരളത്തിലെ കുറെ നാടുകളിൽ നിലനിന്നിരുന്നുവെന്ന് ഈ രേഖകൾ തെളിയിക്കുന്നു. ഒരേ

ഭരണാധിപന്റെ ലിഖിതങ്ങൾ - ഉദാഹരണത്തിന് ഭാസ്കരരവി - കേരളത്തിന്റെ വിവിധഭാഗങ്ങളിൽനിന്ന് ലഭിച്ചിട്ടുണ്ട്. വേണാട്, വള്ളുവനാട്, ഏറനാട്, നൻറുഴൈനാട് തുടങ്ങിയ നാടുകൾക്കൊക്കെ നാഥന്മാരുണ്ടായിരുന്നു. എന്നിരിക്കെ എ ഡി 800 നു മുമ്പുള്ള അവസ്ഥ അരാജകത്വത്തിന്റേതായിരിക്കാൻ സാദ്ധ്യതയുണ്ടോ?

വാഴപ്പള്ളി ചേപ്പേടിൽ കാണുംവിധം ഭാഷ ലേഖനയോഗ്യമായതിൽ നിന്ന് അനുമാനിക്കേണ്ടത് ആശയപ്രകാശനക്ഷമമായ വരമൊഴിയെ സൃഷ്ടിക്കാൻ തക്കവണ്ണം വായ്മൊഴി വഴക്കങ്ങൾക്ക് നിലവാരം കിട്ടിയിട്ടുണ്ടെന്നാണ്. വാഴപ്പള്ളിച്ചെപ്പേടിലെ ഭാഷയ്ക്കു പേരെന്ത്? തമിഴെന്നും മിശ്രഭാഷയെന്നും നീചരാജഭാഷയെന്നും ഇനിയും ചിലർ സാക്ഷാൽ തമിഴെന്നും വിളിച്ചിട്ടുണ്ട്. തമിഴെന്നാൽ കേരളത്തിലെ ഭാഷയെന്നാണു വിവക്ഷ. മിശ്രഭാഷയുടെ കാര്യത്തിലാണ് ആശയക്കുഴപ്പം ഏറെ. മിശ്രഭാഷയിൽ തമിഴും സംസ്കൃതവും ഉണ്ട്. ഭാഷയെ തിരിച്ചറിയാനാണു വിഷമം. മലനാട്ടിലെ വ്യവഹാരഭാഷയുടെ സംക്രമംകൊണ്ടു നീചത്വം വന്ന ചെന്തമിഴാണ് ശാസനങ്ങളിൽ കാണുന്നതെന്നാണ് സി എൽ ആന്റണിയുടെ പക്ഷം. വാസ്തവത്തിൽ ഈ ഭാഷാസംക്രമവാദം മഹാകവി ഉള്ളൂരിന്റെ ഒരു പരാമർശത്തിൽനിന്നും വികസിപ്പിച്ചെടുത്തതാണ്. *കേരള സാഹിത്യ ചരിത്രം ഒന്നാം വോള്യം 313-ാം* പുറത്ത് പഴയ ഭാഷാഗദ്യത്തെപ്പറ്റി പറയുമ്പോൾ ഇങ്ങനെ ഒരു ഭാഗമുണ്ട്: "എന്നാൽ വേറെ ചില രേഖകളിൽ തമിഴിൽ മലയാളത്തിന്റെ സംക്രമം സ്പഷ്ടമായി കാൺമാനുണ്ട്. ശ്രീ വല്ലഭൻ കോത എന്ന വേണാട്ടു രാജാവിന്റെ മാമ്പള്ളിത്താമ്രശാസനത്തിൽ 'ഇടം' എന്നതിനു 'എട'മെന്നും 'വൈത്തു' എന്നതിന് 'വൈച്ചു' എന്നും 'കടവൻ' എന്നതിനു 'കടവിയൻ' എന്നും 'പടുവതു' എന്നതിനു 'പടുവിതു' എന്നും 'അവനുക്കു' എന്നതിനും 'വേണാട്ടിൻക്കു' എന്നതിനും 'അവൻകു' എന്നും 'വേണാട്ടിൻകു' എന്നും പ്രയോഗിച്ചിരിക്കുന്നു." മഹാകവിയുടെ നിരീക്ഷണത്തിലെ മലയാളത്തിനു പകരം വ്യവഹാരഭാഷയും തമിഴിനു പകരം ചെന്തമിഴും ആരോപിച്ചാണ് ആന്റണി സംക്രമവാദം പുറപ്പെടുവിച്ചിട്ടുള്ളത്. *ഭാഷാകൗടലീയ*ത്തിലും *ആട്ടപ്രകാരത്തിലും ക്രമദീപികയിലുമൊക്കെ* കാണുന്നത് നീചത്വം വന്ന ചെന്തമിഴാണെന്നാണ് സി എൽ ആന്റണിയുടെ വാദം. ഈ അഭിപ്രായഭേദങ്ങൾ ഉന്നയിക്കുന്ന പ്രശ്നങ്ങൾ ഇവയാണ്. (1) കേരളത്തിൽ സാക്ഷാൽ തമിഴ് പ്രചരിച്ചിരുന്നോ? (2) കേരളത്തിലെ സംസ്കൃത പ്രചാരണത്തിന്റെ സ്വഭാവമെന്ത്? (3) കേരളത്തിന് തനതായൊരു വ്യവഹാരഭാഷയുണ്ടായിരുന്നോ?

തമിഴിന്റെ പങ്ക്

കേരളത്തിൽ സാക്ഷാൽ തമിഴിനു പ്രചാരമുണ്ടായിരുന്നു. പഴയ ചേരസാമ്രാജ്യത്തിന്റെ പരിധിയിൽ കോയമ്പത്തൂർ, തിരുച്ചി ജില്ലകൾ ഉൾപ്പെട്ടിരുന്നു. *പതിറ്റുപ്പത്ത്, പുറനാനൂറ് അകനാനൂറ്, കുറുന്തൊകൈ, നറ്റിണൈ, ഐങ്കുറുനൂറ്, കലിത്തൊകൈ* എന്നീ തമിഴ് കൃതികൾ കേര

ളത്തെ സംബന്ധിച്ചു നല്കുന്ന വിവരങ്ങൾ വിലപ്പെട്ടതാണ്. *തൊൽകാപ്പിയ*ത്തിലെ *883-ാം സൂത്ര*ത്തിൽ തമിഴ്ഭാഷാഭേദങ്ങളെപ്പറ്റി സൂചിപ്പിക്കുന്നു. *തൊൽകാപ്പിയ* വ്യാഖ്യാതാവായ നച്ചിനാർക്കിനിയരും നന്നൂൽവ്യാഖ്യാതാവായ മയിലൈനാതരും, തമിഴ് ഭാഷാഭേദ എലുകകളിൽ കുട്ടനാടും കുടനാടും വരുമെന്നു പ്രസ്താവിച്ചിട്ടുണ്ട്. മയിലൈനാതർ വേണാട്ടിലെ ഭാഷയെയും തമിഴ്ഭാഷാഭേദമായി കാണുന്നുണ്ട്. തള്ളയും ഞെള്ളയും (പട്ടി) കുട്ടനാട്ടിലെയും കുടനാട്ടിലെയും വാക്കുകളാണ്. 'തന്ത' കുട്ടനാട്ടിലുണ്ട്. കിഴാർ (പൂന്തോട്ടം) വേണാട്ടിലെ ഒരു പദമാണ്. ഗ്രന്ഥത്തമിഴിൽ പാണ്ഡിത്യമുള്ളവർ ഉണ്ടായിരുന്നതിനു തെളിവാണ് കേരളീയരായ പൂർവ്വ തമിഴ് കവികൾ. ഇതിൽ നിന്ന് പരസ്പരം മനസ്സിലാകുന്ന ഭാഷയാണ് സഹ്യന്നപ്പുറത്തും ഇപ്പുറത്തും ഉണ്ടായിരുന്നതെന്നു വ്യക്തം. പ്രാദേശികഭേദങ്ങൾ സ്വാഭാവികമെങ്കിലും കേരളത്തിലെ വായ്മൊഴി സാക്ഷാൽ തമിഴർക്കും തമിഴ് വായ്മൊഴി സാക്ഷാൽ കേരളീയർക്കും സുവിദിതമായിരുന്നു. ഭക്തിപ്രസ്ഥാനത്തിനു ശക്തി വന്നതോടുകൂടിയാണ് വ്യവഹാരഭാഷയ്ക്കു ഗ്രന്ഥരചനയിൽ പ്രാധാന്യം ലഭിച്ചത്. ഭക്തിപ്രസ്ഥാനം കേരളത്തിൽ 9-ാം നൂറ്റാണ്ടിൽ ആരംഭിച്ചുവെന്നു പറയാം. അതിന്റെ പ്രത്യക്ഷോദാഹരണമാണ് ജൈനബുദ്ധമതങ്ങളുടെ ക്ഷയവും ശൈവവൈഷ്ണവ വിശ്വാസങ്ങളുടെ ഉയിർത്തെഴുന്നേല്പും. വ്യവഹാരതലത്തിൽ ഒതുങ്ങിനിന്ന കേരളഭാഷയ്ക്കു പ്രാമാണ്യം സിദ്ധിച്ച് ലേഖന യോഗ്യമായിത്തീർന്നത് 9-ാം നൂറ്റാണ്ടോടുകൂടിയാണ്. ഇതിനു സാഹചര്യം സൃഷ്ടിച്ചത് ഭക്തിപ്രസ്ഥാനമാണ്. ക്ഷേത്രങ്ങളും നിത്യനിദാനങ്ങളും വൈദികരീതിയിൽ ക്രമപ്പെടുത്തിയതും ഈ പ്രസ്ഥാനമാണ്. കേരളത്തിൽ എ ഡി 800 മുതൽ 1400 വരെ ഉണ്ടായിട്ടുള്ള ശാസനകളും ചെപ്പേടുകളും ഇതിനു തെളിവാണ്. പ്രാചീനരേഖകൾ മിക്കവയും ക്ഷേത്രകാര്യസംബന്ധികളാണ്. ക്ഷേത്രത്തിലെ ആചാരങ്ങൾ, നിത്യനിദാനങ്ങൾ, ശാന്തിക്കാരും ഊരാളരും ചെയ്യേണ്ട പ്രവൃത്തികൾ, വസ്തുവകകളുടെ ദാനം, സംരക്ഷണം തുടങ്ങിയവയാണ് ശാസനങ്ങളിലെ പ്രതിപാദ്യം. ഭക്തിപ്രസ്ഥാനത്തിന്റെ ഭാഗമായിട്ടുവേണം ഇക്കാണായ രേഖകളെയും ദേവസ്ഥാനങ്ങളെയും കാണേണ്ടത്. ക്ഷേത്ര ബാഹ്യമായ പ്രമേയം വരുന്ന രേഖകൾ വിരലിലെണ്ണാൻ പോലുമില്ല. ഉള്ളതുതന്നെയും സൂക്ഷ്മാർത്ഥത്തിൽ ഭക്തിവിഷയകം തന്നെ. ചുരുക്കത്തിൽ 8-ാം നൂറ്റാണ്ടിനുമുമ്പ് വ്യവഹാരതലത്തിൽ ഒതുങ്ങിനിന്ന കേരള ഭാഷ ഭക്തി പ്രസ്ഥാനത്തിന്റെ ആവിർഭാവത്തോടുകൂടി ലേഖനയോഗ്യത നേടി. ജനങ്ങൾ അറിയാൻ വേണ്ടി എഴുതപ്പെട്ട രേഖകളിലെ ഭാഷ അന്നത്തെ വ്യവഹാരഭാഷയുടെ ലിഖിത രൂപമാണ്. കൂത്തിലും കൂടിയാട്ടത്തിലും പാഠകത്തിലും പ്രാദേശിക ഭാഷയ്ക്കു സ്ഥാനം നല്കിയതും ഭക്തിപ്രസ്ഥാനം തന്നെ. ഈ കലാരൂപങ്ങൾ തിരഞ്ഞെടുത്ത വിഷയം ഭക്തിസംവർദ്ധകങ്ങളായ പുരാണങ്ങളായിരുന്നു. അംബരീക്ഷോപാഖ്യാനം, ദൂതകാവ്യം, നളോപാഖ്യാനം, ബ്രഹ്മാണ്ഡപുരാണം എന്നീ കൃതികളിലും ഭക്തിവിഷയങ്ങളാണുള്ളത്. ഈ കാലഘട്ടത്തിൽ ഒറ്റപ്പെട്ടു നില്ക്കുന്നത് *ഭാഷാകൗടലീയം* മാത്രമാണ്.

ഏകദേശം 7-ാം നൂറ്റാണ്ടുമുതൽക്കാണ് ശിലാരേഖകളും ചെപ്പേടുകളും എഴുതുന്ന രീതി ദക്ഷിണേന്ത്യയിൽ വ്യാപകമായി നടപ്പിലായത്. അതിനുവേണ്ടി ഉപയോഗിച്ചിരുന്ന ലിപി വട്ടെഴുത്തും ഗ്രന്ഥത്തമിഴുമാണ്. കേരളത്തിൽ ഈ ലിപികൾക്കു പ്രചാരമുണ്ടായിരുന്നു. ദേവനാഗരി തനി സംസ്കൃതം എഴുതാൻ മാത്രമേ ഉപയോഗിച്ചിരുന്നുള്ളൂ. ജനങ്ങൾ വായിച്ചുപാലിക്കേണ്ട ശാസനങ്ങളും ചെപ്പേടുകളും അഭിനയസംബന്ധിയായ മാർഗ്ഗനിർദ്ദേശങ്ങൾ ഉൾക്കൊള്ളുന്ന ആട്ടപ്രകാരങ്ങളും ക്രമദീപികയും കൗടലീയത്തിന്റെ ഭാഷാവ്യാഖ്യാനവും എഴുതിയിട്ടുള്ളതു വട്ടെഴുത്തിലാണ്. സംസ്കൃതത്തിലെ ചില സാങ്കേതിക പദങ്ങൾ വരുന്നിടത്തു മാത്രമേ ഗ്രന്ഥലിപി ഉപയോഗിച്ചിട്ടുള്ളൂ. വട്ടെഴുത്തിന്റെ വമ്പിച്ച പ്രചാരം വ്യക്തമാക്കുന്നത് സാക്ഷാൽ തമിഴിന്റെയും കേരള ഭാഷയുടെയും ഏകഗോത്രത്വവും സാദൃശ്യാതിരേകവുമാണ്. ആദ്യകാലരേഖകളിൽ കാണുന്ന പാണ്ഡ്യഭാഷാസാരൂപ്യം ക്രമേണ കുറഞ്ഞുകുറഞ്ഞു ഭാഷ ഇന്നത്തെ രൂപത്തിലെത്താൻ കാലം പിന്നെയും എടുത്തു.

കേരളത്തിൽ കൊല്ലവർഷാരംഭത്തിൽ ഉളവായ നവോത്ഥാനത്തിന്റെ പശ്ചാത്തലംകൂടി നോക്കേണ്ടിയിരിക്കുന്നു. ഏതാണ്ട് ഗോത്രസദൃശമായ സാമൂഹ്യജീവിതം നയിച്ചിരുന്ന കേരളീയ ജീവിതത്തിൽ ബുദ്ധജൈനമതങ്ങൾ സൃഷ്ടിച്ച ചലനങ്ങൾ പ്രധാനമാണ്. പ്രാചീനകേരളത്തിലെ പ്രധാന കാർഷികമേഖലകളിലൊക്കെ ഈ മതങ്ങൾക്കു വേരോട്ടമുണ്ടായിരുന്നു. അവരുടെ പ്രാഭവത്തെ കടപുഴക്കിക്കളഞ്ഞ മറ്റൊരു ശക്തിയുടെ ആവിർഭാവം ഉണ്ടായി. ബ്രാഹ്മണരുടെ കുടിയേറ്റവും ആവാസസ്ഥാനങ്ങളുടെ വിതരണവുമാണത്. ബ്രാഹ്മണരുടെ സാന്നിദ്ധ്യം മലനാട്ടിൽ സംസ്കൃതഭാഷയുടെ വേരോട്ടത്തിന് ആക്കം കൂട്ടി. മറ്റെല്ലാവരുത്തരുടെയും സ്വാധീനങ്ങളെ നിഷ്പ്രഭമാക്കിക്കൊണ്ട് ബ്രാഹ്മണർ കേരളത്തിന്റെ സാമൂഹികരംഗത്ത് അധീശത്വം കയ്യാളി. ബലിഷ്ഠമായ കേരളഭാഷയുടെ ചട്ടക്കൂടിനെ അടിച്ചു തകർക്കാൻ അവർക്കായില്ലെങ്കിലും ഭാഷയുടെ പ്രജനനശക്തിക്കു കോട്ടമുണ്ടാക്കുംവിധം പദസമ്പത്തുകൊണ്ട് വീർപ്പുമുട്ടിച്ചു. നിലനില്പിനുവേണ്ടി അന്യഭാഷാപദങ്ങളെ കണക്കറ്റ് ആശ്രയിക്കേണ്ട അവസ്ഥയിലേക്കു കേരളഭാഷയെ പില്ക്കാലത്തു തള്ളിവിട്ടത് സംസ്കൃതസ്വാധീനമാണ്.

ഭാഷാഗദ്യം നൂറ്റാണ്ടുകളിലൂടെ

പദ്യത്തെക്കാൾ പഴക്കം ഗദ്യത്തിനുള്ള ഭാഷയാണ് മലയാളം. നിത്യവ്യവഹാരഭാഷയുടെ ലിഖിതരൂപമറിയാൻ മാർഗ്ഗമില്ല. ഇന്നത്തെ ഉച്ചാരണത്തിലാണ് പഴയരേഖകളും കൃതികളും നാമിന്നു വായിക്കുന്നത്. ഇത് അക്കാലത്തെ ഉച്ചാരണമാകണമെന്നില്ല. എങ്കിലും നമുക്കാശ്രയിക്കാവുന്ന ഭാഷണവൃത്തിയുടെ മഹോന്നത രൂപമാണ് ഗദ്യം. 14-ാം നൂറ്റാണ്ടുവരെയുള്ള ഭാഷാഗദ്യത്തെ താഴെപ്പറയുംവിധം വിഭജിക്കാം.

1. വിജ്ഞാപനാത്മകഗദ്യം - ഉദാ: *ചെപ്പേടുകൾ ശിലാരേഖകൾ*
2. നിർദ്ദേശാത്മകഗദ്യം - ഉദാ: *ആട്ടപ്രകാരങ്ങൾ, ക്രമദീപിക*
3. വിവരാണാത്മകഗദ്യം - ഉദാ: *ഭാഷാകൗടലീയം*
4. പ്രസംഗഗദ്യം - ഉദാ: പാഠകത്തിനുള്ള കൃതികൾ.

വിഷയസ്വഭാവമനുസരിച്ച് ശൈലിക്കുണ്ടാകുന്ന മാറ്റമാണ് ഈ വിഭജനത്തിനടിസ്ഥാനം. ഭാഷയ്ക്കു മാറ്റം ഇല്ല. ആഖ്യാനതന്ത്രം വിഷയസ്വഭാവമനുസരിച്ചു മാറുന്നു. ചെറുതിൽ വച്ചു ചെറുതും വലുതിൽ വച്ചു വലുതും ആകാൻ വൈഭവമുള്ള വാക്യഘടനയാണ് കേരളഭാഷയ്ക്കുള്ളത്.

വിജ്ഞാപനാത്മകഗദ്യം

ചെപ്പേടുകളിലെയും ശിലാരേഖകളിലെയും ഗദ്യം വിജ്ഞാപനപ്രധാനമാണ്. വസ്തുസ്ഥിതി വിവരണം, ലക്ഷ്യവിവരണം, വിധി എന്ന രൂപത്തിലാണ് ഇവിടെ ഗദ്യം വാർന്നുവീഴുന്നത്. ഗദ്യസ്വരൂപം നിർണ്ണയിക്കുന്നതിനായി പ്രാതിനിധ്യസ്വഭാവമുള്ള ചില രേഖകൾ ഉദ്ധരിക്കുന്നു.

വാഴപ്പള്ളിചെപ്പേട്
കാലം എ ഡി 830 നടുത്ത്

നമശ്ശിവായ. ശ്രീ രാജരാജാധിരാജ പരമേശ്വര ഭട്ടാരക രാജശേഖരദേവർക്കുച്ചെല്ലാനിൻറ[1]യാണ്ടു പന്നിരണ്ടു[2]. അവ്വാണ്ടു തിരുവാറ്റുവായ് പതിനെട്ടു നാട്ടാരും വാഴൈപ്പള്ളി ഊരാരും കൂടി രാജശേഖരദേവർ (തൃ)ക്കൈക്കീഴ്വൈത്തു[3] ചെയ്ത കച്ചം. തിരുവാറ്റുവായ് മുട്ടാപ്പലി വിലക്കുവാർ[4] പെരുമാനടികട്കു[5] നുറുതീനാരന്തണ്ട[6]പ്പടുവതു. മാതൃപരിഗ്രഹമുഞ്ചെയ്താരാവതു... പണിമക്കൾ മുട്ടിപ്പാർ മെയ്‌വേറ്റു വകൈയാലുരിയ്ക്കൊളി (നാനൂ)ഴിനെല്ലൊരൊപൊഴുതു തണ്ടമിന്നെർ പതവാരം ചാന്തിപ്പുറം ഒൻപതു കൂറും പലിപ്പുറമാവതു. ഇത്തണ്ട(ങ്) തൈപ്പൂയത്തിനാളുച്ചിപ്പലി ഇൻമുൻ[7] കുടുപ്പതു. കൂടാതു വിടിലിരട്ടി കടവിയരാവതു. കളലാത[8] മുടൈയാനാർ കുടുക്കപെട്ട[9] പൂമിയാവന. കീരങ്കടമ്പനാൽ കരി (ഒരാണ്ടിരുപതു) ഒരാണ്ടി രുപത്തൈങ്കലമും[10], മണ്ടിലകളത്തോഴേ

1. ചെല്ലാൻറ - ചൊല്ലുന്ന
2. പന്നിരണ്ട് - പന്ത്രണ്ട്
3. വൈത്തു - വച്ചു
4. വിലക്കുവാർ - വിലക്കുന്നവർ
5. പെരിമാനടികട്കു - പെരുമാനടികൾ + കു
6. തണ്ടം = ദണ്ഡം
7. ഉച്ചിപ്പലി ഇൻ മുൻ - ഉച്ചപൂജയ്ക്കു മുൻ
8. കളലാതം - കൈലാസം.
9. കുടുക്കപെട്ട - കൊടുക്കപ്പെട്ട
10. ഇരുപത്തൈങ്കലമും - ഇരുപത്തഞ്ചുകലവും

വേലി പതിൻകലമും കള്ളാട്ടി വായ്വേലി ഐനൂറ്റുനാഴിയും കാഞ്ചിക്കാവി ഐഞ്ഞൂറ്റു നാഴിയും[11] ഊരകത്തു പീലിക്കോട്ടു പുരൈ[12] ഇടമുമതനരുകേ കാവതി കണ്ണഞ്ചങ്കരൻ പുരൈ ഇടത്തിൻമേ[13] നൂറ്റൈമ്പതി[14] തൂണിനെല്ലുമൂൻറു[15] തീനാരമും. ഐയൻ കാട്ടുമറ്റത്തിലിരണ്ടുവേലി[16] ഉങ്[17] താമോ.. എഴുതിയ ആളിന്റെ പദബന്ധബോധത്തിനനുസരിച്ചു സന്ധി ചെയ്തും ചെയ്യാതെയും അനാവശ്യമായി പദഛേദം ചെയ്തും ഭാഷ പ്രയോഗിക്കാറുണ്ട്. എഴുത്തുകാരന്റെ കൈക്കൂറ്റം ഭാഷയുടെ മേൽ ചാരരുത്. ലിപി ദാരിദ്ര്യവും അവ്യവസ്ഥിതിക്കു കാരണമാകാവുന്നതാണ്. ഉദാഹരണത്തിന് അനുസ്വാരം 'മ' കൊണ്ടേ ആവിഷ്കരിക്കാനാകൂ. കൂട്ടക്ഷരമെന്ന സമ്പ്രദായവും വട്ടെഴുത്തു ലിപിയിൽ ഇല്ല. ഈ ന്യൂനതകൾ പ്രാചീനഗദ്യം വായിക്കുമ്പോൾ ഓർക്കേണ്ടതാണ്.

അവിട്ടത്തൂർ ശാസനം
കാലം എ ഡി 903

സ്വസ്തിശ്രീ. കോകോതൈ ഇരവിക്കുച്ചെല്ലാനിൻറയാണ്ട് ഇരുവത്[18]. ഇവ്വാണ്ടു[19] കന്നിയിൽ വിയാഴന്നിർക[20] വിരുച്ചിക[21] ഞായറ്റ്[22] ആവട്ടിപുത്തൂരായിരവരും ഇരുപത്തേഴുവരും ഇരുണ്ടു കുടിപ്പൊതുവാളും അവിരോതത്താൽ കൂടി[23]ത്തിരുക്കൈ[24] കീഴ് ഇരുന്തു[25] ചെയ്ത കച്ച[26] മാവിതു. ചേരമാൻ മാതേവിയരുടെയ[27] കടക്കലം (ആവടിപ്പുത്തുർക്കു) കീഴീട്ടു[28] ചെയ്തു. ഇതിനുക്കു[29] ഇലക്കാപോകമാക[30]ക്കുടുപ്പാന[31] (മൈഞ്ചി) താവിതു. ആവട്ടിപ്പുത്തുർപ്പെരുന്തിരുക്കോയിലിറ് ച(ാ)ന്തി അടിക

11. ഐഞ്ഞൂറ്റുനാഴി - അഞ്ഞൂറു നാഴി.
12. അതനരുകേ - അതിനരുകിൽ
13. പുരൈ ഇടത്തിൻമേ - പുരയിടത്തിൻ മേൽ.
14. നൂറ്റൈമ്പതി - നൂറ്റമ്പത്.
15. മൂൻറ് - മൂന്ന്
16. ഇരണ്ടുവേലി - രണ്ടുവേലി
17. ഉങ് - ഉം - വാക്യശൈലിക്ക് ചെന്തമിഴിനോടോ സംസ്കൃതത്തോടോ ബന്ധമില്ല.
18. ഇരുവത് - ഇരുപത്
19. ഇവ്വാണ്ടു - ഈ ആണ്ട്.
20. നിർക്ക - നില്ക്ക.
21. വിരുച്ചിക - വൃശ്ചിക
22. ഞായറ്റ് - ഞായറിൽ (മാസത്തിൽ)
23. അവിരോതത്താൽ - വിരോധമില്ലാതെ അതായത് ഐകകണ്ഠ്യേന
24. തിരുക്കൈ - തൃക്കൈ.
26. ഇരുന്തു - ഇരുന്ന
26. കച്ചം - വ്യവസ്ഥ.
27. മാതേവിയരുടൈയ - മാതേവിയരുടെ
28. കീഴീട് - അവകാശം.
29. ഇതിനുക്കു - ഇതിന്
30. ഇലക്കാപോകം - രക്ഷാഭോഗം
31. കുടുപ്പാൻ - കൊടുപ്പാൻ

ട്ക്കു[32]നിയതി[33] നാഴിയാല് ഇരുന്നാഴിച്ചെയ്തരിചിക്കു[34] മുട്ടാണ്ടു [35]കൊടുപ്പാൻ അമൈഞ്ച[36] നെൽ ഇടങ്കഴിയാൽ... നാഴി.. ഇന്നൈൽ അച്ചങ്കിരാന്തി[37] തോറുന്തിങ്കൾ.. കൊടുക്ക.. അതു... ഇവ്വൂർക്കൊരു വിതാനം[38] വന്ത പൊഴതുകേട്ട ഊരാളനും പൊതുവാളും ഒരുത്തരൊരുത്തരൈ [39](ക്കു ചൊ)ങ്കു[40] വിളിച്ചു കുടിച്ചൻറു അവ്വൂർക്കു ഉള്ള വിതനന്തീർത്തു കൊടക്കടവിയാർ. ചാന്തി അടികളും അവൂർക്കു അഴിവു[41] വരുകിൽ വന്തപൊഴുതു നിരുമ്മാലി[42]യമ്മുട്ടിച്ചു വൈച്ചു[43] താമൈ[44] ചെൻറു വിതനന്തിരുത്തു കുടുക്കക്കടവിയർ. ഇവ്വൂരിക്കൂരാളനും പൊതുവാളും പുക്കുവിലക്കവും പൊരുൾ കവരവുങ്കുടിവൈക്കവും... വും ആടകൊൾവുങ്കട്ടിലേറ്റവും[45] ഇവ്വൂർ കുടികളൈ ഒരു നൻമൈത്തിൻമൈ[46] ചെയ്യവും പെറാർ. ഇവ്വൂരുടൈയവകൾ തങ്കളൂർക്കുടികൾക്കറൈവിതു (കുടിമൈ) കൊൾവിതു. ന്തണ്ടിപ്പതുന്തണ്ടങ്കൊൾവിതു. ങ്കൊല്വിതുഞ്ചെയ്കിലുകുടികൾക്കുയൊരു പലചൈ[47] പറെയവും ചെയ്യവും പെറാർ ഊരാളനും പൊതുവാളും ഇപ്പരിചൻറിയെ[48] ചെയ്യുമൂരാളനും പൊതുവാളുമുളകതിറകടങ്കാട്ടുകച്ചമും പിഴൈച്ചു[49] ഊർക്കുമിടൈയീടു[50] കെട്ടുതാനമും[51] പരടൈയും[52] പെറാർ. ഇവ്വോലൈയിറ[53] പട്ടവണ്ണം[54] കല്ലിൽമേല് എഴുതുവിച്ചു[55] നാട്ടു

---

32. അടികട്ക്കു - അടികൾക്കു
33. നിയതി - നിത്യം
34. അരിചി - അരി
35. മുട്ടാണ്ടു - മുട്ടാതെ
36. അമൈഞ്ച - അമൈഞ്ഞ
37. ചങ്കിരാന്തി - സംക്രാന്തി
38. വിതനം - വ്യസനം.
39. ഒരുത്തരൊരുത്തരൈക്കു - ഓരോരുത്തർക്കു
40. ചൊങ്കു - ശംഖു.
41. അഴിവ് - നാശം.
42. നിരുമ്മാലിയം - നിർമ്മാല്യം.
43. വൈച്ചു - വച്ചു.
44. താമൈ - തന്നത്താനെ
45. പുക്കുവിലക്കവും പൊരുൾ കവരവും കുടിവെക്കവും ആടകൊൾവും കട്ടിലേറ്റവും - വിലക്കുക, ധനം കവരുക, കുടിയിരുത്തുക, വസ്ത്രം സ്വീകരിക്കുക, വിവാഹം ചെയ്ക.
46. നൻമൈതിൻമൈ - നന്മയും തിന്മയും.
47. പലചൈ - കുറ്റം
48. ഇപ്പരിചൻറിയെ - ഇങ്ങനെയല്ലാതെ,
49. പിഴൈച്ചു - പിഴച്ചു.
50. ഇടൈയീട് - അവകാശം
51. താനമും - സ്ഥാനവും
52. പരടൈ - സെക്രട്ടറി സ്ഥാനവും
53. ഇവ്വോലൈയിറ് - ഈ ഓലയിൽ
54. പട്ടവണ്ണം - പെട്ടവണ്ണം
55. എഴുതുവിച്ചു - എഴുതിച്ചു.

വി(പ്പാ)ൻ ഊരാകെയിതു ഇളമണചിരിതരൻ[56] അട്ടമൂർത്തിയെയും[57] കോട്ട കാരപ്പാടു കണ്ടങ്കുമരനെയും പഴവൂർ ഇരവിചങ്കരനെയും[58] ഇവർ ഇല ക്കാപോകമായിക്കൊടുപ്പാനമൈഞ്ചതു. ചാന്തി അടികട്ക്കുതൈവിനാറ് കൊള്ളാതൊഴികില് ഏറിയതു പിറൈയൊണ്ടുകൊടുക്കക്കടവിയരല്ല. ഊരു ടൈയവകൾ ഇപ്പരിച[59]രിവാർ, മൈലായൻ പള്ളിക്കടമ്പനാരായണൻ, ങ്കാരി മൂക്കില് കോതൈ വെമ്പഴമ നെൻമലിമങ്കലത്തു കണ്ടന്തായനും കായമറ്റത്തു കണ്ടനാരായണങ്കണ്ണ (കു) വൈകുണ്ണിനാരായണ നുങ്കാ നൂർച്ചങ്കരനാരായണനനും മറിവാർ.

മാമ്പള്ളിച്ചെപ്പേട്
കാലം നവംബർ 10 എ ഡി 973 തിങ്കളാഴ്ച

സ്വസ്തിശ്രീ കൊല്ലന്തൊൻറി[60] നൂറ്റിനാർപത്തൊൻപതാ [61]മാണ്ടു തുലാത്തുൾ[62] വിയാഴൻ[63] നിൻറ[64]മിരിച്ചിക[65]ഞായിറ്റു ഞായിറാണ്ട അച്ചു വതി[66]. ഇന്നാളാൽ[67] കൊല്ലത്തു പനൈങ്കാവിൻ കൊയിലു[68]ൾ യരിയ കെട്ടിലുൾ തിരുച്ചെങ്കുൻറൂർ[69]പ്പരുടൈ[70]പ്പെരുമക്കൾ കൂട്ടങ്കൂടി ഇരുന്തരു ളിയെടുത്തു വൈച്ചു തിരുക്കലൈയ പുരത്താതിച്ചനുമൈയമ്മെ അയി രൂരിർ പിരതിട്ടൈ[71] ചെയ്ത പട്ടാരകരൈയും പട്ടാരകർക്കൊള്ള പൂമിയും[72] ആതിച്ചനുമൈയമ്മൈക്കു നീരൊട്ടിക്കൊടുത്താൻ[73] വേണാടുടൈയ[74] ശ്രീവല്ലപങ്കൊതൈ. ആതിച്ചനുമൈയ മൈതാനട്ടിർപെറു[75] കൊണ്ടതു തിരുച്ചെങ്കുൻറൂർപ്പട്ടാരകർക്കു കീഴിടായ്ച്ചിറ്റൂർ നാടൈ[76]യൊടുകൂട[77]നാ

---

56. ചിരിതരൻ - ശ്രീധരൻ.
57. അട്ടമൂർത്തി - അഷ്ടമൂർത്തി
58. ഇരവിചങ്കരൻ - രവിശങ്കരൻ
59. ഇപ്പരിച് - ഇപ്രകാരം - വട്ടെഴുത്തിൽ അതിഖര മൃദുഘോഷോഷ്മാക്കൾക്കു ലിപി യില്ല. അതുകൊണ്ട് തത്ഭവരൂപങ്ങൾ സ്വീകരിച്ചിരിക്കുന്നു.
60. കൊല്ലാന്തൊൻറി - കൊല്ലം തുടങ്ങി.
61. നൂറ്റുനാർപത്തൊൻപത് - 149,
62. തുലാത്തുൾ - തുലാത്തിൽ
63. വിയാഴൻ - വ്യാഴം
64. നിൻറ - നിന്ന,
65. മിരിച്ചിക - വൃശ്ചിക,
66. അച്ചുവതി - അശ്വതി.
67. ഇന്നാളാൽ - ഇന്നാളിൽ
68. കൊയിലുൾ - കൊയിലിൽ
69. തിരുച്ചെങ്കുൻറൂർ - തിരുച്ചെങ്ങന്നൂർ.
70. പരുടൈ - പരിടൈ (സഭ)
71. പിരതിട്ടൈ - പ്രതിഷ്ഠ.
72. പൂമി - ഭൂമി
73. നീരൊട്ടിക്കൊടുത്തു - ഉദകപൂർവ്വം ദാനം ചെയ്തു.
74. വേണാടുടൈയ - വേണാടിന്റെ
75. അട്ടിൽപെറു - അട്ടിൽപ്പേറ്
76. നടൈ - നട
77. കൂട - കൂടെ

നാഴിച്ചെയ്തരി തിരുവമുതിനുക്കും[78] ഒൻപതിനാഴിപ്പറൈയാൽ ഇരുനൂറു പറൈ ചെയ്തു നെൽ ആണ്ടുവരൈ കൊടുപ്പിതാകപ്പൊതുവാൾ കൈയ്യിൽ നീരൊട്ടിക്കൊടുത്താൻ. അയുരൂർ മുക്കാൽ വട്ടമും പടാരർക്കൊള്ള ഇടൈയീടും രക്ഷിച്ചു കൊടുത്തു രക്ഷാപോകങ്കൊള്ളക്കടവിയർ പൊതുവാൾമാർ. ഇപ്പരിചുചെയ്ത കിഴിട്ടിൽ ഊരാളരാക ഇടൈയിടരാക പുക്കു വിലക്കവും പൊരുൾകവരവും പെറാർ[79]. ഇതനൈ[80] പിനൊൻറു ചെയ്യുമവൻ വെവ്വെറ്റു[81] വകൈച്ചിറ്റൂർ നടൈത്തണ്ടം ഇരുനൂറ്റുക്കഴൈഞ്ചു പൊന്തണ്ടപ്പടക്കടവിയൻ അവൻകു[82] പാടുതാങ്കുമവനും[83] ഇപ്പരിചെതണ്ടപ്പടുവിതു. ഇപ്പരിചുമെർ ചൊല്ലപ്പട്ട[84] അയിരൂർ മുക്കാൽ വട്ടമും പട്ടാരകർക്കൊള്ള ഇടൈയീടുഞ് ശ്രീ വല്ലപങ്കൊതൈയുടൈ ആതിച്ചനുമൈയമ്മൈ അട്ടിപ്പെറുകൊണ്ടതു വല്ലപങ്കൊതൈയുടനിരുക്കത്തിരുച്ചെങ്കുൻറൂർപ്പട്ടാരകർക്കു കീഴീടാക അട്ടിയെത്തറിയുഞ്ചാതുക്കൾ[85]. മുരുങ്ങൈയൂർത്തെവം പവിത്തിരൻ[86] നാനുമറിവൻ. ഇടൈയാമണത്തു ചങ്ങരങ്കണ്ടൻ നാനുമറിവൻ[87]. മണൽമുക്കിൽ കണ്ടന്താമോതരൻ നാനുമറിവൻ. വേണാട്ടിൻകുഅതികാരഞ്ചെയ്കിൻറ പുനലൂർ ഇരവി പരന്തവൻ നാനുമറിവൻ. കുടകൊട്ടൂർപ്പരന്തവങ്കണ്ടൻ നാനുമറിവൻ. ഇവൈ തിരുച്ചെങ്കുൻറൂർപ്പൊതുവാൾ ചാത്തഞ്ചടൈയനെഴുത്തു.

ജൂതച്ചെപ്പേട്
കാലം എ ഡി 1000

സ്വസ്തിശ്രീ. കോ കോന്മൈകൊണ്ടാൻ കോ ശ്രീ പാർക്കര നിരവി[88] വർമ്മതിരുവടി പലനൂറായിരത്താണ്ടും ചെങ്കോല് നടത്തിയാളാനിൻറയാണ്ട് ഇരണ്ടാമാണ്ടൈക്കെതിര് മുപ്പത്താറാമാണ്ട് മുയിരിക്കോട്ടു[89] ഇരുന്തരുളിയ നാള് പിരസാതിച്ചരുളിയ പിരസാതമാവതു[90]. ഈസുപ്പു ഇറപ്പാനുക്കു[91] അഞ്ചുവണ്ണമും വെടിയാലും വായനത്താലും പാകുടമും അഞ്ചു വണ്ണപ്പെറും പകൽവിളക്കും പാവാടൈയും അന്തോളമും

78. തിരുവമുതിനുക്കു - തിരുഅമൃതിനു
79. പെറാർ - ചെയ്യരുത്.
80. ഇതനൈ - ഇതിനെ
81. വെവ്വെറ്റു - വെവ്വേറെ,
82. അവൻകു - അവനു,
83. പാടുതാങ്കുമവൻ - ഭാഗം ചേരുന്നവൻ
84. മെർചൊല്ലപ്പട്ട - മേൽപറയപ്പെട്ട
85. ചാതുക്കൾ - സാധുക്കൾ
86. തെവം പവിത്തിരൻ - ദേവൻ പവിത്രൻ
87. നാനും - താനും. ഇടയ്ക്ക് ഒന്നുരണ്ടിടത്ത് ഗ്രന്ഥാക്ഷരം ഉപയോഗിച്ചിട്ടുണ്ട്. ഉദാ: രക്ഷിച്ചു, രക്ഷാപോകം.
88. പാർക്കരനിരവി - ഭാസ്കരരവി,
89. മുയിരിക്കോട്ട് - മുസിരി (കൊടുങ്ങല്ലൂർ)
90. പിരസാതം - പ്രസാദം
91. ഈസുപ്പു - ഇറപ്പാൻ - ജോസഫ് റബ്ബാൻ

കുടൈയും വടുകപ്പറൈയും കാകാളമും ഇടുപടിയും തോരണമും തോരണവിതാനമും ചരവുമ്മിക്കും എഴുപത്തിരണ്ടുവിടുപേറും[92] കൂടക്കൊടുത്തോം. ഉല്കുന്തു[93]ലാക്കൂലിയും[94] വിട്ടോമ്മറ്റും നകരത്തില് കുടികൾ കോയിൽക്കു ഇറുക്കുമതു[95] ഇവന് ഇറാമൈയും പെറുമതുപെറവും ആകയ് ചെപ്പേട്ടോടും ചെയ്തു കൊടുത്തോം. അഞ്ചുവണ്ണം ഉടൈയ ഈസുപ്പു ഇറപ്പാനുക്കും ഇവൻ സന്തതി ആൺമക്കളും പെൺമക്കളും ഇവന് മരുമക്കളുക്കും പെൺമക്കളൈക്കൊണ്ട മരുമക്കളുക്കും സന്തതി പ്പിരികിരിതി[96] ഉലകും ചന്തിരനും ഉള്ളളവും[97] അഞ്ചുവണ്ണമും സന്തതി പ്പിരികിരിതി. ശ്രീ. ഇപ്പരി അറിവേൻ വേണാടുടൈയ കോവർത്തന മാർത്താണ്ടൻ. ഇപ്പരി അറിവേൻ വേൺപലി നാടുടൈയ കോതൈ ചിരി കണ്ടൻ. ഇപ്പരി അറിവേൻ ഏറാള നാടുടൈയ മാനവേപലമാനവിയൻ. ഇപ്പരി അറിവേൻ വള്ളുവനാടുടൈയ ഇരായരഞ്ചാത്തൻ. ഇപ്പരി അറിവേൻ നെടും പുറൈയൂര് നാടുടൈയ കോതൈയിരവി. ഇപ്പരി അറിവേൻ കീഴ്പ്പടൈ നായകം പെയ്യിൻറ മൂർക്കഞ്ചാത്തൻ. വൻറലൈചേരികണ്ടൻ കുൻറപ്പോഴനായ കീഴ്വായ്ക്കേൾപ്പാനെഴുത്തു.

തൃക്കൊടിത്താനം ശാസനം
കാലം എ ഡി 1050 നടുത്ത്

സ്വസ്തിശ്രീ. കൊ. ഇരവി ഇരാമനുക്കു ചെല്ലാനിൻറയാണ്ടിരണ്ടും. ഇതിന്നെതിരാമാണ്ടു മീനത്തിൽ വിയാഴന്നിൻറ കർക്കടകഞായിറ്റു തിരുക്കടിത്താനത്തൂരാരും പരടൈയാരും[98] ചപൈയാരും[99] നൻറുഴൈനാടുവാഴിൻറ മണൽമൻറത്തിയക്കൻ ചിരികണ്ടനും ഇവകൾമുക്കാൽ വട്ടത്തു അവിരൊതത്താൽക്കൂടിച്ചെയ്ത കാരിയാമാവിതു. പടാരുടൈയ പണ്ടാരം കെട്ട തെൻചെരി ചെന്നൻതായനുടൈയ ഇടൈയീടും അവൻ കുടിയിരുന്തു പുരൈയിടമും ഞാറൽവെലികരിയും വട്ടക്കരിയും പയറ്റാട്ടിയാകിൻറ നിലത്തിൽ ഇവന്നുള്ള കൂറും തെൻവായ്പ്പലിക്കണത്തിൽ അവന്നുള്ള പടകാരമും ഇച്ചൊന്ന നിലവും പുരൈയിടമും തെൻചെരി ചെന്നൻ തായനുടയ ഇടയിടിത്തനയും മറ്റും പിന്നുള്ളതെല്ലാം ഉള്ളൊടുങ്ക[100] ഊരും പരടൈയും സഭയും ഇവകൾ തിരുവുള്ളം അവിരൊതമാക്കി ഉള്ളിരുൻറ് നൻറുഴൈ നാടുവാഴിൻറ മണൽമൻറത്തിയക്കൻ ശ്രീകണ്ടൻ പഞ്ചമാ

92. വിടുപേറ് - അവകാശം
93. ഉല്കു - ചുങ്കം
94. തുലാക്കൂലി - പടിത്തരം
95. ഇറുക്കുമത് - ഇരിക്കുന്നത്.
96. പിരകിരിതി - പ്രകൃതി
97. ഉള്ളളവ് - ഉള്ളിടത്തോളം
98. പരടൈയാർ - പരടയാർ
99. ചപൈയാർ - ചപയാർ (സഭക്കാർ)
100. ഉള്ളൊടുങ്ക - ഉൾപ്പെടെ

ശബ്ദം അമൈച്ചാൻ[101] അമൈച്ച പരിചാവിതു. നീരാട്ടു പള്ളിക്കു ഐവർ കൊട്ടവതു. തിരുപ്പലിക്കു[102] കൊട്ടിവിതു. കൊട്ടാതുപുള്ളിപ്പടിൽപ്പട്ടവർ[103] മുന്നാഴിനാഴിയാൽ ഇരുന്നാഴി ച്ചെയ്തു നെൽതണ്ടമിടുവിതു. മൂൻറുനേശകാലമും മുട്ടുകിൽ ഇവ്വൊ പാതിയാൽ[104] ഏറിന നെൽകൊടുത്തു കൊട്ടുവിതു. ഒരു നാൾ തെകിയ[105] മുട്ടുകിൽ ഇടങ്കഴിയാൽ നാഴി എണ്ണെ തിരുമെനി മെലാട്ടുവിതു. ആട്ടിന എണ്ണെയിൽ പാതിയും പുള്ളിപ്പട്ട[106] നെല്ലും കീഴ്ചാന്തി ചെയ്യുമവൻ കൊൾവിതു. മറ്റെഴിഞ്ഞ എണ്ണെ തിരുക്കൊയിലുടെയാർ കൊൾവിതു. ഇപ്പണി ചെയ്വാൻ അമൈഞ്ഞ പണിമക്കൾ അടുത്തു മൂൻറുനാൾ മുട്ടുകിൽ കീഴ്ചാന്തി ഉടൈയവൻ കീഴ് അമൈഞ്ഞ പരിചുകൊൾവിതു. പലനാൾ അടുത്തു മുട്ടുകിൽ മുട്ടിന അളവുകണ്ടു ഊരാളർ തിരുമെനി മെലാട്ടിപ്പിതു. ഇവണ്ണം[107] അമൈച്ച പഞ്ചമാശബ്ദം വിലക്കി മുട്ടിക്കുമവനും ഇതിനുക്ക മൈഞ്ചപൂമിയും പുരൈയിടമും പത്തായമും വിടുവ്വിതാക, പാടുതാങ്കുവിതാക ചെയ്തവനും ഇരുകൂറു പറൈയുമവനും[108] ഊരാണ്മൈക്കിടെയിടുങ്കെട്ട് പെരുമാനടികട്ക്കു നൂറു കഴഞ്ചു പൊന്നന്നൻറുഴൈനാടു വാഴുമവർക്കു അയ്മ്പതിൻ കഴൈഞ്ഞും വാഴ്ക്കൈവാഴുമവനുക്കു ഇരുപത്തൈങ്കഴഞ്ചു പൊൻറണ്ടപ്പടുവിതു. ഇപ്പരിചിൻ നാടുവാഴ്ന്ന നായരും മൂനൂറ്റുവരും പണിയുടൈയവകളും ഉള്ളിരുന്തു[109] ഇക്കച്ചം എഴുതിച്ചിതു. പണിമക്കളും ഇതിനുക്കു വന്തുപ്പുവിലക്കിനും വരുവിതു. ഓയായിൽ ഊരാളെരെതിർത്തു കൊടുപ്പിതു. ഇവകളിൽ ആകാതവണ്ണമിരിക്കിൽ[110] നാടുവാഴുമവരെയും മുനൂറ്റുവരും പണിയുടൈയവകളെയും ഉതുവതിച്ച് അവകളാൽ വിട്ടിച്ചു കൊൾവിതു. ഇതിനുക്കമൈഞ്ഞ നിലം ഒറ്റി വെക്കവുങ്കൊള്ളവും പെറാർ. സ്വസ്തിശ്രീ.

തിരുവല്ലാ ചെപ്പേട്
എ ഡി 1200 നടുത്ത കാലം

(ഒന്നാം ചെമ്പോല - രണ്ടാംവശം)

പാട്ടനെൽ എഴുപത്തെമ്പറൈ കൊടിയനാർ പുറായ്ക്കു തൊണ്ണൂറു പറൈ. ഇടൈക്കരി പുറന്തുടൈ നാർപതു പറൈ. കുമാൻവെലിക്കു പാട്ട

101. അമൈച്ചാൻ - അവൻ ഏർപ്പെടുത്തി
102. തിരുപ്പലി - ശ്രീ ബലി
103. പുള്ളിപ്പടിൽപ്പട്ടവർ - പുള്ളിക്കണക്കിൽ പെട്ടവർ - അതായത് ഒഴിഞ്ഞുനില്ക്കുന്നതായി കാണപ്പെടുന്നവർ
104. ഇവ്വൊ പാതിയാൽ - ഇതിൽ പാതിയാൽ
105. ഒരു നാൾ തെകിയ മുട്ടുകിൽ - ഒരുനാൾ മുഴുക്കെ മുട്ടിയാൽ.
106. പുള്ളിപ്പട്ട - ലിസ്റ്റിൽപ്പെട്ട
107. ഇവണ്ണം - ഇപ്രകാരം.
108. ഇരുകൂറു പറൈയുമവനും - രണ്ടുപക്ഷവും പറയുന്നവനും
109. ഉള്ളിരുന്തു - ഒന്നിച്ചിരുന്ന്
110. ഇവകളിൽ ആകാതവണ്ണമിരിക്കിൽ - ഇവരെക്കൊണ്ടു പറ്റിയില്ലെങ്കിൽ.

നെൽ മുപ്പതു പറൈ. എലിപ്പുനത്തിനു പാട്ടനെൽ എഴുപത്തെമ്പറൈ, തലൈയൊടിയിൽ ചങ്കരമങ്ങലത്തിനു കൊള്ളുന്നെൽ നൂറ്റിരുപത്തെമ്പറൈ. കാവിനാൽക്കരി ഇതിനുപായത്തുക്കു കൂട്ടു മുതൽക്കൊഴിഞ്ഞു ഇവിറ്റിനു[111] പാട്ടത്തിൽ പുറമാരായമൊണ്ടു ഇതിനാൽ പന്തിരടിക്കു ചൊല്ലുഞ്ചെലവു തിരുവമിർതു പന്തിരുനാഴി അരി ഒരു നന്താവിളക്കു നെയ്യമിർതു നാരായത്താലുഴക്കു തിരുച്ചന്തനമുക്കഴൈഞ്ഞു [112] തിരുപ്പുകൈക്കു ചന്തനം ഒരു കാണം. മാലൈ കിഴക്കിൻ തിരുവടിക്കൊൻറു പടിഞ്ഞായിറ്റു[113] തിരുവടിക്കാരൈ. ചാത്തിരർക്കു ഒരു കൊല് നീളം ഒൻപതു കെണവിടൈ കുറൈയാത ഒരു വെളുത്ത മാലൈ. തിരുവമിർതു കിഴക്കിൻ തിരുവടിക്കു ഇരുനാഴി ഉരിയരി. പടിഞ്ഞായിറ്റു തിരുവടിക്കു ഇരുനാഴി ഉരി. അങ്കതെവതൈക്കു ഉരി. വിഷ്വക് സേനനു ഉഴക്കു വൈശ്വദേവത്തിനു ഉഴക്കു കൊൾക. കിഴക്കിൻ തിരുവടിക്കു തിരുവമിർതു ചെയ്വതു നീരിലിടുവിതു. മിക്കതു തിരുക്കൊയിലുടൈയാൽ കൊൾവതു. മറ്റൈപ്പാതിയുമൂവർ ചാത്തിരരമിർതു ചെയ്വിതു. കിഴക്കു തിരുപ്പൈക കാട്ടിയവാറെ[114] ചാത്തിരർക്കു പൂവുഞ്ചന്തനമും പുകൈയും വിളക്കും കൊടിപ്പിതു. ഒൻറരൈത്തെങ്ങായും ഒൻപതിൻ കഴൈഞ്ഞു പുളിയും ഉഴക്കുഴക്കുപ്പും ചാത്തിരർക്കു ഇത്തിരുവാരാതനൈ അഞ്ചുനാഴിക കൈക്കുതുടി മൂൻറു നാഴിയൈയിൻ മുന്നൈ ഒടുക്കുവിതു. നിരാട്ടുപള്ളി പന്തിരുകുടന്നീർകൊണ്ടു നീരാട്ടുപള്ളി ആവിതു.

വിജ്ഞാപനഗദ്യത്തിന് അംഗീകൃതമായ ഒരു ചട്ടക്കൂട് ഉണ്ട്. മെയ്ക്കീർത്തി, വസ്തുസ്ഥിതി സൂചന, നിർദ്ദേശം ലംഘിക്കുന്നവർക്കുള്ള ശിക്ഷ, സാക്ഷികൾ എന്നിങ്ങനെയാണ് ദക്ഷിണേന്ത്യൻ ലിഖിതങ്ങളുടെ പ്രമേയസ്വരൂപം. ഈ മൂശയിലേക്കു പ്രമേയത്തെ പാകപ്പെടുത്തി ഒഴിക്കുന്നു. അതിനാലാണ് ശാസനങ്ങളിലെ ശൈലിക്ക് ഏകതാനത ഉള്ളത്. 9-ാം നൂറ്റാണ്ടിലെയും 12-ാം നൂറ്റാണ്ടിലെയും ശാസന ഭാഷയ്ക്കു വ്യാകരണതലത്തിൽ ചെറിയ മാറ്റങ്ങൾ ഉണ്ടെങ്കിലും ശൈലീപരമായി വ്യത്യാസം കാണില്ല. വിജ്ഞാപനത്തിന്റെ ശൈലി സങ്കേതബദ്ധമാണ്. സംസ്കൃതത്തിലെ ധർമ്മശാസ്ത്രങ്ങൾ പ്രകാരം വിധിനിഷേധങ്ങൾ വരുന്നിടത്താണ് കേരളഭാഷയുടേതല്ലാത്ത വാക്യഘടന അപൂർവ്വമായി ചില ശാസനങ്ങളിൽ കണ്ടിട്ടുള്ളത്. കൊയിലതികാരികൾ വിയരാകതേവർ (തരിസാപ്പള്ളി ചെപ്പേട്) മൂവർ ചാത്തിരർ (തിരുവല്ലാ ചെപ്പേട്) കർക്കടകത്തിൽ വിയാഴത്തിൽ (പെരുന്ന ശാസനം) വിരോതത്തിനു പ്രായച്ഛിത്തത്തിനു (രാമേശ്വരം രേഖ) തുടങ്ങിയ ഉദാഹരണങ്ങളിൽ സംസ്കൃതരീതിക്കുള്ള വിശേഷണവിശേഷ്യപ്പൊരുത്തം ദീക്ഷിച്ചിരിക്കുന്നു. സംസ്കൃതത്തിലോ തമിഴിലോ പ്രസക്തമല്ലാത്ത വാക്യശൈലിയാണ് കേരളഭാ

111. ഇവിറ്റിനു - ഇവയ്ക്കു
112. മൂക്കഴൈഞ്ഞു - മൂന്നു കഴഞ്ചു
113. പടിഞ്ഞായിറ്റു - പടിഞ്ഞാറ്
114. കട്ടിയവാറെ - കാട്ടിയതിനുശേഷം

ഷയുടെ പ്രസക്തിയും സാന്നിദ്ധ്യവും ഉറപ്പാക്കുന്നത്. ശ്രീ രാജാധിരാജ പരമേശ്വര ഭട്ടാരക രാജശേഖര ദേവർക്കുചെല്ലാനിൻറയാണ്ടു പന്നിരണ്ടു (വാഴപ്പള്ളി ചെപ്പേട്) പുഞ്ചൈപ്പടകാരത്തു ചെന്തഞ്ചങ്കരൻ ആവണിയോണമാടുവാൻ കൊടുത്ത പൂമി (മൂവിടത്തു മേച്ചേരി ഇല്ലം ചെപ്പേട് - സ്ഥാണു രവി) എശോതാതപിരായി ചെയ്‌വിത്ത തരുസാപ്പള്ളിക്കു ഐയ നടികടിരുവടി കുടുത്ത വിടുപേറാവിതു (തരിസാപ്പള്ളി) തിരുനെല്ലി മുക്കാൽ വട്ടത്തു നിൻറു ചെയ്ത കാരിയമാവതു (തിരുനെല്ലി ശാസനം) കല്ലെഴുതി നാട്ടിക്കൊടുത്താർ തിരുവുള്ളം പണ്ണിയരുളിയ മാർക്കമൈ (പെരുന്ന ശാസനം) തളൈക്കാണമും മേനിക്കാണമും മനൈ മേയ്പ്പാൻ കൊള്ളുമിറയുഞ്ചാൻറാമ്മാട്ടുമേനിപ്പൊന്നും പൊലിപ്പൊന്നുമിരവുചോറും കുടനാഴിയും ഇവ്വനത്തുങ്കൊള്ളപ്പെറാർ (തരിസാപ്പള്ളി ചെപ്പേട്) ഇരാമർ തിരുവടി കോയിലതികാരികളായിന ശ്രീകുല ശേഖരചക്കിരവർത്തികൾ (രാമേശ്വരം ശിലാരേഖ) ഇരുനാഴിച്ച (കൊല്ലൂർ മഠം ചെപ്പേട്) വരത്തിലും പോക്കിലും (തരിസാപ്പള്ളി) ആടകെൾവവും കട്ടിലേറവും (അവിട്ടത്തൂർ ശാസനം) ഒറ്റി വൈക്കവും ഒറ്റികൊള്ളവും (അവിട്ടത്തൂർ) പുക്കുവിലക്കുവിതും പൊരുൾ കവരവും (തൃപ്പൂണിത്തുറ - കോതരവിയുടെ ശാസനം) ഉലകും ചന്തിരാതിത്തിയരും ഉള്ളനാളെല്ലാം (തരിസാപ്പള്ളി) മുള്ളുമുയറും മൂക്കൻപാമ്പും, കല്ലും കരിടും കാഞ്ഞിരക്കുറ്റിയും, ആടതേടവും കുടിയിരിക്കവും (ഐരാണിക്കുളം - കോതരവിയുടെ ശാസനം) തുടങ്ങിയ വാക്യഖണ്ഡങ്ങളിലെവിടെയും ചെന്തമിഴ് സംസ്കൃത ഭാഷകളുടെ ശൈലീവിശേഷങ്ങൾ കാണ്മാനില്ല.

നിർദ്ദേശാത്മകഗദ്യം

കൂത്തും കൂടിയാട്ടവും ഉണ്ടായകാലത്തെപ്പറ്റി കൃത്യമായി പറയാൻ രേഖകളില്ല. കൂത്തിനെപ്പറ്റി ചില രേഖകളിൽ പരാമർശമുണ്ട്. 'പത്തു കൂത്തുമാടിച്ചു' എന്നാണ് ഭാസ്കരരവിയുടെ തൃക്കൊടിത്താനം ശാസനത്തിൽ കാണുന്നത്. കൂത്തുപറഞ്ഞു എന്നല്ല ആടിച്ചു എന്നാണ് പരാമർശം. കൂത്തുപറച്ചിൽ പില്കാലത്ത് ഉണ്ടായതാകാം. കൂത്തിലെ ഭാഷ വ്യക്തിഭാഷ (ideolet) ആണ്. മനോധർമ്മത്തിനനുസരച്ചു നീട്ടലും കുറുക്കലും പ്രാദേശികത്വവും നിഴലിക്കുന്ന ചാക്യാർഭാഷ സാഹിത്യപദവിക്കർഹമല്ല. പറച്ചിലിനപ്പുറം ആ ഭാഷയ്ക്കു നിലനിൽപ്പില്ല. ഒരു ഉദാഹരണം നോക്കുക.

> സർവ്വകാലവും ഭഗവന്നാമങ്ങളേ ഉച്ചരിച്ച്, ഉച്ചരിച്ച് ഇരുന്നാൽ ജന്മജന്മാന്തരാർജ്ജിതങ്ങളായിരിക്കുന്ന ദുരിതരാശികൾ യഥാവേല സംഹൃതങ്ങളായിച്ചമയും എന്നു നിശ്ചയമത്രയല്ലോ ആകുന്നത്. എന്നതു കൂടാതേ കണ്ട് മറ്റസാരങ്ങളായി അനിതൃങ്ങളായി അല്പ സുഖപ്രദങ്ങളായിരുന്ന ഓരോ അർത്ഥപുത്രകളത്രമിത്രാദികളിൽ ഭ്രമിച്ച് വൃഥാ തന്നേ കാലക്ഷേപം ചെയ്തു ദുരിതമാർജ്ജിച്ചു

> പോകയല്ലോ ചെയ്യുന്നത്. മനുഷ്യജന്മം എളുതായിട്ടു ലഭിക്കുന്നൊരു വസ്തുവെന്നാൽ ആയതൊക്കെവേയും കൊള്ളാം. സുകൃതദുഷ്ക്കൃതങ്ങൾ തുല്യങ്ങളായിരിക്കുന്ന സമയത്തുങ്കലേ മനുഷ്യജന്മം ലഭിപ്പൂ, എന്ന ജന്മത്തെ ദൈവഗത്യാ ലഭിച്ചവർ പക്ഷം വ്യർത്ഥമാക്കിക്കളയാതേ കണ്ട്, ഒരവസരം വരുന്ന സമയത്തുങ്കൽ ഈശ്വരസേവ ചെയ്തു ദുരിതനിവൃത്തി വരുത്തി ഗതിവരുത്തി കൊള്ളുവാനായിക്കൊണ്ടു വേണമതെ എല്ലാ ജനങ്ങളും എല്ലാ സമയത്തുങ്കലും പ്രയ്തനം ചെയ്തുകൊള്ളുവാൻ. ആയതത്രേ ഇവിടെ ജന്മസാഫല്യമാകുന്നത്." (*കൂത്തും കൂടിയാട്ടവും* - കേരളവർമ്മ (അമ്മാമൻ) തമ്പുരാൻ പുറം 42, 43)

മുകളിൽ ഉദ്ധരിച്ച വ്യക്തിഭാഷയ്ക്കു വലിയ പഴക്കം ഇല്ല. ചാക്യാർകൂത്തിലെ ഭാഷണത്തിന്റെ ശൈലിയാണ് ഇവിടെ ശ്രദ്ധേയമായിട്ടുള്ളത്. നീണ്ടുനീണ്ടുപോകുന്ന ആ ഭാഷണശൈലി, കേൾവിക്കാരന്റെ ശ്രദ്ധയെ തന്നിലേക്ക് കേന്ദ്രീകരിച്ചുനിർത്താൻ പാകത്തിൽ കൃത്രിമമായി സൃഷ്ടിച്ചെടുത്തിട്ടുള്ളതാണ്.

കൂടിയാട്ടവുമായി ബന്ധപ്പെട്ടുണ്ടായ കൃതികളാണ് *ആട്ടപ്രകാരവും ക്രമദീപികയും*. *ആട്ടപ്രകാര*ത്തിൽ അഭിനയിക്കേണ്ടവിധവും *ക്രമദീപിക*യിൽ രംഗത്തു സ്വീകരിക്കേണ്ട ഭാഷണങ്ങളും ചടങ്ങുകളുമാണ് വിസ്തരിച്ചിട്ടുള്ളതെങ്കിലും ഇവ തരംപോലെ കൂടിക്കലർന്ന രീതിയിലാണ് *ആട്ടപ്രകാര*ങ്ങളുടെയും *ക്രമദീപിക*യുടെയും ഗ്രന്ഥങ്ങൾ പില്ക്കാലത്തു ലഭിച്ചിട്ടുള്ളത്. മന്ത്രാങ്കം, മത്തവിലാസം, ശൂർപ്പണഖാങ്കം അശോകവനികാങ്കം തുടങ്ങി പല ആട്ടപ്രകാരങ്ങളും ഉണ്ട്. ഇതെല്ലാം തോലവിരചിതമാണെന്നു തോന്നുന്നില്ല. ഭാഷാപരമായ വ്യത്യാസവും ഗ്രന്ഥങ്ങൾക്കു തമ്മിലുണ്ട്. എഴുതി സൂക്ഷിച്ചിട്ടുള്ളതിനാൽ *ആട്ടപ്രകാര*ത്തിലേയും *ക്രമദീപിക*യിലേയും ഗദ്യത്തിന് നിയതരൂപമുണ്ട്. താഴെ ഉദ്ധരിക്കുന്ന ഗദ്യം മന്ത്രാങ്കം ആട്ടപ്രകാരത്തിൽ നിന്നാണ്.

> പിന്നെ ഉന്മത്തകൻ കങ്കപത്രംകൊണ്ടു പുറപ്പെട്ടു ജാതികൊണ്ടു കുത്തി രഞ്ജിച്ചു കളകളവാക്യം കൊണ്ടു മുടിച്ചു തട്ടുകൊണ്ടു ജാതിയും നിർഗ്ഗീതയും ചാരിയും കൊണ്ടു പരിക്രമത്തിൽ മൂടിപ്പു. പിന്നെ കളിയം വെച്ചു തിരിഞ്ഞു നൂപുരത്തിലായിരുന്നു സ്ഫടികമണി ചൊല്ലിച്ചു യവനിക നീക്കി പ്രാവേശികം കാട്ടി എഴുനിൻറു വട്ടത്തിൽ നടന്നു കുത്തി രഞ്ജിച്ചു കളകള വാക്യം കൊണ്ടു മുടിപ്പു. പിന്നെ മറ്റുമൂൻറുപുറത്തും സ്ഫടികമണി ചൊല്ലിച്ചു അടി കൊള്ളുവൂ. മോദ ആമോദ ആ എന്നു ചൊല്ലി ഹ ഹ ഹ എൻറും വേളാധൂളിയിൽ ചൊൽവൂ.
>
> (*കേരള സാഹിത്യചരിത്രം* ഒന്നാം വോള്യം, പുറം 319)

*മത്തവിലാസ*ത്തിൽ നിന്നൊരു ഭാഗം:

> "സൂത്രധാരൻ ഏഴുനാളാടും മത്തവിലാസത്തിൽ സൂത്രധാരനെക്കണക്കെ അണിവും പ്രസ്ഥാനവുമെല്ലാം ഉത്തരീയവും വേണും പരിണതിയും വേണും. ഇന്ദളം സ്വരം 'മണിഘൃഷ്ട' എൻറുചൊല്ലി ക്രിയ തുടങ്ങൂ." 'തത്രപ്രഹേതിഹേതീച' എൻറു തുടങ്ങി, പീഡയാമാസ ലീലയാ, എൻറിത്രേടം ശോകം പാടൂ. 'രാവണേ'ത്യാദി ചൊല്ലി അടുക്കും വണ്ണമഴകതായിക്കൊള്ളൂ. എല്ലാ ശ്ലോകവും കഴിഞ്ഞാൽ എഴുനിൻറുശേഷം ഗ്രന്ഥം ചൊല്ലി വിദൂഷകന് എൻറുചൊല്ലിത്തമിഴാക മുടിപ്പൂ. വിദൂഷകന്റെ ഗ്രന്ഥം തലയിൽ പുടവയിട്ടു ചൊല്ലൂ.
>
> (*കേരള സാഹിത്യചരിത്രം*, ഒന്നാം വോള്യം പുറം 320)

ചെറിയ വാക്യങ്ങളിലൂടെയാണ് നിർദ്ദേശങ്ങൾ നല്കിയിരുന്നത്. ഗ്രന്ഥകാരനെ കണക്കെ അണിവും പ്രസ്ഥാനവുമെല്ലാം' 'എൻറുചൊല്ലി ക്രിയ തുടങ്ങൂ.' 'പിന്നെ മറ്റുമൂൻറു പുറത്തും സ്ഫടികമണി ചൊല്ലിച്ചു ആടിക്കൊള്ളുവൂ' എന്നിങ്ങനെയും രണ്ടും മൂന്നും കാര്യങ്ങൾ സൂചിപ്പിച്ച് സങ്കീർണ്ണമായും ശൈലികൾ കൂടിയാട്ട പ്രകാരങ്ങളിലുണ്ട്. പൊതുവെ ഋജുശൈലിക്കാണ് മുൻതൂക്കം കാണുന്നത്.

പ്രസംഗഗദ്യം

കൂത്തിന്റെയും കൂടിയാട്ടത്തിന്റെയും സാങ്കേതികത്വത്തിൽനിന്നു സ്വാതന്ത്ര്യം നേടി കരുത്താർജ്ജിച്ച കലാരൂപമാണ് പാഠകം. പുരാണ പ്രമേയങ്ങളുടെ വാചികമായ ആവിഷ്കരണമാണ് പാഠകം. *ലീലാതിലക*കാരൻ പറഞ്ഞിട്ടുള്ള മാർദ്ദംഗികന്മാരുടെ തമിഴ് അല്ലെങ്കിൽ നമ്പ്യാന്തമിഴ് പാഠകത്തിന്റെ ഭാഷയാണ്. വിഭക്ത്യന്ത സംസ്കൃതത്തിന്റെ അഭാവം കൊണ്ടാണ് ലീലാതിലകകാരൻ നമ്പ്യാന്തമിഴിനെ മണിപ്രവാളത്തിൽ പെടുത്താഞ്ഞത്. നമ്പ്യാന്മാരുടെ ഭാഷയ്ക്കു വ്യവഹാരഭാഷയോടു കൂടുതൽ അടുപ്പമുണ്ട്. ചാക്യാർകൂത്തിലെപ്പോലെ സംസ്കൃത പദബഹുലമോ വേദം ചൊല്ലലിനെ അനുസ്മരിപ്പിക്കുന്നതോ അല്ല നമ്പ്യാന്തമിഴ്. കഥാകാലക്ഷേപത്തിനാണ് ആ ഭാഷ ഉപയോഗിക്കുന്നത്. നമ്പ്യാന്മാർ പാഠകത്തിന് ഉപയോഗിച്ചിരുന്നത് *അംബരീക്ഷോപാഖ്യാനം, നളോപാഖ്യാനം, ദേവീമാഹാത്മ്യം* തുടങ്ങിയകൃതികളാണ്. 14-ാം നൂറ്റാണ്ടിലോ അതിനു മുമ്പോ നമ്പ്യാന്തമിഴിൽ വിരചിതമായ കൃതികളൊന്നും കണ്ടുകിട്ടിയിട്ടില്ല. ചാക്യാർകൂത്തിനു മിഴാവു കൊട്ടിയിരുന്ന നമ്പ്യാന്മാർ കൂത്തുപറച്ചിലിന്റെ രീതിയിൽ ഏതാണ്ട് 14-ാം നൂറ്റാണ്ടിന്റെ പൂർവ്വാർത്ഥം മുതൽ പരീക്ഷിച്ചു നോക്കിയ കലാരൂപമാകണം പാഠകം. എന്തായാലും *ലീലാതിലക*ത്തിൽ പരാമർശിക്കാൻ തക്കവിധം അതിന്റെ ഭാഷയ്ക്കു ജനകീയസ്വഭാവം ഉണ്ടായിരുന്നു. സംഭാഷണപ്രധാനമായ പാഠകത്തിൽ

വായ്മൊഴി വഴക്കങ്ങൾക്കും ഋജുവായ ആഖ്യാനശൈലിക്കുമാണ് പ്രാമുഖ്യമുള്ളത്. ഭക്തിയുടെ പരിപോഷണം തന്നെയായിരുന്നു പാഠകത്തിന്റെയും ലക്ഷ്യം ശൈലീപരമായി കഥാകാലക്ഷേപത്തിന്റെ സാങ്കേതികത്വം പാഠകഗദ്യത്തിലും കാണുന്നുണ്ട്.

> ഇതു കാണാ ഭഗവാനേ നിന്തിരുവടിയരുളിച്ചെതവയൊൻറുമല്ല ടിയേനു. രാജ്യത്തിലപേക്ഷയില്ല. പടയും ഭണ്ഡാരവും വേണ്ടാ. ഐശ്വര്യവും അനുഭവവും വേണ്ടിൻറുതില്ല. നിത്യമല്ല. ഇസ്സംസാരസാഗരത്തിങ്കൽ നീന്തിക്കരയേറാനെനക്കൊല്ല. നിൻ തിരുവടി കൊണ്ടരുളുക രാജ്യം. ഭഗവാനേ ഭക്തപ്രിയാ, പരമാത്മ സ്വരൂപി പന്നഗശായീ പരമപുരുഷൻ തിരുവടിയുടെ ശ്രീപാദങ്ങളൈശ്ശരൺ ചൊല്ലൂ.. മടിയേനൈ നോക്കി നിന്തിരുവടി പ്രസാദിക്കവേണ്ടും. ഭഗവാനേ ദയാപര മൂർത്തീയെൻറു ദീർഘ നമസ്കാരം പെണ്ണിന്റും ബരീഷൻ വാക്കുകേട്ടരുളിച്ചെയ്താൻ വസിഷ്ഠൻ തിരുവടി- 'എഴുനീല്ക്കാ അംബരീഷാ അഴകുതു നിന്നുടേ ഭക്തിപ്പെരുമം. നിന്നൈക്കണക്കേ കേവലമൊരു ഭക്തരില്ല. രാജാവേ, മനുഷ്യലോകരിഞ്ഞിനെയിയങ്ങുവിതു ബാല്യത്തിങ്കൽ ബോധമില്ലായാം. യൌവനത്തിങ്കൽ ആഢ്യരായി ഐശ്വര്യമോഹമെന്നും സമുദ്രത്തിൽ നീന്തിക്കരയേറവല്ലാർ. ഇഞ്ഞിനെയൊത്തുള്ള ഐശ്വര്യം കളൈഞ്ഞു ദാസനാവുതെൻറു നിനൈക്കിൻറുതെൻറു വസിഷ്ഠൻ തിരുവടിയരുളിച്ചെയ്യിൻറതു കേട്ടുണർത്തിനാൻ അംബരീഷൻ

(അംബരീക്ഷോപാഖ്യാനം - പ്രാചീനമലയാളമാതൃകകൾ, ഖണ്ഡം 7, 1951)

ഭാസന്റെ *ദൂതവാക്യം* നാടകം പാഠകത്തിനും ഒപ്പം ചാക്യാന്മാർക്ക് അഭിനയിക്കുന്നതിനും ഉപയോഗിച്ചിട്ടുണ്ട്. *ദൂതവാക്യം* ഭാഷാഗദ്യത്തിലാണ് വിവർത്തനം ചെയ്തിട്ടുള്ളത്. സ്വതന്ത്ര വിവർത്തനമെന്നു പറയാം. കൊല്ലം 564 ൽ (എ ഡി 1389) പകർത്തിയ ഗ്രന്ഥത്തിൽനിന്ന് ഒരു ഭാഗം ഉദ്ധരിക്കുന്നു.

> ഇവനല്ലയോ ആദികാലത്തു മത്സ്യരൂപത്തെ അവലംബിച്ചു വേദ പരിത്രാണഞ്ചെയിതതു. കൂർമ്മരൂപിയായ് ദെവഹിതാർത്ഥം മന്ദരൊദ്ധരണം പണ്ണിയതുമിവനെ. വരാഹരൂപത്തെ സംഗ്രഹിച്ചു (ഹിരണ്യാ)ക്ഷവധം പണ്ണിപാതാലത്തിങ്കൽ നിൻറുകൊണ്ടുപോന്ന ഭൂമിയെ സ്വസ്ഥാനത്തിങ്കലാക്കി രക്ഷിച്ചതുമിവനെ. ഇവനല്ലെ ബ്രഹ്മദത്തവര ഗർവ്വിതനാകിയ ഹിരണ്യകശിപുവിനെ ശ്രീനാരസിംഹന്തിരുവുടംപിനെ സംഗ്രഹിച്ചു മണിസ്തമ്ഭത്തിൽ നിൻറുപിളന്നു (പുറപ്പെട്ടു) കുലിശസമാനങ്ങളാകിന നഖമുഖങ്ങളെകൊണ്ടു ബൃഹച്ഛിലാനിഷ്ഠുരമാകിന വക്ഷസ്ഥലം പിളന്നു നിഗ്രഹിച്ചതു.

അദിതി ദേവിക്കു പുത്രനായ് ദിവ്യമ്വർഷസഹസ്രം കൂടി ജനിച്ചു ചുവന്നു ചെറുതാകിന തിരുവുടമ്പിനെ ഉടയനായ് മഹാബലിയോടു മൂവടി പ്രമാണമ് ഭൂമി അളന്നുകൊണ്ടു ത്രൈലോക്യൈശ്വര്യമ് ഇന്ദ്രന്നു കൊടുത്തു. ഉദാരവാക്കായിരുന്ന ഇവനെ വടുവാമനമൂർത്തിയുമ്. ഭൃഗുവിന്നു പുത്രനായ്ജ്ജനിച്ചു നിശിതപരശ്വതനായ് മൂവെഴിരൂപത്തൊൻറുതുടെ നിക്ഷത്രിയഞ്ചെയിത പരശുരാമനാമധെയനായിരുന്നവനുമിവനെ. ഭൂകാശ്യപൻ ദെശരഥന്നു പുത്രനായ് ത്രൈലോക്യൈശ്വര്യഗർവ്വിതായിരുന്ന നക്തഞ്ചരച്ചക്രവർത്തി ദെശഗ്രീവനെ നിഗ്രഹിച്ചു ശ്രീരാമനെൻറ നാമത്തൊടു (കൂടീരിക്കിൻറതുമിവ)നെ, ഫലമുസല ഹസ്തനായ് രൊഹിണീൽ ജനിച്ചു ബലഭദ്രരാമനെൻറ നാമത്തോടു കൂടീരിക്കിൻറതുമിവനെ. അഷ്ടമിരൊഹിണി നാള് അർദ്ധരാത്രത്തിങ്കൽ വസുദെവസൂനുവായവതരിച്ചു ആയ്പാടിയിൽ നന്ദഗൊപന്നു പുത്രനായ് വളർന്നു പൂതന തുടംങ്ങി ഒള്ള ദുഷ്ടവർഗ്ഗത്തെ നിശ്ശെഷമായ് കൊൻറുമുടിച്ചു ഭൂമിയെ രക്ഷിപ്പാനിരിക്കിൻറതുമ് കൃഷ്ണനെ. ഇനി കത്കിയായ് ജനിച്ചു സമസ്തസംഹാരഞ്ചെയ്വാനിരിക്കിൻറതുമിവന്തിരുവടിയെ. എന്റാലിംങനെ ഇരുന്ന ഇവന്തിരുവടിയെ പൂജിച്ചതു സഹിക്കരുതാതെ ഇരിക്കിൻെറാരുത്തനുളനാകിൽ അവൻ വില്ലുമെടുത്തു കൊണ്ടു യുദ്ധാർത്ഥമായ് ഒരുമ്പട്ട് പുറപ്പെടുക. എൻററുളിച്ചെയിതു സന്നദ്ധനായ് സമരത്തിന്നദ്ധ്യവസിക്കിൻറവസ്ഥയിൽ ശീഘ്രപരാക്രമനായിന ശ്രീചക്രായുധൻ ശ്രീവാസുദേവന്തിരുവടി അഗ്നിമാലിയാകിന ശ്രീചക്രംകൊണ്ട് ശിശുപാലനുടെ ശിച്ഛെദഞ്ചെയിതു ശ്രീമദ്വാരകാനഗരിനൊക്കി എഴുന്നരുളിനാൻ.

(ദൂതവാക്യം ഗദ്യം. കേരളസർവ്വകലാശാല മലയാളം സീരീസ് നമ്പർ 1216, പുറം 26, 27 1968 മാർച്ച് പ്രസിദ്ധീകരണം)

കാലം കൃത്യമായി രേഖപ്പെടുത്തിയിട്ടുള്ള ഈ ഗദ്യഗ്രന്ഥത്തിന്റെ ഭാഷാശൈലിക്കുള്ള തനിമയും ലാളിത്യവും ഭാഷാ ചരിത്രകാരന്മാർ ശ്രദ്ധിക്കേണ്ടതാണ്. ചാക്യാന്മാർ ഉപയോഗിച്ചിരുന്ന ഗദ്യത്തിന്റെ അതിപ്രാചീനരൂപമാണ് ദൂതവാക്യത്തിൽ കാണുന്നത്. അതിലെ ഭാഷാരീതി ആത്യന്തം മധുരമാണ്. ആദ്യം ക്രിയാപദം പ്രയോഗിച്ചിട്ട് കർതൃപദം പ്രയോഗിക്കുക (ഉദാ: സ്വീകരിച്ചരുളുക നിന്തിരുവടി) കർത്താവിനു മുമ്പു വിശേഷണങ്ങൾ ചേർക്കുക (ഉദാ: അഖിലജഗന്മയൻ അച്ചുതൻ അപ്രമേയൻ അരവിന്ദലൊചനൻ ആർത്തിനാശനൻ ആനന്ദവിഗ്രഹൻ ശ്രീവാസുദേവന്തിരുവടി) പാക്ഷികവിനയെച്ചം കൊണ്ടു സൂചിതമായതിനെ പൂർണ്ണക്രിയകൊണ്ടു സാധൂകരിക്കുക (ഉദാഃ അഗ്രപൂജകൊണ്ടു അധൊക്ഷജനെപ്പൂജിച്ചാൽ എല്ലാ സമസ്ത ദെവതാവർഗ്ഗത്തെ പൂജിച്ച ഫലമ് വരുമൻറല്ലോ വെദശാസ്ത്രങ്ങളിൽ ചൊല്ലിൻറിതു' 'ഇസ്സഭയിൽ കൃഷ്ണനെപൂജിച്ചതു സഹിയാതെ ഇരിക്കുൻെറാരുത്തനുള്ളനാകിൽ അവൻ പെരികെ വിരെഞ്ഞു വില്ലുമെടുത്തുകൊണ്ടു യുദ്ധാർത്ഥമായ്

പുറപ്പെടുക) ഉണ്ട് ഒണ്ട്, അല്ലോ എല്ലോ ഒല്ല എനക്ക നിനക്ക പിന്നെ പിന്നെ എന്നിങ്ങനെ വായ്മൊഴി വഴക്കങ്ങൾ തുടങ്ങിയവ *ദൂതവാക്യം* ഭാഷാഗദ്യത്തിന്റെ പ്രത്യേകതകളാണ്.

വിവരണാത്മകഗദ്യം

മലയാളഗദ്യത്തിന്റെ ശക്തിയും കാന്തിയും നിറഞ്ഞുശോഭിക്കുന്ന പ്രാചീനകൃതിയാണ് *ഭാഷാകൗടലീയം.* ക്രി പി പതിനാലാം ശതകത്തിന് മുമ്പ്, പദ്യത്തിൽ *രാമചരിതം* പോലെ, ഗദ്യത്തിൽ ലഭിച്ചിട്ടുള്ള മഹനീയ കൃതിയാണ് *ഭാഷാകൗടലീയ*മെന്ന് മഹാകവി ഉള്ളൂർ അഭിപ്രായപ്പെട്ടിട്ടുണ്ട്. കൗടല്യന്റെ അർത്ഥശാസ്ത്രത്തിന് മലയാളത്തിൽ ഉണ്ടായ വ്യാഖ്യാനമാണ് *ഭാഷാകൗടലീയം.* 15 അധികരണങ്ങളുള്ള അർത്ഥശാസ്ത്രത്തിലെ 7 അധികരണങ്ങളുടെ ഭാഷാവ്യാഖ്യാനമേ ഇതുവരെ ലഭിച്ചിട്ടുള്ളൂ. അർത്ഥശാസ്ത്രത്തിന് ഇത്ര വിസ്തരിച്ചൊരു വ്യാഖ്യാനം മറ്റൊരു ഭാഷയിലും ഉണ്ടായിട്ടില്ല. മലയാള ഗദ്യത്തിന്റെ പുരസ്കർത്താക്കൾ മിഷനറിമാരാണെന്നു വാദിക്കുന്നവർ ഒരാവൃത്തിയെങ്കിലും *ഭാഷാകൗടലീയം* മുഴുവൻ വായിച്ചുനോക്കേണ്ടതാണ്. ഓജസ്സും ആർജ്ജവവും കൂടുതൽ ബോദ്ധ്യപ്പെടുന്നത് മൂലകൃതിയോടു താരതമ്യപ്പെടുത്തി വായിക്കുമ്പോഴാണ്. അർത്ഥശാസ്ത്രം പോലെ ബഹുതലസ്പർശിയായ വിഷയസ്വഭാവമുള്ള ഒരു ശാസ്ത്രഗ്രന്ഥത്തെ വ്യാഖ്യാനിക്കാൻ പാകത്തിൽ 12-ാം നൂറ്റാണ്ടിലെ മലയാളഗദ്യം പ്രാപ്തമായിരുന്നെന്ന വസ്തുത വിസ്മരിച്ചുകൊണ്ടാണ് ഗദ്യോദയം തേടി ചിലർ മിഷനറി ഗദ്യത്തിന്റെ മാർഗ്ഗത്തിൽ ചെന്നുപെട്ടത്. *ബ്രഹ്മാണ്ഡപുരാണം, നളോപാഖ്യാനം ദേവീമാഹാത്മ്യം* തുടങ്ങിയ കൃതികളിലെ ഭാഷ കണ്ടു ഭ്രമിച്ചിട്ട് അതൊക്കെ സംസ്കൃതശൈലിയിലും തമിഴ് ശൈലിയിലും വിരചിതം ആണെന്നു വിധിച്ചവർ പരിഗണിക്കാതെ വിട്ട വസ്തുത പാഠകം എന്ന പ്രഭാഷണകലയുടെ സാങ്കേതികത്വമാണ്. ചാക്യാരുടെ കൂത്തുപറച്ചിലിന്റെ ശൈലി പാഠകത്തിലേക്കു വന്നപ്പോൾ ദീർഘവാക്യബദ്ധവും ശബ്ദാഡംബരപ്രധാനവും ആയി. തത്ഫലമായി ഭാഷാശൈലിക്ക് കൃത്രിമത്വം കൂടി. പ്രഭാഷണകലയിൽ പൊതുവിൽ കാണാറുള്ള കൃത്രിമത്വം കൂത്തുപറച്ചിലിലും പാഠകത്തിലും വന്നതു സ്വാഭാവികം മാത്രം. സ്വാഭാവികഗദ്യം വിവരണപ്രധാനമായ കൃതികളിലാണ് തെളിഞ്ഞുവരുന്നത്. *ഭാഷാകൗടലീയ*ത്തിന്റെ പ്രാധാന്യം ഈ പശ്ചാത്തലത്തിലാവണം അന്വേഷിക്കേണ്ടത്.

*ഭാഷാകൗടലീയ*ത്തിന്റെ കാലം 1150 നും 1225 നും ഇടയ്ക്കാണെന്ന് ഉള്ളൂരും ഇളങ്കുളവും കെ എൻ എഴുത്തച്ഛനും അഭിപ്രായപ്പെട്ടിട്ടുണ്ട്. പുരുഷാർത്ഥങ്ങളിൽ വച്ച് ലൌകികദൃഷ്ട്യാ പ്രധാനങ്ങളായ അർത്ഥകാമങ്ങളെ പുരസ്കരിച്ചുണ്ടായ കൃതികളാണ് *ഭാഷാകൗടലീയ*വും *വൈശികതന്ത്ര*വും. *അർത്ഥശാസ്ത്ര*വും കാമശാസ്ത്രവും ഏകകർതൃകമാണെന്ന് ഒരു പക്ഷമുണ്ട്. മലയാളത്തിൽ ഏതാണ്ട് അടുത്തടുത്ത കാലത്തുതന്നെ *കൗടലീയവും വൈശികതന്ത്ര*വും ഉണ്ടായത് യാദൃച്ഛികമാകാ

മെന്നരിക്കിലും ആ കാലഘട്ടത്തിലെ രാഷ്ട്രീയ സാമൂഹിക പരിതസ്ഥിതികളുടെ ആവശ്യകതയിൽനിന്നു പിറവികൊണ്ടതാണ് അവയെന്ന സത്യം നിഷേധിക്കാവതല്ല.

*ഭാഷാകൗടലീയ*ത്തിന്റെ ലഭ്യമായ 7 അധികരണങ്ങളിൽ ആദ്യത്തെ മൂന്നെണ്ണം കേരളസർവ്വകലാശാലയും പിന്നത്തെ നാലെണ്ണം മദിരാശി സർവ്വകലാശാലയുമാണ് പ്രസിദ്ധീകരിച്ചിട്ടുള്ളത്. ഏതാനും ഭാഗങ്ങൾ നോക്കുക.

രാജപ്രണിധി

> ഇവ്വണ്ണം തന്നെ രക്ഷിക്കിൻറ രാജാവു, ഇരാത്രിയെയും പകലെയും മൂൻറേമുക്കാൽ നാഴികചെയ്തു കൂറിട്ടു[1] കാര്യങ്ങൾ ചെയ്വിതു. അവരൾ അവ ചെയ്യുമാറു - മുതൽ മൂൻറേമുക്കാൽ നാഴികയിൽ രക്ഷചെയ്വിതും ആയവ്യയമറിവിതു. ഇരണ്ടാം മൂൻറേമുക്കാൽ നാഴികയിൽ നഗരത്തിലും നാട്ടിലുമുള്ള കാര്യം കേൾപ്പിതു. മൂൻറാം മൂൻറേമുക്കാൽ നാഴികയിൽ കുളിപ്പിതു മാരാതിപ്പതുമുൺപിതും[2] ചെയ്വിതു. നാലാം മൂൻറേമുക്കാൽ നാഴികയിൽ അദ്ധ്യക്ഷന്മാരിടൈപ്പോംപ്പിച്ചു[3] കൊൾവിതു. അഞ്ചാം മൂൻറേമുക്കാൽ നാഴികയിൽ മന്ത്രികൾ കൂട്ടമാവിതു[4] അധികാരികൾ കൂട്ടമതിനൊടു കൂടിയിരുന്തു ഓലൈ വിടുവിതും ഒറ്റാക്കൾ[5] ചൊല്ലുവിതും രഹസ്യം ചൊല്ലുമവർകളുടെയും കേട്ടറിവിതു. ആറാം മൂൻറേമുക്കാൽ നാഴികയിൽ വിളയാടിയിരിപ്പിതു താൻ മന്ത്രിപ്പിതുതാൻ ചെയ്വിതു. ഏഴാം മൂൻറേമുക്കാൽ നാഴികയിൽ ആനൈ തേർകുതിരൈകാലാത[6] കാൺപിതു. എട്ടാം മൂൻറേമുക്കാൽ നാഴികയിൽ പടനായകം ചെയ്യുമവനോടുകൂടി[7] പടൈച്ചെയ്യുമാറു ചിന്തിപ്പിതു. അർദ്ധസ്തമനത്തിൽ സന്ധ്യോപാസനം ചെയ്വിതു. രാത്രിയിൽ മൂൻറേമുക്കാൽ നാഴികയിൽ മുതലിൽ[8] ഒറ്റുവിടയായി വന്തവർകളൈക്കാൺപിതു. ഇരണ്ടാം മൂൻറേമുക്കാൽ നാഴികയിൽ കുളിപ്പിതു മുൺപിതു കേട്ടതു പയിറ്റുവുതും ചെയ്വിതു. മൂൻറേംമൂൻറേമുക്കാൽ നാഴികയിൽ പഞ്ചമഹാശബ്ദത്തോടുകൂട പള്ളിയറയിൽ പൂക്കുശയനത്തിലിരുന്തു നാലാം മൂൻറേമുക്കാൽ നാഴികയും അഞ്ചാം മൂൻറേ മുക്കാൽ നാഴികയും

1. കൂറിട്ടു - പങ്കിട്ടു
2. ഉൺപിതും - ഉണ്ണുന്നതും
3. പോംപ്പിച്ചു കൊൾവിതു - പോകുന്നു
4. കൂട്ടം - യോഗം
5. ഒറ്റാക്കൾ - ചാരന്മാർ
6. കാലാത - കാലാളെ
7. പടനായകം ചെയ്യുമവൻ - സൈന്യാധിപൻ
8. മുതലിൽ - ആദ്യം

ഉറങ്കുവിതു. ആറാം മൂൻറേമുക്കാൽ നാഴികയിൽ ശാസ്ത്രങ്ക ളെയും ഇതികർത്തവ്യതയും[9] ആരായ്‌വിതു. ഏഴാം മൂൻറേമു ക്കാൽ നാഴികയിൽ മന്ത്രിപ്പിതും ദൂതകലൈ വിടുവിതുമൊറ്റാ ക്കളൈ വിടുവിതും ചെയ്‌വിതു. എട്ടാംമൂൻറേ മുക്കാൽ നാഴിക യിൽ ആചാര്യകളോടും പുരോഹിതരോടും പുണ്യാഹാദികളും ആശികളും കൊൾവിതു. വൈദ്യകളെയും പെരുമടമച്ചെയ്യുമ[10] വരെയും ചോതിടവരോടും[11] അവസ്ഥൈകൾ ചൊല്ലുവിതു. അർദ്ധോദയത്തിൽ ആണെവകണ്ടു നമസ്കരിച്ചു സൂര്യോപ സ്ഥാനം ചെയ്‌വിതു. ഇപ്പതിനാറു കാലം ചെയ്യുമതിനെ രാജപ്ര ണിധി എന്നും സൂത്രം ചൊല്ലീതു.

(പ്രഥമമധികരണം)

മൂലം: അകാരാദയൊ വർണ്ണാസ്ത്രിഷഷ്ടി:

ഇനി വർണ്ണാത്മകങ്ങൾ പദങ്ങൾ പദാത്മകം വാക്യം, വാക്യത്തിൽ നിൻറു അർത്ഥപ്രതീതി വരുമതു. ആകിൻറമെയാൽ അവ്വർണ്ണങ്ക ളുടെയ സ്വരൂപം ചൊല്ലുകിൻറതു. വർണ്ണങ്കളാവൊ അകാരാദികൾ അറുപത്തുമൂൻറു. അവറ്റിൽ ഹ്രസ്വദീർഘപ്ലുതാദി ഭേദത്താൽ ഇരു പത്തിരണ്ടച്ചുകൾ. ഇരുപത്തഞ്ചുസ്പർശാക്ഷരങ്ങൾ അവെ കകാ രാദികൾ. യകാരാദികൾ നാലു അന്തസ്ഥൈകൾ. (അ) യോഗവാ ഹങ്കൾ നാലു, യമാക്ഷരങ്ങൾ നാലു, ഊഷ്മാക്കൾ നാലു ഇവെ അറുപത്തിമൂൻറാവൊ. സ്വരാനുനാസികഭേദത്താൽ നൂറ്റെഴുപ ത്താറു വർണ്ണങ്ങൾ ഉളവാം. അവിറ്റിന്നു ഭാഷയിൽ പ്രയോഗമി ല്ലെയായിട്ടു ഇച്ചൊല്ലിയതു ഇല്ല.

(രണ്ടാം അധികരണം പ്രകരണം 28)

മൂലം: വ്യാധിഭയമൗപനിഷദികൈ: പ്രതീകാരൈ: പ്രതികുര്യു: ഔഷ ധൈശ്ചികിത്സകാ: ശാന്തിപ്രായശ്ചിത്തൈർ വാസിദ്ധതാപസാ:

'വ്യാധിശമിക്കുമാറു ചൊല്ലിൻറിതു. വ്യാധി ഇരണ്ടുജാതി കൃത്രിമം അകൃത്രിമം. ക്രമമാവിതു വിഷധൂമത്താലും വിഷാംബുവിനാലും ദുരി തപ്പെട്ടു വരിൻറ വ്യാധി. അതു ഔപനിഷദികങ്ങളായൊള്ള വിധാനം കൊണ്ടൊഴിപ്പിതു. മറ്റും ധാതു വഴിമേൽ വരിൻറവു ഔഷധം കൊണ്ടു വൈദ്യരൊഴിപ്പിതു. ശാന്തി ചെയ്തും പ്രായശ്ചിത്തം ചെയ്തും സിദ്ധ താപസമാരൊഴിച്ചാലുമമയും. ശാന്തിയാവിതു ശാന്തികപൗഷ്ടിക കർമ്മ ങ്ങൾ. പ്രായശ്ചിത്തമാവിതു വ്രതോപവാസാദികൾ.

(നാലാം അധികരണം പ്രകരണം 78)

9. ഇതികർത്തവ്യത - ചെയ്യേണ്ടതായിട്ടുള്ളത്
10. പെരുമടപെയ്യുമവർ - അരിവെപ്പുകാർ
11. ചോതിടവർ - ജ്യോതിഷക്കാർ

മൂലം: സുവർണ്ണ, രജത, വജ്ര, മണി, മുക്താ, പ്രവാളാ, ശ്വ, ഹസ്തി പണ്യാ: പഞ്ചാശൽകരാ: സൂത്ര, വസ്ത്ര, താമ്ര, വൃത്ത, കംസ, ഗന്ധ, ഭൈഷജ്യ, ശീധുപണ്യാശ്ചത്വാരി: ശൽകരാ: ധാന്യ രസ, ലോഹപണ്യാ, ശകടവ്യവഹാരിണശ്ച ത്രിംശൽകരാ: കാചവ്യവഹാരിണോ മഹാകാര വശ്ച വിംശതികരാ: ക്ഷുദ്രകാരവോ വന്ധകീപോഷകാശ്ച ദശകരാ: കാഷ്ഠ, വേണു പാഷാണ, മൃൽഭാണ്ഡപക്വാണഹരിതപണ്യാ: പഞ്ചകരാ കുശീലവാ രൂപാ ജീവാശ്ച വേതനാർദ്ധം ദദ്യു: ഹികരണ്യകരമകർമ്മ ണ്യാൻ ആഹാരയേയു: നചൈഷാംകഞ്ചിദപരാധം പരിഹരേയു: തേഹ്യ പരഗൃഹീതമഭിനീയ വിക്രീണീരൻ ഇതി വ്യവഹാരിക്ഷുപ്രണയ:

പൊൻ, വെള്ളി, വൈരം, മാണിക്കം, മുത്ത്, പവിഴം, കുതിര, ആന എൻറിജ്ജാതി ഒള്ള ചരക്കിൽ ഐമ്പതിലൊൻറു കൊൾവിതു, നൂൽ, പുടവ, വട്ടുലോഹം, വെള്ളോട്, ഗന്ധദ്രവ്യം, ശീധു എൻറിജ്ജാതി ചരക്കിൽ നാല്പതിലൊൻറു കൊൾവിതു. നെൽ, നെയ്, എൻറിജ്ജാതി രസദ്രവ്യങ്ങൾ, ഇരുമ്പു മറ്റും ചാട്ടിൻമേലേറ്റിക്കൊണ്ടുവരുമവും മുപ്പതിലൊൻറു കൊൾവിതു. കാചവ്യവഹാരികൾ തങ്ങൾ ചുമന്തുവാണിയം ചെയ്യുമവരളെൻറു ചൊല്ലുവർ. അവരളേ വിജാതി മണി വില്ക്കുമവരൾ എൻറും ചൊല്ലുവർ. മഹാകാരുക്കൾ, സുവർണ്ണകാരൻ, പേവടികരെൻറിജ്ജാതികൾ, ക്ഷുദ്രകാരുക്കൾ, കൊല്ലർ, തച്ചർ എൻറിജ്ജാതികൾ, ആടവാണിയർ, അയകരെൻറിജ്ജാതികൾ വന്ധകി ആവോൾ വേശ്യാതുല്യയായൊള്ള കുലസ്ത്രീ, അവളൈ ഭരിക്കുമവരളും, എൻറിച്ചൊന്നവരൾ തങ്ങൾ നേടുമതിൽ പതവാരം കൊടുപ്പിതു, മൃൽഭാണ്ഡമാവിതുകലം, ചോറ്, അപ്പം അട എൻറിജ്ജാതി പക്വാന്നം, ഇലൈക്കറി, ചീവകം വാസ്തുകമെൻറിജ്ജാതികളിലഞ്ചൊൻറു, കുശീലവർ, നടനർത്തകർ, രൂപാജീവകൾ ഇവരൾ തങ്ങൾ പെറുമതിൽ പാതികൊടുപ്പിതു. വാണിയം, ഉഴവും എൻറൊരു തൊഴിൽ ചെയ്യാതിരിക്കുമവരളിടൈ തലയാലോരോകാണം കൊൾവിതു, ഏതുമൊൻറു ചെയ്യാതൊഴികിലും, പുല്ലും നീരും ചാണകവും വിറ്റുകൊണ്ടു ജീവിക്കിൻറമയാൽ ഓരോ കാണം കൊള്ളപ്പറ്റും. എൻറിജ്ജാതിവ്യവഹാരം ചെയ്യുമവരാളൈ ഇരക്കുമാറ്

(പ്രകരണം 90)

ഋജുവും കാര്യമാത്രപ്രസക്തവുമായ ഭാഷയാണ് *ഭാഷാകൗടലീയ*ത്തിലുടനീളം കാണുന്നത് ഭാഷാകൗടലീയകാരൻ മാതൃഭാഷയുടെ പൂർണ്ണരഹസ്യങ്ങൾ മനസിലാക്കിയ മലയാളിയാണ്. സ്വഭാഷയിൽനിന്ന് കാറ്റും വെളിച്ചവും ഭക്ഷണവും നേടിയ ഒരു പണ്ഡിതനേ അതെഴുതുവാൻ കഴിയൂ എന്ന് അതിലേ ഏതു ഭാഗവും തെളിയിക്കുന്നു എന്ന് കെ എൻ എഴുത്തച്ഛൻ നിരീക്ഷിച്ചിട്ടുണ്ട്. പദബന്ധവും വാക്യശൈലിയും ഈ നിരീക്ഷണത്തെ സാധൂകരിക്കുന്നു. സങ്കീർണ്ണവാക്യങ്ങളുടെ രചനയിൽ ലാളിത്യം ദീക്ഷിക്കാൻ *ഭാഷാകൗടലീയ*കാരനു കഴിഞ്ഞിട്ടില്ല. ദീർഘവാക്യങ്ങളിലെത്തുമ്പോൾ സമുച്ചയവികല്പങ്ങളും കർത്തൃ

കർമ്മബന്ധങ്ങളും തകിടം മറിയുന്നു. 'യാവനൊരുത്തൻ, അറിവോൻ അറിവൻ' മട്ടിലുള്ള സംസ്കൃതശൈലിയും 'പാമ്പുകണ്ടവു കൊൽവിതു', 'വിഷം കൊടുത്തു താൻ കൊൽകെന്നു ചൊല്ലിവിടുവിതു' രീതിയിലുള്ള തമിഴ്ശൈലിയും കഥാകാലക്ഷേപം നടത്തുമ്പോഴുള്ള ചാക്യാർശൈലിയും ദീർഘവാക്യങ്ങളിൽ അങ്ങിങ്ങു കാണാം. ചാക്യാർകൂത്തും കൂടിയാട്ടവും കണ്ടുംകേട്ടും തഴക്കം വന്ന ഒരമ്പലവാസിയാകണം *കൗടലീയം* ഭാഷ രചിച്ചതെന്നു തോന്നുന്നു. *അർത്ഥശാസ്ത്ര*ത്തിന്റെ വ്യാഖ്യാനമാണെങ്കിലും കേരള സംസ്കാരത്തിന്റെ ചില മിന്നാട്ടങ്ങൾ *ഭാഷാകൗടലീ*യത്തിൽ വന്നുപോയിട്ടുണ്ട്. "ചൗർണ്ണേയമാവിതു മലനാട്ടിൽ മുരചിആകിൻറ പട്ടിനത്തിന്നരികെ ചൂർണ്ണിയാറ്റിലുളവാമവൂ" (പ്രകരണം 29) എന്ന പ്രസ്താവന നോക്കുക. മുരചിപട്ടിനം 12-ാം നൂറ്റാണ്ടിലും ഉണ്ടായിരുന്നെന്ന അറിവ് പ്രധാനം തന്നെ. 'തളിനങ്ങമാരെ'ക്കുറിച്ചുള്ള സൂചന പ്രകരണം 40 ൽ ഉണ്ട്. "ഇവേതനം കൊള്ളിൻറവരൾ നൂറ്റുവർക്കും, ആയിരവർക്കും, അഞ്ഞൂറ്റവർക്കും ഒരേ അദ്ധ്യക്ഷരൈക്കല്പിച്ചു അവരൾ തത്താന്തം വർഗ്ഗത്തിനു അരിയും ജീവിതവും കൊടുപ്പിതു" (പ്രകരണം 91) എന്നിടത്തെ 'അഞ്ഞൂറ്റവർ' മൂലത്തിലുള്ളതല്ല. അഞ്ഞൂറ് പേർ എന്നാണ് വാക്കിന്റെ പ്രകൃത്യാർത്ഥമെങ്കിലും അഞ്ഞൂറ്റവർ, മുന്നൂറ്റവർ എന്നീ നാട്ടുകൂട്ടങ്ങളുടെ അക്കാലത്തെ പ്രസക്തിയാകണം ഭാഷാകൗടലീയകാരന്റെ 'അഞ്ഞൂറ്റവർ' പ്രയോഗത്തിന്റെ പിന്നിൽ ഉണ്ടായിരുന്നത്. പ്രകരണം 87 ലെ 'ഓണപ്പുടവ'യുടെ പരാമർശവും ശ്രദ്ധിക്കേണ്ടതു തന്നെ.

കൈക്കൂലി, തേവരൂട്ട്, പറകൊട്ടികടത്തുക, പാടുകിടക്കുക, പിടിച്ചുനില്ക്കുക, വെളിച്ചപ്പെടുക, കോയിൽ കെട്ടുക (മുദ്ര വയ്ക്കുക) തിരുവാപ്പോക്ക് (അരുളപ്പാട്) മേൽകങ്ങാണി (ചീഫ് സെക്രട്ടറി) മേനോക്കി (സൂപ്രണ്ട്) തുടങ്ങിയ ശൈലികളും പ്രയോഗങ്ങളും ഭാഷാകൗടലീയത്തിന്റെ ഉള്ളുറപ്പിനു തെളിവാണ്. ആവശ്യാനുസരണം പദങ്ങൾ സൃഷ്ടിക്കാനും പ്രയോഗിക്കാനും അന്നത്തെ ഭാഷയ്ക്ക് അന്യാദൃശമായ വൈഭവമുണ്ടായിരുന്നു. അകംകോയിൽ (അന്തഃപുരം) അച്ചുതപ്പ് (കള്ളനാണയം) അട്ടോല (വിലയാധാരം) ഇളങ്കോപ്പട്ടം (യുവരാജപദവി) ഉൽക്കുകഴകം (ചുങ്കസ്ഥലം) കാവൽക്കാട് (റിസർവ് ഫോറസ്റ്റ്) നാമം കഴിക്ക (പേരുകൊത്തുക) പണ്ടകശാല, മന്ത്രയോല (രാജശാസനം) അരയർപെരുന്തെരുവ് (രാജവീഥി) കഴകത്താർ (ചുങ്ക ഉദ്യോഗസ്ഥൻ) എന്നിവ ഉദാഹരണം.

ഏതുവിഷയവും കൈകാര്യം ചെയ്യാൻ പാകത്തിൽ കരുത്തുറ്റ ഗദ്യശൈലി ഏഴെട്ടു നൂറ്റാണ്ടുകൾക്കു മുമ്പുതന്നെ ഭാഷയ്ക്കുണ്ടായിരുന്നതിന്റെ തെളിവാണ് ശാസനങ്ങൾ, ചെപ്പേടുകൾ, ആട്ടപ്രകാരം ക്രമദീപിക എന്നിവയിലെ ഗദ്യവും, *അർത്ഥശാസ്ത്ര*ത്തിന് ഭാഷയിലുണ്ടായ വ്യാഖ്യാനവും. അതിൽവച്ച് *ഭാഷാകൗടലീയ*ത്തിലെ മുറുകിക്കുറുക്കിയ വാക്യശൈലിയുടെ ശക്തിയും സൗന്ദര്യവും അക്കാലത്തെ തമിഴിനും

കന്നടത്തിനും തെലുങ്കിനും സ്വപ്നം കാണാൻ കൂടി കഴിയാത്തതാണ്. ആ വാക്യശൈലി പിന്നീട് കുറേക്കാലത്തേക്ക് ആരാലും ശ്രദ്ധിക്കപ്പെടുകയുണ്ടായില്ല. ബ്രഹ്മാണ്ഡപുരാണാദി കൃതികളാണ് തുടർന്ന് ഗദ്യസാഹിത്യത്തിൽ ഉണ്ടായത്. കാമ്പുറ്റ ഗദ്യകൃതികളുടെ അഭാവംകൊണ്ട് ശ്രദ്ധേയമാണ് 13, 14, 15 നൂറ്റാണ്ടുകൾ. പദ്യം മാത്രമായി സാഹിത്യം ചുരുങ്ങി. കഥാകാലക്ഷേപം, അനുഷ്ഠാനകലകളിലെ വെളിപാടുകൾ എന്നിവയ്ക്കു മാത്രമായി ഗദ്യത്തെ ഉപയോഗിച്ചു. ഇതാണ് മദ്ധ്യകാല ഘട്ടത്തിലെ അവസ്ഥ. *ഭാഷാകൗടലീയം* പോലെ സൈദ്ധാന്തികകോടിയിൽപ്പെടുന്ന കൃതികൾക്കുള്ള പ്രചാരലുപ്തത പരിഗണിക്കുമ്പോൾ മുമ്പു പറഞ്ഞ മുറുകിക്കുറുക്കിയ ഗദ്യശൈലിക്കു പ്രചാരം കിട്ടാതെ പോയതിൽ അത്ഭുതപ്പെടാനില്ല. ഈ അവസ്ഥയ്ക്കു മാറ്റം വന്നത് ഇംഗ്ലീഷ് ഭാഷയിലൂടെ ഗദ്യസാഹിത്യത്തിന്റെ വിവിധരൂപങ്ങൾ കേരളത്തിൽ പ്രചരിച്ചുതുടങ്ങിയതോടെയാണ്. സംസ്കൃത തമിഴ് ശൈലികൾ കുടഞ്ഞെറിഞ്ഞ് മലയാളം സ്വന്തം ശൈലിയിലേക്കു തിരിച്ചുവന്നു. *ഭാഷാകൗടലീയ*ത്തിൽ തെളിഞ്ഞ ആ തനതുവാക്യശൈലി അഞ്ചു നൂറ്റാണ്ടുകൾക്കുശേഷം മലയാളം പുനരുജ്ജീവിപ്പിക്കുക മാത്രമാണു ചെയ്തത്.

ദ്രാവിഡഭാഷകളിൽ ഏറ്റവും പ്രാചീനമായ ഗദ്യസാഹിത്യമുള്ളത് മലയാളത്തിലാണ്.

അനുബന്ധം 1

TO BE PUBLISHED IN PART I SECTION 1
OF THE EXTRA ORDINARY GAZETTE OF INDIA

F No. 8-37/2010-Akademies
Government of India/Bharat Sarkar
Ministry of Culture/Sanskriti Mantralaya
Shastri Bhawan, New Delhi - 110 015,
Dated the 09th August 2013

NOTIFICATION

Government of India created a new category of languages as "Classical Languages' vide Notification No. IV-14014/7/2004-NI-II dated 12th October, 2004 read with the Corrigendum Notification of even number dated 29th October, 2004 and Notification of even number dated 25th November, 2005 and laid down the follwing criteria to determine the eligibility of languages to be considered for classification as a 'Classical Language:-

(i). High antiquity of its early texts/recorded history over a period of 1500-2000 years.

(ii). A body of ancient literature/texts which is considered a valubale heritage by generations of speakers.

(iii) The literary tradition be original and not borrowed from another speech community.

(iv) The classical language and literature being distinct from modern, there may also be a discontinuity, between the classical language and its later forms or its off shoots.

2. It is hereby notified that the Malayalam language satisifies the above criteria and will hence forth be classified as a Classical Language.

3. The Notification is subject to the decision in Writ Petition No. 18810 of 2008 in the High Court of Judicature at Madras.

(Aravind Manjit Singh)
Joint Secretary to the Governement of India
Tel. No 23386504

To

The Manager
Government of India Press
Mayapuri
New Delhi

F. No. 8-37/2010-Akademies Dated the 08th August 2013

Copy to:

1. Prime Minister's Office, South Block, New Delhi
2. Cabinet Secreatariat Rashtrapathi Bhawan New Delhi.
3. Ministry of Home Affairs Governement of India New Delhi
4. Ministry of Human Resources Development (Department of Higher Education) Shastri Bhawan, New Delhi
5. The Chief Secretaries of all the States/Union Territories.

അനുബന്ധം 2

ശ്രേഷ്ഠപദവിയും മലയാളിയുടെ ഭാവിയും

ഒ എൻ വി

ഒടുവിൽ അതും യാഥാർത്ഥ്യമാവാൻ വഴിതുറന്നിരിക്കുന്നു. ഭാഷാസ്നേഹികൾ ആറ്റുനോറ്റിരുന്ന ശ്രേഷ്ഠഭാഷാ പദവിക്ക്, കേന്ദ്രഗവൺമെന്റ് നിയമിച്ച വിദഗ്ധസമിതി അനുകൂലമായ ശുപാർശ ചെയ്തിരിക്കുന്നു. ഭാഷാഭിമാനിയായ ഏതു കേരളീയനെയുംപോലെ ഈ ലേഖകനും ആഹ്ലാദിക്കുന്നു. ആത്യന്തികമായി ഇത് മലയാളിയുടെ ശിരസ്സുയർത്തിപ്പിടിക്കാൻ വഴിയൊരുക്കുന്നു എന്നതാണീ ആഹ്ലാദത്തിനു കാരണം.

ദക്ഷിണേന്ത്യയിൽ നിലനിന്നിരുന്ന പ്രാചീന ദ്രാവിഡ ജനതയുടെ ഭാഷയെയാണ് 'ആദിദ്രാവിഡ' ഭാഷ എന്ന് നാമിന്ന് വ്യവഹരിക്കുന്നത്. ഇന്നത്തെ കേരളത്തിലെയും തമിഴ്നാട്ടിലെയും കർണ്ണാടകത്തിലെയും ആന്ധ്രാപ്രദേശിലെയും ജനങ്ങൾ സംസാരിച്ച ആ മൂലഭാഷയിൽ നിന്നാണ് യഥാക്രമം മലയാളവും തമിഴും കന്നഡയും തെലുങ്കും രൂപപരിണതി പ്രാപിച്ചത്. ആ പരിണതി നൂറ്റാണ്ടുകളിലൂടെ സംഭവിച്ചതാണ്. അതാവട്ടെ, അതതു പ്രദേശങ്ങളിലെ ജനസംസ്കൃതികൾക്ക് ചരിത്രപരവും ഭൂമിശാസ്ത്രപരവുമായ കാരണങ്ങളാൽ സംഭവിച്ച മാറ്റങ്ങളുടെ ആത്യന്തികഫലവുമാണ്. പശ്ചിമഘട്ടത്തിന്റെ കിഴക്ക് തമിഴ്നാടും പടിഞ്ഞാറ് കേരളവും 'തമിഴ് എന്ന പദം 'ഭാഷ' എന്ന സാമാന്യാർത്ഥത്തിലാണ് പണ്ട് ഉപയോഗിച്ചിരുന്നത്. നിരണംകവികളിലൊരാളായ രാമപ്പണിക്കർ (14-ാം നൂറ്റാണ്ട്) *ബ്രഹ്മാണ്ഡപുരാണം* തമിഴായവതരിപ്പിക്കാൻ തുനിയുന്നു എന്നെഴുതിയിട്ടുണ്ട്. *അമരകോശ*ത്തിന് മലയാളത്തിലുണ്ടായ വ്യാഖ്യാനത്തിന് അമരം തമിഴ് കൂത്ത് എന്ന് പേര് പറഞ്ഞിരുന്നു. ചേരദേശമെന്നറിയപ്പെട്ടിരുന്ന പഴയ കേരളത്തിൽ 'തമിഴെന്നും' മലൈനാട്ടു വഴക്കമുള്ള 'തമിഴെന്നും' മലയാളത്തമിഴെന്നും (മലയാളഭാഷ എന്ന

യർത്ഥത്തിൽ) വ്യവഹരിച്ചിരുന്നു. ഭാഷയ്ക്ക് പഴമ (പൗരാണികത്വം) ഇല്ലെന്നും അതുകൊണ്ട് മലയാളത്തിന് ശ്രേഷ്ഠഭാഷാ പദവിക്കർഹത യില്ലെന്നുമുള്ള വാദം ഇവിടെ പല്ലവഗ്രാഹികൾക്ക് ഏറ്റുപാടാൻ പല്ലവി യായിത്തീരുന്നു. എന്നാൽ ഈ പല്ലവി എത്രയാവർത്തിച്ചാലും തെറ്റ് ശരി യാവുന്നില്ല. 'കേരളപുത്ര'നെന്നപരാമർശം അശോകന്റെ ശിലാശാസന ത്തിലും കേരള നാരിമാരുടെ സീമന്തരേഖയിലെ കുങ്കുമമണിയലിനെപ്പറ്റി കാളിദാസന്റെ *രഘുവംശ*ത്തിലുമുള്ള പരാമർശം കേരളമെന്ന ജനപദ ത്തിന്റെ പൗരാണികത്വം മാത്രമല്ല സാക്ഷ്യപ്പെടുത്തുന്നത്. അവിടത്തെ ജനതയ്ക്കു വ്യതിരിക്തമായ 'പരിണാമരമണീയ'മായിക്കൊണ്ടിരിക്കുന്ന ഒരു തനതു മൊഴിയുമുണ്ടായിരുന്നു എന്നതിന് ഒരു ചെറിയ ഉദാഹരണം മാത്രം തൽക്കാലം ഇവിടെ ചൂണ്ടിക്കാട്ടാം.

തമിഴ്ജനത അവരുടെ ഭാഷയുടെ പഴമയ്ക്കും പെരുമയ്ക്കും അട യാളമായി ഉയർത്തിക്കാട്ടുന്ന *ചിലപ്പതികാരം* ഇന്നത്തെ തമിഴിന്റെ പഴ ക്കത്തെയോ പൈതൃകശോഭയെയോ മാത്രമാണോ അടയാളപ്പെടുത്തു ന്നത്? *ചിലപ്പതികാര*ത്തിലെ വിശിഷ്യ അതിലെ *വഞ്ചികാണ്ഡ*ത്തിലെ ഭാഷയിലെ 'മലൈനാട്ടുവഴക്കം' എന്ന് തള്ളിക്കളയുന്ന പല പദങ്ങളും ഇന്ന് മലയാളിയുടെ സംസാരത്തിലുള്ളതാണ്- അളിയൻ, അങ്ങാടി, അട യ്ക്ക, കൂറ്, തോണി, പനി, പിഴ, പൊതി പായൽ, വഴിപാട് - ചിലതി വിടെ കുറിച്ചെന്നേയുള്ളൂ. മുറ്റത്തുണങ്ങാൻ വിരിച്ചിട്ട നെല്ല് ഉണങ്ങിയോ എന്നറിയാൻ നെല്ല് മുഴുവൻ കൊറിച്ചു നോക്കേണ്ടതില്ലല്ലോ. ചുരുക്ക ട്ടെ, *ചിലപ്പതികാര*ത്തിലെ മലയാളപദങ്ങൾക്ക് മാത്രമായി ഒരു ശബ്ദ കോശം തന്നെ നിർമ്മിക്കാവുന്നതാണ്. ശ്രേഷ്ഠഭാഷാപദവിക്കുള്ള അർഹത വ്യക്തമാക്കുന്ന ഒരു സുദീർഘ പ്രബന്ധം സമർപ്പിച്ചിട്ടുണ്ട് തിരുവനന്തപുരത്തെ 'ഡി എൽ എ' എന്ന ദ്രാവിഡ ഭാഷാപഠനകേന്ദ്ര ത്തിലെ ഡോ. ഗോപാലകൃഷ്ണന്റെ നേതൃത്വത്തിൽ അത് ഭംഗിയായി വിശദീകരിച്ചിട്ടുണ്ട്. ഭാഷയുടെ രൂപപരിണതിക്കിടയിൽ പല വാക്കു കൾക്കും നീചത്വം കല്പിക്കപ്പെടാറുണ്ട്, ഭാഷാ ബാഹ്യമായ സാമൂഹ്യ കാരണങ്ങളാൽ.

ചരിത്രത്തിന്റെ ചില പ്രത്യേക ദശാസന്ധികളിൽ ആദ്യപുരോഹി തവർഗ്ഗം, സാമാന്യ പദങ്ങളിലേക്കിറങ്ങിച്ചെന്ന് ആയുർവേദാദിശാസ്ത്ര ങ്ങളഭ്യസിപ്പിക്കുന്നതിലും മറ്റും ഗാഢമായ താല്പര്യം കാട്ടിയിരുന്ന ബുദ്ധ ജൈനമതങ്ങളെ നിഷ്കാസനം ചെയ്തുകളഞ്ഞു. അന്നത്തെ സംഭാഷണഭാഷയിലെ പല പദങ്ങൾക്കും ഭ്രഷ്ട് കല്പിച്ച് പകരം സംസ്കൃ തപദങ്ങൾക്ക് മാന്യതയാരോപിച്ചു- അർത്ഥവിപര്യയശാസ്ത്രപ്രകാരം ഇതിനെത്രയെങ്കിലും ഉദാഹരണങ്ങൾ മലയാളത്തിൽ നിന്നെടുത്തു കാട്ടാം; ഇന്നും തമിഴർ അഭിമാനത്തോടെ (നമ്മളും ചില പ്രത്യേക സന്ദർഭങ്ങളിൽ മാത്രം) ഉപയോഗിക്കുന്ന 'തന്തൈ' (തന്തയെന്ന് മലയാ ളം) അവർ 'അച്ഛൻ' എന്ന 'പ്രാകൃത'ത്തിലേക്ക് മാറ്റി. (ആര്യപ്രാകൃത ത്തിൽ അജ്ജ>അച്ഛൻ. അച്ഛനെ ഇന്ന് 'ഡാഡി' കൈയേറുന്നതും ഈ

സാംസ്കാരികാധിനിവേശമുറയ്ക്കാണ്). സംസ്കൃതത്തിൽനിന്ന് കാവ്യശാസ്ത്രവിഷയങ്ങളിലുള്ള ഗ്രന്ഥങ്ങൾ അവർണ്ണർക്കായി പകർത്തിവയ്ക്കാൻ ദ്രാവിഡ ലിപി സാദൃശ്യമുള്ള 'ഗ്രന്ഥാക്ഷരം' നടപ്പിൽവരുത്തി, പിന്നെ സംസ്കൃതത്തിലെ ഏതു കൃതിയും തത്സമമായി പകർത്താനുതകുന്ന അക്ഷരമാല തന്നെയിവിടെയുണ്ടായി. ഈ സമയം തമിഴർ ഭാഷാശുദ്ധി പുലർത്തുക എന്ന നിലയിൽ 'വടമൊഴി'ക്കും അതിന്റെ ലിപി വ്യവസ്ഥയ്ക്കും പുറംതിരിഞ്ഞുനിന്നു. ഏതു ശരി? ഏതു തെറ്റ്? എന്നതല്ലാ ഇവിടെ പ്രശ്നം-മലയാളികൾ ഏത് സംസ്കാരത്തെയും അതിന്റെ ഭാഷയെയും അയിത്തമായചരിക്കാതെ വലിയൊരളവിൽ സ്വാംശീകരിക്കുന്നവരായിരുന്നു. ബുദ്ധ ജൈനമതങ്ങളിലൂടെ പാലി, പ്രാകൃത മറാത്താദേശത്തെ വണിക്കുകളിലൂടെ മറാത്തി, അറബിക്കച്ചവടക്കാരിലൂടെയും ഇസ്ലാം മതത്തിലൂടെയും അതിവിപുലമായ തോതിൽ, അറബിഭാഷ നിയമസംഹിതകളും മറ്റും പരിഷ്കരിക്കാനുദ്ദേശിച്ച ഭരണാധികാരികൾ ക്ഷണിച്ചുവരുത്തിയ പേർഷ്യൻ ഭാഷ, ക്രിസ്തീയ മിഷനറിമാരിലൂടെ സുറിയാനി, കാറ്റിൽ കരിയിലപോലെ പാറിവന്ന യഹൂദരിൽനിന്ന് ഹീബ്രു -പിന്നെ പോർച്ചുഗീസും ഡച്ചും ഫ്രഞ്ചും വിപുലമായ തോതിൽ ഇംഗ്ലീഷും സംജ്ഞകൾ-ഇവയെല്ലാംകൊണ്ടു-സമ്പന്നമായ മലയാളഭാഷയുടെ കലവറയിലേക്ക് ആകെയൊന്നു നോക്കി അമ്പരന്നു ചിലർ അതിന്റെ ദ്രാവിഡപ്പഴമയെ കാണാതെ പോകുന്നു. മലയാളത്തിലെ ഈ അന്യഭാഷാപദങ്ങൾ പലതും കേരളീയമനസ്സ് വിശ്വചക്രവാളങ്ങൾ തുറന്നുകണ്ടതിന്റെ അടയാളങ്ങളാണ്! അവർണ്ണനായ മലയിൻകീഴ് മാധവപ്പണിക്കർ സാക്ഷാൽ *ഭഗവദ്ഗീത* പരിഭാഷപ്പെടുത്തിയ മലയാളമാണ് നമ്മുടേത്. *മഹാഭാരത*ത്തിന് ഒരൊറ്റ കൈകൊണ്ട് തീർത്ത സമ്പൂർണ്ണവും വൃത്താനുവൃത്തവുമായ പരിഭാഷയോടുകൂടിയതാണ് നമ്മുടെ മലയാളം! (ഇളംകോവടികളും കുഞ്ഞിക്കുട്ടൻ തമ്പുരാനും കൊടുങ്ങല്ലൂർക്കാരായത് ചരിത്രത്തിലെ അപൂർവ്വവിസ്മയം!) ജർമ്മനിയിലെ തുബിംഗൽ യൂണിവേഴ്സിറ്റി ലൈബ്രറിയുടെ ഒരു മൂലയ്ക്ക് കണ്ണാടിക്കൂട്ടിൽ തിളങ്ങുന്നു, ഗുണ്ടർട്ടിന്റെയും അർണ്ണോസ്പാതിരിയുടെയും മലയാളകൃതിശേഖരങ്ങൾ. ട്രയറിലെ കാൾ മാർക്സിന്റെ ജന്മഗൃഹത്തിൽ ലോകത്തെമ്പാടുമുണ്ടായ മാർക്സിന്റെ ജീവചരിത്രങ്ങളുടെ കൂട്ടത്തിൽ 'ഇന്ത്യൻ ഭാഷകളിലാദ്യത്തേത്' എന്ന നിലയ്ക്ക് സൂക്ഷിച്ചിരിക്കുന്നു സ്വദേശാഭിമാനി രചിച്ച ആ കൊച്ചുപുസ്തകം! പൗരാണികത്വം, ശ്രേഷ്ഠഭാഷയ്ക്കുള്ള ഏക 'ലക്ഷണ'മല്ലെന്നുകൂടി ഓർക്കുക. ഇന്ന് ആ ഭാഷയുടെ കലവറയിൽ തൊട്ടുമുൻപത്തെ നൂറ്റാണ്ടുകളിലുണ്ടായ വിക്തർ യൂഗോയുടെയും ടോൾസ്റ്റോയിയുടെയും ദസ്തയേവ്സ്കിയുടെയും ദാന്തെയുടെയും ഗെയ്ഥേയുടെയും മുഴുത്ത കൃതികളുണ്ട്. സമയച്ചുരുക്കംകൊണ്ടും സ്ഥലപരിമിതികൊണ്ടും അത്തരം കാര്യങ്ങൾ വിസ്മരിക്കുന്നില്ല. ഒരു കാര്യംകൂടി ഓർമ്മിപ്പിച്ചുകൊണ്ടിക്കുറിപ്പവസാനിപ്പിക്കാം. "തമിഴനെന്റുശൊല്ലെടാ! തലൈ നിവർത്തു നില്ലെടാ!" എന്ന മുദ്രാവാ

കൃവുമായി 'ഉലകത്തമിഴ്വിഴാ'യിലേക്ക് തമിഴർ അടിവച്ചുനീങ്ങുമ്പോൾ അവരാർജ്ജിക്കുന്നത് കേന്ദ്രഭരണാധികാരികളെ ഉൾപ്പെടെ എന്തിനെയും അനുസരിപ്പിക്കാനുള്ള ശക്തിയാണ്. ഒരു അണക്കെട്ട് അപ്പാടെ നെഞ്ചത്തു താങ്ങിക്കൊണ്ട് അയൽനാടിനു തണ്ണീർപ്പകർന്നു 'സുകൃതം' തേടുന്ന നമ്മൾ തുലാവർഷവും ഇടവപ്പാതിയും ചതിച്ച കഥപറഞ്ഞ് വിയർത്തു ദഹിച്ചിരിക്കാൻ മാത്രം വിധിക്കപ്പെട്ടവരാണോ? ഏതാനും മാസം *കേരളകൗമുദി* വാരാന്ത്യപ്പതിപ്പിൽ പ്രസിദ്ധീകരിച്ച എന്റെ "നാല് മുത്തശ്ശിമാർ" എന്ന കവിതയിലെ നാലീരടി ഉദ്ധരിച്ചിതവസാനിപ്പിക്കുന്നു.

"ഏതു പാന്ഥനും വന്നിതുവേല്ക്കാൻ
ഏതുപക്ഷിക്കും വന്നുചേക്കേറാൻ
ഏതു കാറ്റിനും വന്നൂയലാടാൻ
ഏതു വേനലിനും തണലേകാൻ
പാതവക്കിലെ പൊന്നരയാലിൻ
മാതിരിയൊരു മുത്തശ്ശി നില്പൂ
ചൊല്ലിപോലൊരു
വൃക്ഷശാസ്ത്രജ്ഞൻ
നല്ലുരുപ്പടി! പക്ഷേ,
വേരില്ല...

ഭാഷാമുത്തശ്ശിയോടു കാട്ടിയ അനാദരവിന് പ്രായശ്ചിത്തവും പരിഹാരവുമായി ശ്രേഷ്ഠഭാഷാപദവി നിയമമായിത്തീരുന്നത് കണ്ടാഹ്ലാദിക്കാൻ കാത്തിരിക്കുന്നു.

(*കേരള കൗമുദി* 2012 ഡിസംബർ 20)

അനുബന്ധം 3

പല്പുലി താനന്തകാരി

(ഇത് മലയാളം തന്നെ)

സംഭാഷണം: ഡോ. പുതുശ്ശേരി രാമചന്ദ്രൻ/ സി സി സുജിത്

മലയാളം ക്ലാസിക്കൽ ഭാഷാ പദവിക്ക് ശ്രമം തുടങ്ങിയപ്പോൾ ഭാഷയോടുള്ള ആത്മാർത്ഥതകൊണ്ടല്ല നൂറുകോടി കണ്ടിട്ടാണെന്ന് ചിലർ കുറ്റപ്പെടുത്തി. മലയാളിക്ക് ഭാഷയോട് സ്നേഹമില്ലെന്നും അതുകൊണ്ട് ക്ലാസിക്കൽ പദവിക്ക് അർഹരല്ലെന്നും വാദിച്ചവരുണ്ട്. കന്നടയ്ക്കും തെലുങ്കിനും ലഭിച്ചുകഴിഞ്ഞെന്നും നമ്മൾ നേരത്തെ ശ്രമിക്കണമായിരുന്നെന്നും പറയാനും ചിലർ ഉണ്ടായി. സൃഷ്ടിപരമല്ലാത്ത ഇത്തരം വിമർശനങ്ങൾക്ക് ചെവികൊടുക്കാതെ ഗവേഷണവുമായി മുന്നോട്ടു പോകാൻ തീരുമാനിച്ച സർക്കാർ ഇതിനായി പൊതുസമിതിയും വിദഗ്ദ്ധസമിതിയും രൂപീകരിച്ചു. ഡോ. പുതുശ്ശേരി രാമചന്ദ്രൻ ചെയർമാനും നടുവട്ടം ഗോപാലകൃഷ്ണൻ കൺവീനറും ഡോ. രാമ സെക്രട്ടറിയുമായ വിദഗ്ദ്ധസമിതി ഏഴുമാസം നടത്തിയ പഠനഗവേഷണ പ്രവർത്തനങ്ങളിലൂടെ തയ്യാറാക്കിയ റിപ്പോർട്ട് കേന്ദ്രത്തിൽ സമർപ്പിച്ചു. ആഴത്തിലുള്ള പഠനത്തിലൂടെ മലയാളത്തിന്റെ പ്രാചീനത നിർണ്ണയിക്കാനും ക്ലാസിക്കൽ പദവിക്ക് നമ്മുടെ ഭാഷ യോഗ്യമാണെന്നു സ്ഥാപിക്കുന്ന തെളിവുകൾ ഹാജരാക്കാനും കമ്മിറ്റിക്കു സാധിച്ചു.
ക്ലാസിക്കൽ ഭാഷാ പദവി ലഭിക്കാനുള്ള മലയാളത്തിന്റെ യോഗ്യത എതിർവാദങ്ങൾ എന്നിവയെക്കുറിച്ചും ലഭിക്കാവുന്ന നേട്ടങ്ങളെക്കുറിച്ചും റിപ്പോർട്ട് തയ്യാറാക്കിയ വിദഗ്ദ്ധസമിതി ചെയർമാനും പ്രമുഖ ഭാഷാ പണ്ഡിതനും ചരിത്രകാരനുമായ ഡോ. പുതുശ്ശേരി രാമചന്ദ്രൻ സംസാരിക്കുന്നു.

ചോദ്യം: ക്ലാസിക്കൽ ഭാഷ സംബന്ധിച്ച മലയാളത്തിന്റെ അവകാശവാദം ആത്മാർത്ഥമല്ലെന്നും നൂറുകോടി മുന്നിൽക്കണ്ടുള്ള തട്ടിപ്പാണെന്നും ചിലർ വാദിക്കുന്നുണ്ടല്ലോ?

എന്തിനും അഭിപ്രായം പറയേണ്ടവരാണ് എന്ന് ധരിക്കുന്ന ചില സാഹിത്യകാരന്മാർ നമുക്കുണ്ട്. അവരാണ് ഇത്തരം ചരിത്രബോധമില്ലാത്ത പ്രസ്താവനകളുമായി രംഗത്തെത്തുന്നത്. ആഴത്തിൽ നടത്തിയ പഠനത്തിന്റെയും ഭാഷാശാസ്ത്രപരമായ തെളിവുകളുടെയും അടിസ്ഥാനത്തിലാണ് മലയാളം ക്ലാസിക്കൽ ഭാഷാ പദവിക്ക് യോഗ്യമാണെന്ന് ഞങ്ങൾ വാദിക്കുന്നത്. ഈ രംഗത്ത് വലിയ പ്രാധാന്യം നൽകേണ്ടതുണ്ടെന്നു തോന്നുന്നില്ല.

തെലുങ്കും കന്നടയും ഒന്നിച്ചു ശ്രമിച്ചാണ് ക്ലാസിക്കൽ ഭാഷാ പദവി നേടിയെടുത്തത്. അവർക്കുവേണ്ടി മാനദണ്ഡങ്ങളിൽ മാറ്റംവരുത്താനും കേന്ദ്രം തയ്യാറായി. നമ്മുടെ ഭാഷയുടെ പുരോഗതിക്ക് നൂറുകോടി ലഭിക്കുമെങ്കിൽ അതിന് പരിശ്രമിക്കുന്നതു മോശമാണോ? ഇല്ലാത്ത തെളിവുകൾ ഉണ്ടാക്കുകയല്ല നമ്മൾ ചെയ്തത്. നമ്മുടെ ഭാഷ ക്ലാസിക്കൽ പദവിക്ക് യോഗ്യമാണെന്നു വാദിക്കുന്നവരിൽ പ്രമുഖൻ ചരിത്രകാരനും ലിപി വിജ്ഞാന വിദഗ്ദ്ധനുമായ ഐരാവതം മഹാദേവനാണ്. 2000 വർഷത്തെ പഴക്കം മലയാളത്തിനുണ്ടെന്ന് തെളിവുകൾ സഹിതം അദ്ദേഹം വാദിക്കുന്നു. ക്ലാസിക്കൽ പദവി ലഭിക്കുന്നതുകൊണ്ട് അദ്ദേഹത്തിന് പ്രത്യേകിച്ച് നേട്ടമൊന്നുമില്ലല്ലോ...

ചോദ്യം: ഐരാവതം മഹാദേവൻ മുന്നോട്ടു വയ്ക്കുന്ന പ്രധാന നിലപാടുകൾ/തെളിവുകൾ എന്തൊക്കെയാണ്?

"ആന്റിക്വിറ്റി ഓഫ് മലയാളം: റീസന്റ് എപ്പിഗ്രാഫിക്കൽ എവിഡൻസ്" എന്ന പേരിൽ അദ്ദേഹത്തിന്റെ നിലപാടുകൾ *ഡി എൽ എ ന്യൂസ്* പ്രസിദ്ധീകരിച്ചിട്ടുണ്ട്. മറ്റു ദ്രാവിഡ ഭാഷകൾക്ക് ക്ലാസിക്കൽ പദവി ലഭിച്ചതുകൊണ്ടല്ല, മലയാളത്തിന് യോഗ്യതയുള്ളതുകൊണ്ടാണ് ഇത്തരമൊരു നിലപാട് സ്വീകരിക്കുന്നതെന്ന് അദ്ദേഹം വ്യക്തമാക്കുന്നു. തേനി ജില്ലയിലെ പുളിമാങ്കൊമ്പിൽനിന്ന് ലഭിച്ച ബി സി രണ്ടാം നൂറ്റാണ്ടിലെ വീരക്കൽ ലിഖിതത്തിൽ 'കൂടല്ലൂർ ആകോൾ പെടു തീയൻ അനന്തവൻ കല്ല്' എന്ന് രേഖപ്പെടുത്തിയിട്ടുണ്ട്. കന്നുകാലികൾക്കുവേണ്ടിയുള്ള യുദ്ധത്തിൽ മരിച്ച തീയൻ അന്തവന്റെ സ്മാരകക്കല്ല് എന്നാണ് ഇതിനർത്ഥം. ഇതിലെ 'പെടു' (മരിച്ചുവീണ) എന്ന പദം മലയാളമാണ്. തമിഴിൽ ഈ വാക്ക് 'പടു' എന്നാണ്. തീയൻ എന്ന പദവും മലയാളത്തിലല്ലാതെ മറ്റെവിടെയും ഉപയോഗിച്ചിട്ടില്ലെന്ന് അദ്ദേഹം തെളിവുകൾ നിരത്തി സാക്ഷ്യപ്പെടുത്തിയിട്ടുണ്ട്.

എടയ്ക്കൽ ഗുഹയിൽ കണ്ടെത്തിയ ഒരു ശാസനത്തിൽ 'പല്പുലി താനന്തകാരി' (പല പുലികളെ കൊന്നവൻ) എന്നു രേഖപ്പെടുത്തിയതായി കണ്ടെത്തിയിട്ടുണ്ട്. മൂന്നാം നൂറ്റാണ്ടിലേതാണ് ഈ ലിഖിതം. തമി

ഴിൽ 'പറ്പുലി' എന്നാണ് ഉപയോഗിക്കുന്നത്. മറ്റൊരു ലിഖിതത്തിൽ 'വെങ്കോമലൈകച്ചവനുചത്തി' (വെങ്കോമലയിലെ കശ്യപനു ശക്തി) എന്നു രേഖപ്പെടുത്തിയിട്ടുണ്ട്. 'കച്ചവനു' എന്നത് തികച്ചും മലയാള പ്രയോഗമാണ്. തമിഴിൽ കച്ചവനുക്ക് എന്നാണ് പ്രയോഗം. പട്ടണം പര്യവേക്ഷണത്തിൽ ലഭിച്ച ഓട്ടക്കലക്കഷണത്തിൽ (പോട്ടറിയിൽ) 'ഊർപ്പാവ ഓ...' എന്നു രേഖപ്പെടുത്തിയിരിക്കുന്നു. തമിഴിലാണെങ്കിൽ പാവൈ എന്നാണ് ചേർക്കേണ്ടതെന്നും സമിതി നിരീക്ഷിക്കുന്നു.

ചോദ്യം: ദ്രവീഡിയൻ ലിംഗ്വിസ്റ്റിക് അസോസിയേഷൻ (ഡി എൽ എ) ഗവേഷണത്തിൽ വഹിച്ച പങ്ക് എന്താണ്?

തെലുങ്കും കന്നടയും ക്ലാസിക്കൽ ഭാഷാപദവി ഉപയോഗിച്ച് ഭാഷയുടെ വികാസത്തിന് നടത്തുന്ന ശ്രമങ്ങൾ തിരിച്ചറിഞ്ഞാണ് *ഡി എൽ എ* ഇതു സംബന്ധിച്ച് ശിൽപ്പശാല സംഘടിപ്പിച്ചത്. കേരളത്തിൽ നിന്നും പുറത്തുനിന്നുമുള്ള നിരവധി ഭാഷാപണ്ഡിതർ ശില്പശാലയിൽ പങ്കെടുത്തു. മലയാളം ക്ലാസിക്കൽ പദവിക്ക് എന്തുകൊണ്ടും യോഗ്യമാണെന്ന അഭിപ്രായമാണ് ശില്പശാലയിൽ ഉയർന്നത്. കേരളത്തിനു പുറത്തുള്ള ഭാഷാപണ്ഡിതർ ഉറച്ച നിലപാട് സ്വീകരിച്ചതോടെ കാര്യങ്ങൾ മുന്നോട്ടു കൊണ്ടുപോകാൻ തീരുമാനിച്ചു. ഈ പ്രവർത്തനങ്ങളോട് സർക്കാർ പൂർണ്ണമായും സഹകരിക്കുകയും ആവശ്യമായ നടപടി സ്വീകരിക്കുകയും ചെയ്തു. ഡോ. നടുവട്ടം ഗോപാലകൃഷ്ണൻ ഉൾപ്പെടെയുള്ളവർ പ്രതിഫലമൊന്നും വാങ്ങാതെ നടത്തിയ ഗവേഷണത്തിന്റെ ഫലമായാണ് ആധികാരികമായ റിപ്പോർട്ട് പ്രധാനമന്ത്രിക്ക് സമർപ്പിക്കാൻ നമുക്ക് സാധിച്ചത്.

ചോദ്യം: മലയാളം സർവ്വകലാശാലയ്ക്ക് ഭാഷയുടെ വികാസത്തിൽ എന്തു പങ്കാണ് വഹിക്കാൻ സാധിക്കുക? സംസ്കൃത സർവ്വകലാശാല സംസ്കൃതത്തിന്റെ വികാസത്തിന് എന്തു ചെയ്തു എന്നൊരു ചോദ്യം പലരും ഉന്നയിക്കാറുണ്ട്?

മലയാള സർവ്വകലാശാല എന്നു കേൾക്കുമ്പോൾ മലയാളം ബി എയും എം എയും പഠിപ്പിക്കാനുള്ള സർവ്വകലാശാല എന്നാണ് പലരും ധരിക്കുന്നത്. മലയാളം സർവ്വകലാശാലയുടെ പ്രസക്തി തിരിച്ചറിയാതെയാണ് പലരും ഈ വിഷയത്തിൽ പ്രതികരിച്ചത്. കേരളത്തിന്റെ എല്ലാ തരത്തിലുമുള്ള സവിശേഷതകളെയും ഗവേഷണപരമായി പഠിക്കുകയും സംസ്കൃതിയുടെ ശേഷിപ്പുകൾ കണ്ടെത്തി സംരക്ഷിക്കാനുമാകണം മലയാളം സർവ്വകലാശാല. ശില്പരീതി, വാസ്തുശാസ്ത്രം, ലിഖിതങ്ങൾ, സാമൂഹ്യശാസ്ത്രം, ഔഷധങ്ങൾ, കാർഷികവൃത്തി തുടങ്ങിയ കേരളത്തിന്റെ തനിമകളിലേക്ക് ഇറങ്ങിച്ചെല്ലുന്ന ഗവേഷണത്തിന് മലയാളം സർവ്വകലാശാല ആവശ്യമാണ്. അനാവശ്യ വിമർശം ഉന്നയിക്കുന്നവർ

സമൂഹവുമായോ സംസ്കാരവുമായോ ഒരു ബന്ധവുമില്ലാത്ത ഉപരിപ്ലവ ബുദ്ധിജീവികളാണ്.

സംസ്കൃത സർവ്വകലാശാലയുടെ പ്രശ്നം സംസ്കൃതപഠനത്തിൽ ഊന്നാതെ മറ്റു മേഖലകളിൽ ശ്രദ്ധ കേന്ദ്രീകരിക്കാൻ ശ്രമിച്ചതാണ്.

ചോദ്യം: മലയാളം ഒന്നാം ഭാഷയാക്കാനുള്ള നിർദ്ദേശം ഉചിതമായ സന്ദർഭത്തിലാണല്ലോ പുറത്തുവന്നത്?

ക്ലാസിക്കൽ ഭാഷയ്ക്കായി ശ്രമിക്കുന്ന ഈ സന്ദർഭത്തിൽ മലയാളം ഒന്നാംഭാഷയാക്കാനുള്ള നിർദ്ദേശം ഉണ്ടായത് സ്വാഗതാർഹമാണ്. ക്ലാസിക്കൽ ഭാഷാ പദവി ആവശ്യപ്പെടുന്നതിനുമുമ്പ് മലയാളത്തെ ഒന്നാം ഭാഷയായി പ്രഖ്യാപിക്കണമെന്ന് പി ഗോവിന്ദപ്പിള്ള ഉൾപ്പെടെയുള്ള പണ്ഡിതർ ആവശ്യപ്പെട്ടിരുന്നു. ഇപ്പോഴെങ്കിലും ഇത്തരമൊരു തീരുമാനം എടുക്കാൻ തയ്യാറായി എന്നത് അഭിനന്ദനാർഹമാണ്. അതോടൊപ്പം ക്ലാസിക്കൽ ഭാഷാ പദവിക്കായി സുഭദ്രമായ ഒരു റിപ്പോർട്ട് തയ്യാറാക്കാനും ഇതിനായി ഗവേഷകരെയും പണ്ഡിതരെയും ഒരു കുടക്കീഴിൽനിർത്താനും സാംസ്കാരികവകുപ്പിനു സാധിച്ചുവെന്നതും എടുത്തുപറയേണ്ട കാര്യമാണ്. മലയാളത്തിന് ക്ലാസിക്കൽ പദവി ലഭിക്കുകയാണെങ്കിൽ സാംസ്കാരികവകുപ്പിന്റെയും മന്ത്രി എം എ ബേബിയുടെയും നേട്ടം കൂടിയായിരിക്കും അത്.

> ആത്മാർത്ഥതയും സത്യസന്ധതയും ധീരതയുമുള്ള ഏതെങ്കിലും സർക്കാരോ പാർട്ടിയോ മലയാളത്തെ നിർബ്ബന്ധിതവിഷയവും ഒന്നാംഭാഷയുമാക്കട്ടെ. കുറഞ്ഞത് അങ്ങനെയാക്കുന്നതിനെപ്പറ്റി സ്വന്തം അഭിപ്രായമെങ്കിലും വെളിപ്പെടുത്തട്ടെ.

'ക്ലാസിക്കൽ മലയാളമേ മാപ്പ്' എന്ന പേരിൽ ഡോ. പി കെ രാജശേഖരൻ എഴുതിയ ലേഖനം അവസാനിക്കുന്നത് ഇങ്ങനെയാണ്. ഇപ്പോൾ ഡോ. ആർ വി ജി മേനോൻ അദ്ധ്യക്ഷനായ കമ്മിറ്റി സംസ്ഥാനത്തെ സ്കൂളുകളിൽ മലയാളഭാഷാപഠനം നിർബ്ബന്ധമാക്കണമെന്ന് ശുപാർശ ചെയ്യാൻ ധാരണയിലെത്തിയിരിക്കുന്നു. പത്താം ക്ലാസുകാരെ മലയാളം ഒന്നാംഭാഷയായിത്തന്നെ പഠിപ്പിക്കണമെന്നും 11, 12 ക്ലാസിൽ മലയാളം പഠിക്കുന്നതിന് എല്ലാ സ്കൂളിലും അവസരം ഉണ്ടാകണമെന്നുമാണ് സമിതി നിർദ്ദേശിക്കുന്നത്. ദീർഘകാലമായി ഭാഷാസ്നേഹികൾ ഉന്നയിച്ചുവന്ന ആവശ്യമാണ് യാഥാർത്ഥ്യത്തോടടുക്കുന്നത്. മലയാളത്തിന് ക്ലാസിക്കൽ പദവി ലഭിച്ചാലും ഇല്ലെങ്കിലും ഭാഷ സംബന്ധിച്ച ചർച്ച സജീവമാക്കാൻ ക്ലാസിക്കൽ ഭാഷാ പരിശ്രമങ്ങൾക്ക് സാധിച്ചു.

അനുബന്ധം 4

സന്തോഷകരം ഈ ഫലപ്രാപ്തി

എം എ ബേബി

ഒടുവിൽ മലയാളിയുടെ ചിരകാലാഭിലാഷം പൂവണിഞ്ഞു. ശ്രേഷ്ഠ ഭാഷാപദവി മലയാളത്തിന് നൽകുന്ന തീരുമാനം പ്രഖ്യാപിക്കപ്പെട്ടു. ലോകത്തിന്റെ എല്ലാ കോണിലുമുള്ള മലയാളികൾക്ക് ആഹ്ലാദിക്കാനുള്ള നിമിഷമാണിത്. നമ്മുടെ കൂട്ടായ പരിശ്രമത്തിന്റെ ഫലമായാണ് ഇത് നേടിയെടുക്കാനായത്. ഈ പ്രവർത്തനങ്ങൾക്ക് മുൻകൈയെടുത്ത കഴിഞ്ഞ എൽ ഡി എഫ് സർക്കാരിനും അന്നത്തെ വിദ്യാഭ്യാസ-സാംസ്കാരിക വകുപ്പുകൾക്കും നിശ്ചയമായും ചാരിതാർത്ഥ്യത്തിന് അവകാശമുണ്ട്.

മലയാളഭാഷയോട് നാം തന്നെ പുലർത്തുന്ന അവഗണന തിരുത്താനും ആത്മവിമർശം നടത്താനും അതിന്റെയൊക്കെ അടിസ്ഥാനത്തിൽ കർമ്മപരിപാടികൾ ആവിഷ്കരിക്കാനുള്ള സന്ദർഭമാക്കി ഇതിനെ മാറ്റണം. ഇംഗ്ലീഷ് മാധ്യമമായുള്ള സ്കൂളുകളിൽ പ്രത്യേകിച്ച് സി ബി എസ് ഇ സ്കൂളുകളിൽ പഠിച്ചാലേ വിദ്യാഭ്യാസമികവും ജീവിതവിജയവും കൈവരിക്കാനാകൂ എന്ന അബദ്ധജടിലമായ അന്ധവിശ്വാസം പുലർത്തുന്ന സമീപനത്തിൽ മാറ്റം വരണം. ഇത് മാറാത്തിടത്തോളം കാലം മലയാളത്തിന് ലഭിച്ച ശ്രേഷ്ഠഭാഷാ പദവി വെറും ആഭരണമായി അധപതിക്കുകയേയുള്ളൂ. ഭാഷയുടെയും സാഹിത്യത്തിന്റെയും സംസ്കാരത്തിന്റെയും അഭിവൃദ്ധിക്ക് ഉതകുന്ന പഠനഗവേഷണാദി പ്രവർത്തനങ്ങൾ ഏറ്റെടുക്കുന്നതിനൊപ്പം മലയാള ഭാഷയോടുള്ള കേരളീയന്റെ നിസ്സംഗതയും നിഷേധാത്മകതയും തിരുത്താനുമാകണം. ഇതിനായുള്ള ഒരു സാംസ്കാരിക ഭാഷാസമരം ഉയർത്തിക്കൊണ്ടുവരാൻ ഈ സന്ദർഭം ഉപയോഗപ്പെടുത്താനാകണം.

ഒരു ഇന്ത്യൻ ഭാഷയ്ക്ക് ശ്രേഷ്ഠഭാഷാപദവി ആദ്യമായി ലഭിക്കുന്നത് 2004 ൽ ആണ്. അതിന് അർഹമായത് തമിഴും. തൊട്ടടുത്ത വർഷം

സംസ്കൃതത്തിനും ശ്രേഷ്ഠപദവി ലഭിച്ചു. ആ സന്ദർഭത്തിൽ മലയാളത്തിന് ശ്രേഷ്ഠപദവി നേടിയെടുക്കാനുള്ള നീക്കങ്ങളൊന്നും ഉണ്ടായില്ല. 2008 ൽ തെലുങ്കിനും തുടർന്ന് കന്നഡയ്ക്കും ശ്രേഷ്ഠപദവി ലഭിച്ചു. അന്നത്തെ എൽ ഡി എഫ് സർക്കാരാണ് മലയാളത്തിനും ശ്രേഷ്ഠപദവി നേടിയെടുക്കുന്നതിനുള്ള പ്രവർത്തനങ്ങൾ ഏറ്റെടുത്തത്. 2009 ഫെബ്രുവരിയിൽത്തന്നെ ഇതു സംബന്ധിച്ച ഉത്തരവിറങ്ങി. ഡോ. സുകുമാർ അഴിക്കോട്, ഒ എൻ വി, എം ടി വാസുദേവൻ നായർ, ഡോ. പുതുശ്ശേരി രാമചന്ദ്രൻ, ഡോ. എം ലീലാവതി, സുഗതകുമാരി, പി വത്സല, പ്രൊഫ. സ്കറിയ സഖറിയ എന്നീ പ്രമുഖരായ ഭാഷാപണ്ഡിതരും സാഹിത്യനായകരും അംഗങ്ങളായും വി എസ് അച്യുതാനന്ദൻ അദ്ധ്യക്ഷനായും മന്ത്രി സി ദിവാകരൻ ഉപാദ്ധ്യക്ഷനായും വിദ്യാഭ്യാസമന്ത്രി കൺവീനറായുമായുള്ള ഒരു സമിതിയാണ് ഇതുസംബന്ധിച്ച പ്രവർത്തനങ്ങൾക്ക് നേതൃത്വം നല്കിയത്. ഒ എൻ വി ചെയർമാനും ഡോ. പുതുശ്ശേരി രാമചന്ദ്രൻ, ഡോ. നടുവട്ടം ഗോപാലകൃഷ്ണൻ എന്നിവർ അംഗങ്ങളുമായുള്ള സമിതിയാണ് മലയാളഭാഷയുടെ അർഹത സംബന്ധിച്ച ചരിത്രപരവും ഭാഷാശാസ്ത്രപരവുമായ തെളിവുകളും രേഖകളും അക്കാദമിക് വാദമുഖങ്ങളും ഉൾക്കൊള്ളിച്ച ബൃഹത്തായ റിപ്പോർട്ട് തയ്യാറാക്കിയത്. 2010 മെയ് ആറിന് ഇതു സംബന്ധിച്ച ആദ്യനിവേദനം പ്രധാനമന്ത്രിക്കു നല്കി. അന്നത്തെ മുഖ്യമന്ത്രി വി എസ് അച്യുതാനന്ദൻ, പ്രതിപക്ഷ നേതാവ് ഉമ്മൻചാണ്ടി, വിദ്യാഭ്യാസമന്ത്രി, ഒ എൻ വി, ഡോ. പുതുശ്ശേരി രാമചന്ദ്രൻ, സച്ചിദാനന്ദൻ, സുഗതകുമാരി തുടങ്ങിയവർ ഡൽഹിയിലെത്തി നേരിട്ടാണ് നിവേദനം നല്കിയത്.

2010 നവംബർ 24 ന് തിരുവനന്തപുരം തൈക്കാട് ഗസ്റ്റ് ഹൗസിൽവച്ച് ഭാഷാ പണ്ഡിതരുടെയും സാഹിത്യനായകരുടെയും സർവ്വകലാശാല വൈസ്ചാൻസലർമാരുടെയും ചരിത്രപണ്ഡിതരുടെയും പങ്കാളിത്തത്തോടെ സമിതിയുടെ വിശദമായ റിപ്പോർട്ടിന് അന്തിമരൂപം നൽകി. സമിതി അംഗങ്ങളെ കൂടാതെ എം മുകുന്ദൻ, അടൂർ ഗോപാലകൃഷ്ണൻ, ഡോ കെ എൻ പണിക്കർ, എം ലീലാവതി, ഡോ. രാജൻ ഗുരുക്കൾ തുടങ്ങി ഒട്ടേറെ പ്രമുഖർ ഒരു ദിവസത്തെ ശില്പശാലയിൽ മുഴുവൻ സമയവും പങ്കെടുത്തു. നാല് വോള്യങ്ങളിലായുള്ള ബൃഹത്തായ റിപ്പോർട്ട് ചരിത്രസംഭവമായി. ഈ പ്രവർത്തനങ്ങൾക്ക് നേതൃത്വം നല്കിയത് കേരള സാഹിത്യ അക്കാദമി ആയിരുന്നു. ഈ സമഗ്രമായ റിപ്പോർട്ട് അന്നത്തെ വിദ്യാഭ്യാസമന്ത്രി പ്രധാനമന്ത്രിക്ക് സമർപ്പിച്ചു.

തുടർന്ന് പരിശോധനയ്ക്കായി നിയോഗിച്ച കമ്മിറ്റി തീരുമാനം വൈകിപ്പിക്കുകയും ഒരുഘട്ടത്തിൽ ചില സാങ്കേതിക കാരണങ്ങൾ പറഞ്ഞ് അനുകൂലമല്ലാത്ത നിലപാട് സ്വീകരിക്കുകയും ചെയ്തു. തുടർന്നു നടത്തിയ പരിശ്രമങ്ങൾക്കൊടുവിലാണ് ശ്രേഷ്ഠപദവി ലഭിച്ചത്. എന്നാൽ, തുടക്കത്തിൽ സൂചിപ്പിച്ചപോലെ, മലയാളഭാഷയുടെയും സാഹിത്യത്തിന്റെയും സംസ്കാരത്തിന്റെയും അർത്ഥവത്തായ

വളർച്ചയ്ക്കും വികാസത്തിനുമായി ഈ ശ്രേഷ്ഠപദവിയോടനുബന്ധിച്ച് ലഭിക്കുന്ന അവസരങ്ങൾ ഉപയോഗപ്പെടുത്താനാകണം. അതിന് നമ്മുടെ ഭാഷയോടുള്ള നമ്മുടെതന്നെ സമീപനം മാറണം.

ശരാശരി മലയാളിയുടെ മനോഭാവം നാല് വരികളിൽ കുഞ്ഞുണ്ണി മാഷ് വ്യക്തമാക്കിയിട്ടുണ്ട്.

'ജനിക്കും നിമിഷം തൊട്ടെൻ
മകനിംഗ്ലീഷു പഠിക്കണം.
അതിനാൽ ഭാര്യതൻ പേറ-
ങ്ങിംഗ്ലണ്ടിൽത്തന്നെയാക്കി ഞാൻ.

ഈ അപമാനകരമായ പൊങ്ങച്ച മനഃസ്ഥിതിയിലേക്ക് മലയാളി എത്തും എന്ന് ഒരുപാട് വർഷം മുമ്പ് കുഞ്ഞുണ്ണി മാഷ് പറഞ്ഞു.

വള്ളത്തോൾ നമ്മെ ഓർമ്മപ്പെടുത്തുന്നത്-
"മറ്റുള്ള ഭാഷകൾ കേവലം ധാത്രിമാർ
മർത്ത്യന്നു പെറ്റമ്മ തൻഭാഷ താൻ" എന്നാണ്.

ഇത് ഓർക്കാനും ജീവിതത്തിൽ പകർത്താനും കഴിഞ്ഞാൽ ഒരു പക്ഷേ ക്ലാസിക്കൽ ഭാഷാപദവി കൂടാതെ തന്നെ മലയാളം വളരുകയും ഉയരുകയും ചെയ്യുമായിരുന്നു. എന്നാൽ നമ്മുടെ ആവശ്യം നേടിയെടുക്കാൻ കഴിഞ്ഞ ഈ മുഹൂർത്തത്തിൽ ഈ പദവി അർത്ഥവത്താക്കാനുള്ള ശ്രമമാണ് വേണ്ടത്. പുതുതായി സ്ഥാപിച്ച മലയാളം സർവ്വകലാശാലയുടെ വളർച്ചയ്ക്കും മറ്റുമുള്ള ശ്രമങ്ങളുണ്ടാകണം. അതിനപ്പുറം ഭാഷയ്ക്കു വേണ്ടി നമുക്കു ചെയ്യാൻ ഒട്ടേറെ കാര്യങ്ങളുണ്ടെന്ന തിരിച്ചറിവുണ്ടാകണം. അതിന്റെ അടിസ്ഥാനത്തിൽ അർത്ഥവത്തായ കർമ്മപദ്ധതികളുമായി മുമ്പോട്ടു നീങ്ങാൻ കേരളത്തിന് കഴിയട്ടെ.

(*ദേശാഭിമാനി* 2013 മെയ് 24)

അനുബന്ധം 5

മലയാളത്തിനുശ്രേഷ്ഠഭാഷാപദവി: ഇനിയെന്ത്?

മൂലദ്രാവിഡഭാഷയുടെ ഈടുവെപ്പുകൾ ഏറെയും സൂക്ഷിച്ചിട്ടുള്ള മലയാളത്തിന് തമിഴ്, കന്നട, തെലുങ്ക് ഭാഷകൾക്കൊപ്പം ഏറെ വൈകിയാണെങ്കിലും ശ്രേഷ്ഠഭാഷാപദവി കൈവന്നിരിക്കുന്നു. ഇനിയെന്ത്? ക്ലാസിക് പദവി ലഭിക്കുന്ന ഭാഷകൾക്ക് കേന്ദ്രഗവൺമെന്റിന്റെ നിയന്ത്രണത്തിലുള്ള ഒരു ഇൻസ്റ്റിറ്റ്യൂട്ട് അനുവദിച്ചു കിട്ടുമെന്നതാണ് എടുത്തുപറയേണ്ട ഒരു നേട്ടം. വിജ്ഞാപനപ്രകാരം രണ്ടു നടപടികൾ കൂടി കേന്ദ്രഗവൺമെന്റിന്റെ ഭാഗത്തുനിന്നുണ്ട്. കേന്ദ്രഗവൺമെന്റിന്റെ മേൽനോട്ടത്തിലുള്ള സർവ്വകലാശാലകളിൽ ക്ലാസിക് പദവി ലഭിച്ച ഭാഷകൾക്ക് പഠനവിഭാഗം തുടങ്ങാനുള്ള നിർദ്ദേശമാണ് ഒന്ന്. ഭാഷാസാഹിത്യസംബന്ധിയായി ഗവേഷണമൂല്യമുള്ള പഠനങ്ങൾക്ക് പുരസ്കാരങ്ങൾ നല്കുമെന്നതാണ് മറ്റൊന്ന്. കേന്ദ്രഗവൺമെന്റിന്റെ നിയന്ത്രണത്തിലുള്ള ഭാഷാപഠനകേന്ദ്രം ഉണ്ടാകുന്നു എന്നത് ഏതൊരു മലയാളിക്കും അഭിമാനാവഹമായിരിക്കും.

ദ്രാവിഡഭാഷകളിൽ സാഹിത്യസമ്പത്തുകൊണ്ട് സമ്പുഷ്ടമായ തമിഴ്, കന്നട, തെലുങ്ക് ഭാഷകൾക്ക് നേരത്തേതന്നെ ശ്രേഷ്ഠ ഭാഷാപദവി കിട്ടിയെങ്കിലും മലയാളത്തിന്റെ കാര്യം തീരുമാനമാകാതെനിന്നു. കോളനിവാഴ്ചയുടെ തിക്തഫലങ്ങൾ ഏറെ അനുഭവിച്ചത് ദ്രാവിഡഭാഷകളാണ്. ഇംഗ്ലീഷ് ഔദ്യോഗികഭാഷയായി ബ്രിട്ടീഷ് ഇന്ത്യാ ഗവൺമെന്റ് അംഗീകരിച്ചതിനാൽ ഇന്ത്യയിലെ തനതുഭാഷകൾക്ക് വളരാനും വികസിക്കാനുമുള്ള ഒരു സാഹചര്യവും ലഭിച്ചിരുന്നില്ല. ഗവൺമെന്റ് ഉദ്യോഗങ്ങൾക്ക് ഇംഗ്ലീഷ് ഭാഷാപരിജ്ഞാനം അനിവാര്യമായിത്തീർന്നതിനാൽ ഇംഗ്ലീഷ് പഠിക്കാനുള്ള ത്വര ജനങ്ങൾക്ക് ഉണ്ടായി. ഇംഗ്ലീഷ് ഭാഷാ പഠനാലയങ്ങൾ ദുർലഭമായതിനാൽ സാമ്പത്തിക

മായി മുന്നാക്കം നില്ക്കുന്നവർക്കുമാത്രമായി വിദ്യാഭ്യാസം പരിമിതപ്പെട്ടു. ഈ സാഹചര്യമാണ് നാട്ടുഭാഷകൾ അവഗണിക്കപ്പെടാൻ ഇടയാക്കിയത്. സ്വാതന്ത്ര്യാനന്തര കാലഘട്ടത്തിലാണ് നാട്ടുഭാഷകൾക്ക് ഉണർവ്വുണ്ടായത്. എന്നിട്ടും കോളനിവാഴ്ച സൃഷ്ടിച്ച സാംസ്കാരികവും സാമൂഹികവുമായ അടിമത്ത മനോഭാവം ജനങ്ങളിൽ വർത്തിക്കുക നിമിത്തം മാതൃഭാഷാഭിമാനവും സ്വത്വാഭിമാനവും വികസ്വരമായില്ലെന്നതിന് ഉദാഹരണമാണ് മലയാളം ഒന്നാംഭാഷയാക്കിയതിനെതിരെയും, പാഠ്യമാധ്യമമാക്കിയതിനെതിരെയും ഉണ്ടായ കോടതി വ്യവഹാരങ്ങൾ. ശ്രേഷ്ഠഭാഷാപദവിയും വിവാദമാക്കിയവരാണ് നമ്മൾ. ഇതരാപേക്ഷമായ ഒരു പാരമ്പര്യവും സംസ്കാരവും നൂറ്റാണ്ടുകളായി കാത്തുസൂക്ഷിക്കാൻ ജനങ്ങളെ പ്രാപ്തരാക്കിയ ഭാഷകൾക്ക് കരുത്തുപകരാനും അവയുടെ പഴക്കവും വ്യക്തിത്വവും ആദരിച്ച് അംഗീകരിക്കുവാനും ഭാരത സർക്കാർ കൈക്കൊണ്ട നടപടികളുടെ ഭാഗമായിട്ടാണ് ഭാഷകൾക്ക് ക്ലാസിക് പദവി എന്ന ആശയം ഉടലെടുത്തത്. ഇന്ത്യൻഭാഷകളിൽ ഏറ്റവും പഴക്കമുള്ളത് ദ്രാവിഡഭാഷാഗോത്രത്തിലെ തമിഴ് മലയാളം കന്നട തെലുങ്കുഭാഷകൾക്കും ഇൻഡോ യൂറോപ്യൻ ഗോത്രത്തിൽപ്പെട്ട സംസ്കൃതം, പാലി, പ്രാകൃതഭാഷകൾക്കുമാണ്. ഇൻഡോ ആര്യൻ ഉപഗോത്രത്തിൽ നിന്നുണ്ടായ വടക്കേ ഇന്ത്യൻ വ്യവഹാരഭാഷകളിൽ ഭൂരിപക്ഷത്തിനും 1000-1200 വർഷത്തിന്റെ പഴക്കമേയുള്ളൂ. മലയാളത്തിനു ശ്രേഷ്ഠഭാഷാപദവി ലഭിച്ചതിൽ പരിതപിക്കുന്നവർ ഈ വസ്തുതകൾ ഓർക്കുന്നതു നല്ലത്.

ശ്രേഷ്ഠഭാഷാപദവി ലഭിക്കുന്ന ഭാഷകൾക്ക് കേന്ദ്രഗവൺമെന്റ് വിഭാവന ചെയ്തിട്ടുള്ള ആനുകൂല്യങ്ങൾ ഏതെങ്കിലും സർവ്വകലാശാലകളുമായോ ഇൻസ്റ്റിറ്റ്യൂട്ടുകളുമായോ, അക്കാദമികളുമായോ ബന്ധപ്പെടുത്തി നേടിയെടുക്കാനുള്ള സംരംഭം ഒട്ടും ആശാവഹമല്ല. കേന്ദ്രഗവൺമെന്റിന്റെ മേൽനോട്ടത്തിലുള്ള ഒരു 'സെൻട്രൽ ഇൻസ്റ്റിറ്റ്യൂട്ട് ഓഫ് ക്ലാസിക്കൽ മലയാളം', അനുവദിച്ചുകിട്ടാനാണ് കേരള ഗവൺമെന്റ് ശ്രമിക്കേണ്ടത്. 100 ഏക്കർ സ്ഥലവും ഇൻസ്റ്റിറ്റ്യൂട്ടിനാവശ്യമായ കെട്ടിടവും കേരളഗവൺമെന്റ് ഇതിനായി കണ്ടെത്തണം. ഇൻസ്റ്റിറ്റ്യൂട്ടിന്റെ ഭരണപരമായ കാര്യങ്ങൾ, നിർവ്വാഹകസമിതികൾ, ഫാക്കൾട്ടികൾ ഇവ സംബന്ധിച്ച രൂപരേഖ തയ്യാറാക്കാൻ ഒരു വിദഗ്ദ്ധ സമിതിയെ ഗവൺമെന്റിനു നിയമിക്കാവുന്നതാണ്.

മലയാളഭാഷയുടെ ക്ലാസിക്കൽ ഘട്ടത്തെക്കുറിച്ച് ആഴത്തിൽ പഠിക്കാനും ഗവേഷണം നടത്താനുമുള്ള സാഹചര്യം സൃഷ്ടിക്കുക എന്നതാണ് ഇൻസ്റ്റിറ്റ്യൂട്ടിന്റെ പരമലക്ഷ്യം. വ്യക്തമായ മൂന്നു ക്ലാസിക് ഘട്ടം മലയാളഭാഷയ്ക്കുണ്ട്. പ്രോട്ടോ തമിഴ് മലയാള ക്ലാസിക്കൽ ഘട്ടം (ക്രി. വ. 800 വരെ), പ്രാചീന ക്ലാസിക്കൽ മലയാള ഘട്ടം (ക്രി.വ. 800 -1300), മധ്യകാല മലയാളം ക്ലാസിക്കൽ ഘട്ടം (ക്രി.വ. 1300-1600). ഈ ഘട്ടങ്ങളിലെ ഭാഷ, സാഹിത്യം, ചരിത്രം എന്നിവയുടെ സമഗ്രപഠന

ത്തിനുള്ള വേദിയായിരിക്കണം സെൻട്രൽ ഇൻസ്റ്റിറ്റ്യൂട്ട് ഓഫ് ക്ലാസിക്കൽ മലയാളം. ഈ ഇൻസ്റ്റിറ്റ്യൂട്ടിന്റെ ലക്ഷ്യങ്ങൾ ഏകദേശം ഇങ്ങനെ പട്ടികപ്പെടുത്താം.

1. ബിരുദാനന്തരതലത്തിൽ ക്ലാസിക്കൽ മലയാളത്തെപ്പറ്റി ഗവേഷണ പദ്ധതികൾ ആസൂത്രണം ചെയ്യൽ. ഈ പദ്ധതി ഗവേഷണബിരുദത്തിലേക്കും ഗവേഷണബിരുദാനന്തര പഠനത്തിലേക്കും നയിക്കുന്നതുമായിരിക്കണം.
2. പ്രാചീന തമിഴ് മലയാള കൃതികളും, പ്രാചീനമദ്ധ്യകാലീന മലയാളകൃതികളും സംശോധിതസംസ്കരണം നടത്തി വ്യാഖ്യാനസഹിതം പ്രസിദ്ധീകരിക്കുക. അവ മറ്റ് ഇന്ത്യൻ ഭാഷകളിലേക്കും ഇംഗ്ലീഷിലേക്കും മൊഴിമാറ്റം നടത്തുന്ന പദ്ധതികളെ പ്രോത്സാഹിപ്പിക്കുകയും ധനസഹായം നല്കുകയും ചെയ്യുക.
3. സർവ്വകലാശാലകളോ മറ്റ് പഠനകേന്ദ്രങ്ങളോ ഏറ്റെടുത്തിട്ടുള്ള ഭാഷാപഠനങ്ങൾക്ക് സഹായം നല്കുക.
4. ദേശീയവും അന്തർദ്ദേശീയവുമായ കോൺഫ്രൻസുകൾ, സെമിനാറുകൾ, വർക്ക് ഷോപ്പുകൾ എന്നിവ നടത്തുക. ഇവ നടത്തുന്ന അംഗീകൃതസ്ഥാപനങ്ങൾക്ക് സഹായം നല്കുക. ഭാഷയോടു ബന്ധപ്പെട്ട ഇതര വിഷയങ്ങളും കോൺഫ്രൻസുകൾക്കും സെമിനാറുകൾക്കും വർക്ക് ഷോപ്പുകൾക്കും പരിഗണിക്കാവുന്നതാണ്.
5. ഗവേഷണപഠനങ്ങളുടെ പ്രസിദ്ധീകരണത്തിനുള്ള സംവിധാനം.
6. ദ്രാവിഡസംസ്കാരം, ഇന്ത്യൻ സംസ്കാരം, കേരളസംസ്കാരത്തിന്റെ വ്യതിരിക്തത, സമഗ്രത എന്നിവ സംബന്ധിച്ച പഠനങ്ങൾക്കു സഹായം നല്കൽ.
7. ഗവേഷണ ബിരുദത്തിനായി പ്രബന്ധം തയ്യാറാക്കുന്നവർക്കും ഗവേഷണബിരുദാനന്തരപഠനങ്ങൾ നടത്തുന്നവർക്കും ഫെലോഷിപ്പ് നല്കുക.
8. ഗവേഷണപഠനങ്ങൾക്ക് അവാർഡുകൾ ഏർപ്പെടുത്തൽ.
9. ഇന്ത്യയ്ക്കകത്തും പുറത്തും മലയാളഭാഷാപഠനത്തെ പ്രോത്സാഹിപ്പിക്കുന്ന കർമ്മപദ്ധതികളുടെ ആസൂത്രണം.
10. മലയാളത്തെക്കുറിച്ചുള്ള സകലവിവരങ്ങളുടെയും സമാഹരണവും വിതരണവും.

സാധിതമാക്കേണ്ട ഏതാനും ലക്ഷ്യങ്ങൾ മാത്രമാണ് ഇവിടെ പ്രതിപാദിച്ചത്. തീർച്ചയായും ഇതിനോടു ചേർക്കാവുന്ന അനുബന്ധവിഷയങ്ങൾ നിരവധിയുണ്ട്. ലക്ഷ്യങ്ങൾ പ്രാവർത്തികമാക്കുന്നതിന് സെൻട്രൽ ഇൻസ്റ്റിറ്റ്യൂട്ട് ഓഫ് ക്ലാസിക്കൽ മലയാളത്തിൽ ഫാക്കൽട്ടികളും സർവ്വീസ് യൂണിറ്റുകളും ഉണ്ടായിരിക്കണം. ഏതാനും ഫാക്കൽട്ടികളും സർവ്വീസ് യൂണിറ്റുകളും നിർദ്ദേശിക്കുന്നു:

സാഹിത്യം, ഭാഷാശാസ്ത്രം, തർജുമ, നിഘണ്ടുവിജ്ഞാനീയം, ഭാഷാസ്കൂളുകളും പഠനകേന്ദ്രങ്ങളും; ചരിത്രം, സാമൂഹ്യശാസ്ത്രം,

നരവംശശാസ്ത്രം; പുരാവസ്തു വിജ്ഞാനീയം, ഹസ്തലിഖിതവിജ്ഞാനീയം; ലിപി വിജ്ഞാനീയം, നാണയവിജ്ഞാനീയം; കലകളും വാസ്തുവിദ്യയും; ഭാഷാടെക്നോളജി, പ്രവാസിമലയാളം എന്നീ ഫാക്കൽട്ടികൾ സെൻട്രൽ ഇൻസ്റ്റിറ്റ്യൂട്ടിൽ നിശ്ചയമായും ഉണ്ടായിരിക്കണം. ഇൻസ്റ്റിറ്റ്യൂട്ടിൽ ഉണ്ടാകേണ്ട സർവ്വീസ് യൂണിറ്റുകളിൽ പ്രധാനം ലൈബ്രറി, പുരാവസ്തു ശേഖരണവും സംരക്ഷണവും; മ്യൂസിയം, പ്രസിദ്ധീകരണവിഭാഗം ഗ്രാന്റ് ഇൻ എയ്ഡ് സർവ്വീസ് എന്നിവയാണ്.

സെൻട്രൽ ഇൻസ്റ്റിറ്റ്യൂട്ട് ഓഫ് ക്ലാസിക്കൽ മലയാളം ഒരു രജിസ്റ്റേർഡ് സ്വയംഭരണ സ്ഥാപനമായിരിക്കണം. നിർവ്വാഹകസമിതി, അക്കാദമിക് കൗൺസിൽ, സാമ്പത്തിക സമിതി, പദ്ധതി ആസൂത്രണത്തിനും അത് പ്രാവർത്തികമാക്കാനുമുള്ള ഉന്നതാധികാരസമിതി എന്നിവയാണ് ഇൻസ്റ്റിറ്റ്യൂട്ടിൽ ഉണ്ടാകേണ്ട ഔദ്യോഗിക തലങ്ങൾ. ഭരണപരമായ സംവിധാനം എങ്ങനെയായിരിക്കണമെന്നത് ഒരു വിദഗ്ദ്ധ സമിതിയെ നിയോഗിച്ച് ആരായുന്നത് നന്നായിരിക്കും. ഏറെ നാളുകളിലെ കാത്തിരിപ്പിനുശേഷം കൈവന്ന ശ്രേഷ്ഠഭാഷാപദവി കൊണ്ട് ഉണ്ടാകാവുന്ന ആനുകൂല്യങ്ങൾ വളരെ സമർത്ഥമായി ഉപയോഗിക്കാൻ മലയാളികൾക്ക് കഴിയട്ടെ എന്നു പ്രാർത്ഥിക്കുന്നു.

(നടുവട്ടം ഗോപാലകൃഷ്ണൻ, *ജനയുഗം*)

അനുബന്ധം 6

പത്രത്താളുകളിൽ നിന്ന്

a) നൽമലയാളം നിറഞ്ഞ സമ്മേളനം

മലയാളം സർവ്വകലാശാലയ്ക്കായി സെക്രട്ടേറിയറ്റിനു മുന്നിൽ നിരാഹാര സത്യാഗ്രഹമിരിക്കാൻ തയ്യാറാണെന്നു കവിയും ചരിത്രകാരനുമായ പുതുശ്ശേരി രാമചന്ദ്രൻ. 100 കോടി രൂപ ഗ്രാന്റ് ലഭിക്കുമെന്നതിനാലാണ് മലയാളത്തിന്റെ ക്ലാസിക്കൽ ഭാഷാപദവിയിൽ സർക്കാരിനു താല്പര്യമുണ്ടായതെന്ന് അദ്ദേഹം പറഞ്ഞു. ലോക ക്ലാസിക്കൽ തമിഴ് സമ്മേളനത്തിൽ പങ്കെടുക്കാനെത്തിയതായിരുന്നു പുതുശ്ശേരി രാമചന്ദ്രൻ. കോയമ്പത്തൂരിലെ ക്ലാസിക്കൽ സമ്മേളന വേദിയിലെത്തുമ്പോൾ 33 വർഷം മുൻപു നടത്തിയ ലോക മലയാള സമ്മേളനമാണു പുതുശ്ശേരി രാമചന്ദ്രന്റെ മനസിൽ. 1977 ൽ തിരുവനന്തപുരത്തായിരുന്നു ആദ്യ ലോക മലയാള സമ്മേളനം നടന്നത്. ദക്ഷിണേന്ത്യയിലെ മുഴുവൻ ഭാഷകളുടെയും കൂട്ടായ്മയായ ദ്രവീഡിയൻ ലിംഗ്വിസ്റ്റിക് അസോസിയേഷന്റെ നേതൃത്വത്തിലായിരുന്നു പ്രഥമ ലോക മലയാള സമ്മേളനം. 'ആശയവിനിമയ സൗകര്യങ്ങളൊന്നുമില്ലാതിരുന്ന കാലത്താണു ഒരാഴ്ചയോളം നീണ്ടുനിന്ന മലയാള സമ്മേളനം നടത്തിയത്' - രാമചന്ദ്രൻ പറഞ്ഞു.

മലയാളത്തിനു രണ്ടായിരം വർഷത്തെ പഴക്കം

മലയാളഭാഷ രൂപം കൊണ്ടതു തമിഴിൽ നിന്നാണെന്ന ധാരണ ശരിയല്ലെന്നു ഭാഷാ വിദഗ്ധൻ ഡോ. നടുവട്ടം ഗോപാലകൃഷ്ണൻ പറഞ്ഞു. ലോക തമിഴ് ക്ലാസിക് സമ്മേളനത്തിൽ 'മലയാളത്തിന്റെ പൂർവ്വകാല ഘട്ടവും പഴമയും' എന്ന വിഷയത്തിൽ പ്രബന്ധമവതരിപ്പിക്കുകയായിരുന്നു അദ്ദേഹം. മലയാള ഭാഷയ്ക്കു രണ്ടായിരം വർഷത്തിലേറെ പഴക്കമുണ്ടെന്നും അതുകൊണ്ടുതന്നെ തെലുങ്കിനേക്കാളും കന്നഡയേ

ക്കാളും ക്ലാസിക്കൽ ഭാഷാ പദവിക്കു അർഹതയുള്ളത് മലയാളത്തിനാണെന്നും അദ്ദേഹം പറഞ്ഞു. ഇന്റർനാഷണൽ സ്കൂൾ ഓഫ് ദ്രവീഡിയൻ ലിംഗ്വിസ്റ്റിക്സിലെ സീനിയർ ഫെല്ലോയാണ് ഡോ. നടുവട്ടം ഗോപാലകൃഷ്ണൻ.

(*മലയാളമനോരമ* 2011 ജൂൺ 27)

b) മലയാളത്തിനും ക്ലാസിക്കൽ പദവിക്ക് അർഹതയുണ്ട് നടുവട്ടം ഗോപാലകൃഷ്ണൻ

കോയമ്പത്തൂർ: തമിഴിനോളം തന്നെ പഴക്കമുള്ള മലയാളത്തിനും ക്ലാസിക്കൽ പദവിക്ക് അർഹതയുണ്ടെന്ന് ഭാഷാപണ്ഡിതൻ നടുവട്ടം ഗോപാലകൃഷ്ണൻ. തിരുവനന്തപുരത്തെ ഇന്റർനാഷണൽ സ്കൂൾ ഓഫ് ദ്രവീഡിയിൻ ലിംഗ്വിസ്റ്റിക്സിൽ സീനിയർ ഫെല്ലോയായ ഇദ്ദേഹം തന്റെ നിരീക്ഷണം ഉൾക്കൊള്ളുന്ന പ്രബന്ധം ലോക തമിഴ് സമ്മേളന സെമിനാറിൽ അവതരിപ്പിച്ചു.

തമിഴിന് അവകാശപ്പെട്ട വ്യാകരണവും സാഹിത്യവും മലയാളത്തിനും അവകാശപ്പെട്ടതാണ്. തമിഴിനോളം തന്നെ പാരമ്പര്യവും പഴമയും മലയാളത്തിനുണ്ട്. ക്രിസ്തുവിനുമുമ്പ് മൂന്നാം നൂറ്റാണ്ടിൽ മലയാളഭാഷയുടെ പ്രാക്തനലിപികളും രേഖകളും ഉണ്ടായിരുന്നെന്നതിന് തെളിവ് ലഭിച്ചിട്ടുണ്ട്. എടയ്ക്കൽ ഗുഹയിൽ നിന്ന് ലഭിച്ചപ്രാചീന ഏഴ് ലിഖിതങ്ങളിൽ ആറിലും മലയാളത്തിന്റെ പ്രാക്തന രൂപമുണ്ട്.

ബി. സി. മൂന്നാം നൂറ്റാണ്ട് മുതൽ എ. ഡി നാലാം നൂറ്റാണ്ട് വരെ മലയാളം നിലവിലുണ്ടായിരുന്നതിന് രേഖകളുണ്ട്. സംഘകാലത്തെ 35 ൽപ്പരം കവികൾ മലയാളികളായിരുന്നു. പരണർ, കപിലർ, അരശിൽ കിഴാർ തുടങ്ങിയവർ ഉദാഹരണമാണ്.

സംഘകാലത്തെ പാല, നെയ്തൽ, മുല്ല, പാലൈ എന്നീ ഭൂവിഭാഗങ്ങൾ ഇന്നും കേരളത്തിലുണ്ട്. തമിഴിൽ ഇപ്പോഴില്ലാത്ത നിരവധി സംഘകാലപദങ്ങൾ മലയാളത്തിലുണ്ട്. തമിഴിനേക്കാളേറെ മൂലദ്രാവിഡവാക്കുകൾ സംരക്ഷിച്ചിട്ടുള്ളത് മലയാളമാണ്. മൊത്തത്തിലുള്ള 26 ദ്രാവിഡ ഭാഷകളിൽ അഞ്ച് ഭാഷകൾ മാത്രമാണ് സമ്പുഷ്ട ഭാഷ. ഇതിൽ മലയാളവുമുണ്ട്.

തമിഴിന്റെ ഭാഷാഭേദമല്ല മലയാളം. തമിഴിൽനിന്ന് ഉരുത്തിരിഞ്ഞതുമല്ല. മറ്റൊരു ഭാഷയിൽനിന്ന് ഉരുത്തിരിഞ്ഞ ഭാഷയ്ക്ക് സ്വതന്ത്ര ഭാഷയായി നിൽക്കാനാവില്ല.

തമിഴിന് ഭാഷാഭേദമുണ്ട്. അത് തമിഴ്നാട്ടിലെ മധുര, തിരുനെൽവേലി എന്നിവിടങ്ങളിലെ ഭാഷകളിൽനിന്ന് മനസ്സിലാക്കാം.

(മാതൃഭൂമി 2010 ജൂൺ 27)

c) മലയാളത്തിന് ക്ലാസിക്കൽപദവി: റിപ്പോർട്ട് നാളെ സമർപ്പിക്കും

മലയാള ഭാഷയ്ക്ക് 2300 വർഷം പഴക്കമുണ്ടെന്ന് വിദഗ്ദ്ധസമിതി

തിരുവനന്തപുരം: മലയാള ഭാഷയ്ക്ക് ക്ലാസിക്കൽ പദവി ലഭ്യമാ

ക്കുന്നതിനായി രൂപീകരിച്ച വിദഗ്ദ്ധസമിതിയുടെ റിപ്പോർട്ട് നാളെ പ്രധാനമന്ത്രിക്ക് കൈമാറും. ഡൽഹിയിൽ വൈകിട്ട് 5.30 ന് മന്ത്രി എം എ ബേബി, ഓംചേരി എൻ എൻ പിള്ള, സച്ചിദാനന്ദൻ എന്നിവർ ചേർന്നാണ് റിപ്പോർട്ട് കൈമാറുന്നത്. ഡോ. പുതുശ്ശേരി രാമചന്ദ്രൻ അദ്ധ്യക്ഷനും ഡോ. നടുവട്ടം ഗോപാലകൃഷ്ണൻ കൺവീനറുമായ വിദഗ്ദ്ധസമിതിയുടെ റിപ്പോർട്ട് ഇന്നലെയാണ് സംസ്ഥാന സർക്കാരിന് സമർപ്പിച്ചത്. പ്രൊഫ. ഒ എൻ വി കുറുപ്പ്, സുഗതകുമാരി, ഡോ. പുതുശ്ശേരി രാമചന്ദ്രൻ എന്നിവരിൽ നിന്ന് റിപ്പോർട്ട് മന്ത്രി എം എ ബേബി ഏറ്റുവാങ്ങി. ക്ലാസിക്കൽ പദവി ലഭിക്കുന്നതിനായി കേന്ദ്രസർക്കാർ മുന്നോട്ട് വച്ചിരിക്കുന്ന എല്ലാ മാനദണ്ഡങ്ങളും മലയാള ഭാഷയ്ക്കുണ്ടെന്ന് സമിതി തയ്യാറാക്കിയ റിപ്പോർട്ടിൽ തെളിവുകൾ സഹിതം വ്യക്തമാക്കുന്നു. മലയാളത്തിന് 2300 വർഷത്തോളം വരുന്ന ഭാഷാ, സാഹിത്യ പഴമയുണ്ടെന്ന് സ്ഥാപിക്കുന്ന തെളിവുകളാണ് റിപ്പോർട്ടിലുള്ളത്.

മലയാളത്തെ ശ്രേഷ്ഠഭാഷയായി പ്രഖ്യാപിക്കണമെന്നാവശ്യപ്പെട്ട് മുഖ്യമന്ത്രി, പ്രതിപക്ഷ നേതാവ് ഉൾപ്പെടെയുള്ള പ്രമുഖർ നേരത്തെ പ്രധാനമന്ത്രിയെ കണ്ട് നിവേദനം സമർപ്പിച്ചിരുന്നു. പ്രധാനമന്ത്രിയുടെ നിർദ്ദേശ പ്രകാരമാണ് സംസ്ഥാന സർക്കാർ വിദഗ്ദ്ധ സമിതിയെ നിയോഗിച്ചത്. ഭാരതസർക്കാരിന് കീഴിലുള്ള സാംസ്കാരിക വകുപ്പ് നിയമിക്കുന്ന ഭാഷാ പണ്ഡിതന്മാരുടെ പ്രതിനിധിസംഘത്തിന്റെ മാർഗ്ഗനിർദ്ദേശമനുസരിച്ചാണ് ക്ലാസിക്കൽ ഭാഷാ പ്രഖ്യാപനം നടത്തുന്നത്. 1500-2000 വർഷത്തെ പഴക്കമുള്ള ചരിത്രരേഖകളോ സാഹിത്യ കൃതികളോ ക്ലാസിക് ഭാഷയായി പ്രഖ്യാപിക്കുവാൻ നിർദ്ദേശിക്കുന്ന ഭാഷയിലുണ്ടാകണം. ഈ ഭാഷ സംസാരിക്കുന്നവർക്ക് പാരമ്പര്യമായി ലഭിച്ച ഒരു കൂട്ടം അമൂല്യ കൃതികളോ പുസ്തകങ്ങളോ ഉണ്ടാകണം. സാഹിത്യ പാരമ്പര്യം മറ്റു ഭാഷകളിൽനിന്ന് കടം കൊണ്ടതാകാതെ സ്വന്തമായിട്ടുള്ളതാകണം, ഭാഷയിൽനിന്ന് പരിവർത്തിതമായ ആധുനിക ഭാഷയ്ക്കും സാഹിത്യത്തിനും പുരാതന ഭാഷയിൽനിന്ന് പ്രകടമായ വ്യത്യാസമുണ്ടാകണം തുടങ്ങിയവയാണ് കേന്ദ്രം മുന്നോട്ടുവയ്ക്കുന്ന മാർഗനിർദേശങ്ങൾ. മലയാളത്തിന് ഈ യോഗ്യതകളുണ്ട് എന്ന് തെളിയിക്കുന്നതാണ് നാല് വാള്യങ്ങളിലായി തയ്യാറാക്കിയ റിപ്പോർട്ട്. ഇതിൽ മൂന്നുവാല്യങ്ങൾ രേഖകളുടെ സമാഹാരമാണ്. ബി സി മൂന്നാം നൂറ്റാണ്ടിലെ അശോകന്റെ രണ്ടാം ശാസനത്തിൽ 'കേരളം' എന്ന് പരാമർശിക്കപ്പെട്ടിട്ടുണ്ടെന്ന് റിപ്പോർട്ടിൽ പറയുന്നു. തമിഴ്നാട്ടിലെ തേനിയിൽ നിന്ന് കിട്ടിയ ബി. സി. രണ്ടാം നൂറ്റാണ്ടിലെ വീരക്കൽ ശാസനം, എടയ്ക്കൽ ഗുഹയിൽനിന്ന് കിട്ടിയ 2-5 നൂറ്റാണ്ടിലെ ഏഴ് ലിഖിതങ്ങളിൽ നാലെണ്ണം, പട്ടണം ഉദ്ഖനനത്തിൽ കണ്ടെത്തിയ രണ്ടാം നൂറ്റാണ്ടിലെ അവശിഷ്ടങ്ങൾ, നിലമ്പൂരിൽ കണ്ടെത്തിയ അഞ്ചാം നൂറ്റാണ്ടിലെ ലിഖിതം എന്നിവയിൽ മലയാളം വാക്കുകളുണ്ട്. തമിഴ് ബ്രാഹ്മി ലിപിയിലാണ് ഇവ എഴുതപ്പെട്ടിരിക്കുന്നത് എങ്കിലും ഈ വാക്കുകൾ നിലവിൽ മലയാളത്തിൽ ഉപയോ

ഗിക്കുന്നതും എന്നാൽ തമിഴിൽ പ്രയോഗത്തിലില്ലാത്തതുമാണ്. തമിഴ് ശൈലിയായ 'ഐ'കാരത്തിന് പകരം മലയാളം ശൈലിയായ 'അ' കാരമാണ് വാക്കുകളിലുള്ളത്. സംഘകാല കൃതികളിൽ സുപ്രധാനമായ *പതിറ്റുപ്പത്ത്, ഐങ്കുറുനൂറ്, ചിലപ്പതികാരം* എന്നിവ കേരളത്തിലുണ്ടായതാണെന്ന് തെളിയിക്കപ്പെട്ടിട്ടുണ്ട്. 50 ഓളം സംഘകാല എഴുത്തുകാർ കേരളീയരായിരുന്നു. അവരുടെ കൃതികളിലെ മലനാട് വഴക്കങ്ങൾ കാരണം പല രചനകളും വ്യാഖ്യാനിക്കാൻ തമിഴ് പണ്ഡിതന്മാർക്ക് കഴിഞ്ഞിട്ടില്ല. സംഘകാല കൃതികളിൽനിന്ന് 150 ൽ അധികം മലയാള വാക്കുകൾ കണ്ടെത്തിയിട്ടുണ്ട്. ഇവ ഇപ്പോഴും മലയാളത്തിൽ പ്രയോഗത്തിലുണ്ട്. ഈ കൃതികൾ മലയാളത്തിന്റെയും തമിഴിന്റെയും പൊതുസ്വത്താണെന്നും റിപ്പോർട്ട് ചൂണ്ടിക്കാട്ടുന്നു കൂത്ത്, കൂടിയാട്ടം എന്നിവയ്ക്കായി ഒമ്പതാം നൂറ്റാണ്ടിൽത്തന്നെ *ആട്ടപ്രകാരങ്ങളും ക്രമദീപിക*യും രചിച്ചിട്ടുണ്ട്. *അർത്ഥശാസ്ത്രം, ഭഗവദ്ഗീത* എന്നിവയ്ക്ക് ഇന്ത്യയിൽ ആദ്യം വിവർത്തനമുണ്ടായത് മലയാളത്തിലാണ്. ഭാഷയിൽ തമിഴിനുള്ളത്ര തന്നെ പഴക്കം മലയാളത്തിനുമുണ്ട്. മലയാള ഭാഷയുടെ പരിണാമഘട്ടത്തെ പ്രധാനമായി നാലായി തിരിക്കാമെന്ന് വിദഗ്ധസമിതി റിപ്പോർട്ടിൽ പറയുന്നു. എ ഡി 800 വരെ തമിഴും മലയാളവും കൂടിക്കലർന്ന ഭാഷാ കാലഘട്ടം. എ ഡി 800 മുതൽ 1300 വരെ പ്രാചീനമലയാള ക്ലാസിക്കൽ ഘട്ടം, 1300 മുതൽ 1600 വരെ മധ്യകാല മലയാള ക്ലാസിക്കൽ ഘട്ടം. 1600 മുതൽ മലയാളഭാഷയുടെ ആധുനിക കാലഘട്ടം എന്നിങ്ങനെയാണ് തിരിച്ചിടുന്നത്.

തേനി ജില്ലയിലെ പുളിമാങ്കൊമ്പിൽനിന്ന് ലഭിച്ച ബി. സി രണ്ടാം നൂറ്റാണ്ടിലെ വീരക്കൽ ലിഖിതം, എടയ്ക്കൽ ഗുഹകളിലെ ബി. സി മൂന്നാം നൂറ്റാണ്ടിലെ ശാസനങ്ങൾ തുടങ്ങി നിരവധി വിലപ്പെട്ട രേഖകളാണ് വിദഗ്ദ്ധ സമിതിക്ക് ലഭിച്ചത്. 2004 ൽ തമിഴിനും 2005 ൽ സംസ്കൃതത്തിനും 2008 ൽ കന്നഡയ്ക്കും തെലുങ്കിനും ക്ലാസിക്കൽ പദവി ലഭിച്ചിരുന്നു.

(*ജനയുഗം* 2011 ജനുവരി 14)

d) മലയാളത്തെ പുറന്തള്ളി; ക്ലാസിക്കൽ പദവിയില്ല - പി കെ മണികണ്ഠൻ

ന്യൂഡൽഹി: മലയാളത്തിന് ക്ലാസിക്കൽ പദവി നൽകണമെന്ന ആവശ്യം കേന്ദ്രസാഹിത്യ അക്കാദമിയുടെ ഭാഷാസമിതി തള്ളി. മലയാള ഭാഷയ്ക്ക് അത്രയേറെ പഴക്കം ഇല്ലെന്നാണ് സമിതിയുടെ വിലയിരുത്തൽ.

സംസ്ഥാന സർക്കാരിന്റെ ആവശ്യം നിരസിച്ചുള്ള റിപ്പോർട്ട് ഭാഷാസമിതി കേന്ദ്ര സാംസ്കാരികമന്ത്രാലയത്തിനു സമർപ്പിച്ചു. മാർച്ച് അഞ്ചിന് ഹൈദരാബാദിൽ ചേർന്ന സമിതിയോഗത്തിലായിരുന്നു ഈ തീരുമാനം.

ഭാഷയുടെ പഴക്കം അവകാശപ്പെട്ട് കേരളത്തിലെ ഭാഷാവിദഗ്ദ്ധർ സമർപ്പിച്ച റിപ്പോർട്ടിലെ വാദങ്ങൾ സമിതി തള്ളി.

ക്ലാസിക്കൽ പദവി ലഭിക്കണമെങ്കിൽ ഒരു ഭാഷ 1500 -2000 വർഷം പഴക്കമുള്ളതായിരിക്കണമെന്നാണ് കേന്ദ്രസർക്കാർ നിശ്ചയിച്ചിട്ടുള്ള വ്യവസ്ഥ. ആ ഭാഷയിലുള്ള പൗരാണികസാഹിത്യത്തിനും ലിഖിത ചരിത്രത്തിനും ചുരുങ്ങിയത് 1500 വർഷം പഴക്കമുണ്ടാവണം. അതേസമയം പ്രാചീന സാഹിത്യവും രേഖകളുമുള്ള മികച്ച പൈതൃകം അവകാശപ്പെടാവുന്ന ഭാഷയാണ് മലയാളമെന്ന് സമിതി വിലയിരുത്തി. സാഹിത്യപാരമ്പര്യം യഥാർത്ഥമാണ്. മറ്റേതെങ്കിലും സമൂഹം സംസാരിച്ചിരുന്ന ഭാഷയിൽനിന്ന് കടമെടുത്തല്ല മലയാളം. ഇത്തരം മാനദണ്ഡങ്ങളെല്ലാം മലയാളം മറികടന്നെങ്കിലും 1500-2000 വർഷത്തെ പഴക്കം വേണമെന്ന വ്യവസ്ഥ പാലിക്കപ്പെട്ടിട്ടില്ലെന്ന് സമിതി വിലയിരുത്തി.

"ക്രിസ്തുവർഷത്തിലെ ആദ്യനൂറ്റാണ്ടുകളിലെ പഴക്കം മലയാളത്തിന് അവകാശപ്പെടാൻ കഴിയുമോയെന്ന് സംശയമാണ്. പശ്ചിമതീരത്തു സംസാരിച്ചിരുന്ന പഴന്തമിഴിന്റെ വകഭേദമായാണ് മലയാളഭാഷയുടെ വികാസം. പശ്ചിമതീരത്തെ ഈ ഉപഭാഷ പ്രത്യേകഭാഷയായി പരിണമിച്ചത് എട്ടോ ഒമ്പതോ നൂറ്റാണ്ടിലായിരുന്നു. ഇതായിരുന്നു ഭാഷാസമിതിയുടെ വിലയിരുത്തൽ."

മലയാളത്തിന് ക്ലാസിക്കൽ പദവി നൽകണമെന്ന ആവശ്യത്തിന് ഏറെ പഴക്കമുണ്ട്. കഴിഞ്ഞ ഇടതുസർക്കാരിന്റെ കാലത്ത് ഈ നീക്കം ഊർജ്ജിതമായി. ഒ എൻ വിയുടെ നേതൃത്വത്തിൽ മലയാളത്തിന്റെ പഴമയുടെ പാരമ്പര്യവും വിശദമാക്കുന്ന വിദഗ്ദ്ധ റിപ്പോർട്ട് തയ്യാറാക്കി കേന്ദ്രസർക്കാരിന് സമർപ്പിക്കുകയും ചെയ്തു.

ഭാഷാസമിതിയുടെ തീരുമാനം നിർഭാഗ്യകരമായിപ്പോയെന്ന് ഒ എൻ വി പ്രതികരിച്ചു. കന്നഡയ്ക്കും തമിഴിനുമുള്ള പഴക്കത്തിൽ ഒട്ടും പിന്നിലല്ല മലയാളം. മലയാളത്തിലെ *ചിലപ്പതികാര*ത്തിന്റെ പൈതൃകം മലയാളത്തിനും തമിഴിനും ഒരുപോലെയുള്ളതാണ്. മലയാളത്തിന്റെ ക്ലാസിക്കൽ പദവി ചർച്ച ചെയ്യപ്പെട്ട യോഗം മലയാളത്തിലെ ഭാഷാവിദഗ്ദ്ധരുടെ കൂടി സാന്നിദ്ധ്യത്തിലായിരുന്നുവെങ്കിൽ ഉചിതമായിരുന്നുവെന്നും ഒ എൻ വി അഭിപ്രായപ്പെട്ടു.

ഹൈദരാബാദിൽ ഭാഷാവിദഗ്ദ്ധർ ബി എച്ച് കൃഷ്ണമൂർത്തിയുടെ അദ്ധ്യക്ഷതയിൽ ചേർന്ന യോഗത്തിൽ പ്രൊഫ. അൻവിത അബ്ബി, പ്രൊഫ. കെ വി സുബ്ബറാവു, പ്രൊഫ. ബി എൻ പട്നായിക്. ഡോ. ടി എസ് കെ കണ്ണൻ, പ്രൊഫ. പി എസ് സുബ്രഹ്മണ്യം, സാഹിത്യ അക്കാദമി സെക്രട്ടറി അഗ്രഹാര കൃഷ്ണമൂർത്തി, ഡെപ്യൂട്ടി സെക്രട്ടറി കെ എസ് റാവു എന്നിവരാണ് പങ്കെടുത്തത്. യോഗതീരുമാനത്തിനൊപ്പം ബി എച്ച് കൃഷ്ണമൂർത്തിയുടെ പ്രത്യേക കുറിപ്പും കേന്ദ്ര സാംസ്കാരിക മന്ത്രാലയത്തിനു സമർപ്പിച്ചു. അശോകശിലാശാസനങ്ങളിലും ക്ലാസിക്കൽ രചനകളിലുമൊക്കെ കേരളം പരാമർശിക്കപ്പെടുന്നുണ്ടെ

ന്നുള്ള വാദത്തിലൂടെ മലയാളത്തിന്റെ പഴക്കം അളക്കാനാവില്ലെന്ന് കൃഷ്ണമൂർത്തി പറഞ്ഞു.

(മാതൃഭൂമി 2012 ജൂൺ 21)

e) മലയാളത്തിന് ക്ലാസിക്കൽപദവിക്കായി പ്രധാനമന്ത്രിക്ക് നിവേദനം നൽകും

മലയാളത്തിന് ക്ലാസിക്കൽ ഭാഷാപദവി കിട്ടുന്നതിനായുള്ള നിവേദനം പ്രധാനമന്ത്രിക്ക് നൽകും. ജനുവരി 15 നാണ് സർക്കാർ നിവേദനം നൽകുന്നത്. ഇതുസംബന്ധിച്ച് വിദഗ്ദ്ധസമിതി തയ്യാറാക്കിയ റിപ്പോർട്ടും മൂന്ന് വാല്യങ്ങളടങ്ങിയ രേഖകളുമാണ് പ്രധാനമന്ത്രിക്ക് നൽകുക. പദവിക്കുള്ള അർഹത ബോദ്ധ്യപ്പെടുത്തുന്ന രേഖകളാണ് ഇത്. ഒ എൻ വി കുറുപ്പിന്റെ നേതൃത്വത്തിൽ പുതുശ്ശേരി രാമചന്ദ്രൻ, സുഗതകുമാരി, നടുവട്ടം ഗോപാലകൃഷ്ണൻ, ഡോ. രാമ എന്നിവർ ചേർന്ന് തയ്യാറാക്കിയ റിപ്പോർട്ട് മന്ത്രി എം എ ബേബിക്ക് വ്യാഴാഴ്ച സമർപ്പിച്ചു.

ക്ലാസിക്കൽ ഭാഷാപദവി അനുവദിച്ച് കിട്ടിയാൽ സംസ്ഥാനത്ത് ഒരു ഭാഷാ സർവ്വകലാശാല സ്ഥാപിക്കുമെന്ന് മന്ത്രി എം എ ബേബി പറഞ്ഞു. സംസ്ഥാനത്തെ സ്കൂളുകളിൽ മലയാളം ഒന്നാം ഭാഷയാക്കുന്നതിനെക്കുറിച്ച് റിപ്പോർട്ട് നൽകാൻ നിയോഗിച്ച സമിതി ഉടൻതന്നെ ശുപാർശ നൽകുമെന്നാണ് കരുതുന്നത്. ഇതിന്മേലും അടിയന്തര നടപടിയുണ്ടാകും- മന്ത്രി പറഞ്ഞു.

മലയാളത്തിലെ ഏറ്റവും പ്രാചീനകൃതികളായ *രാമചരിതം, ഭാഷാകൗടലീയം* എന്നിവ 11-ാം നൂറ്റാണ്ടിനപ്പുറമുണ്ടായ കൃതികളാണെന്ന് കേരളം നൽകിയ റിപ്പോർട്ടിൽ സമർത്ഥിക്കുന്നുണ്ട്. മലയാളത്തിന് ക്രിസ്ത്വബ്ദത്തിനപ്പുറം പഴക്കമുണ്ടെന്ന് തെളിയിക്കുന്നതിന് ലിഖിത പ്രമാണങ്ങളുണ്ട്. തമിഴ്നാട്ടിലെ തേനി ജില്ലയിലെ പുളിമാങ്കൊമ്പിൽനിന്നും ലഭിച്ച വീരക്കൽ ലിഖിതത്തിൽ മലയാളത്തിന്റേതെന്നു പറയാവുന്ന പദങ്ങളുണ്ട്. 'കൂടല്ലൂർ ആ കോൾ പെടു തിയൻ അന്തവൻ കൽ' എന്ന ലിഖിതത്തിലെ 'പെടു' ധാതു മലയാളമാണ്. നശിച്ചുവീഴുക എന്നയർത്ഥമാണ് ഇതിനുള്ളത്. കൂടല്ലൂരിലെ കന്നുകാലിക്കവർച്ചാശ്രമത്തിൽ മരിച്ചുവീണ തീയൻ അന്തവന്റെ സ്മാരകമായിട്ടുള്ളതാണിത്.

ബി സി രണ്ടാം നൂറ്റാണ്ടിനപ്പുറമുള്ളതാണെന്ന് കരുതുന്ന പറവൂർ ലിഖിതങ്ങളിൽ ചാത്തൻ എന്നും ഊർപാവ ഓാ എന്നും കാണാം. വയനാട്ടിലെ എടയ്ക്കൽ ഗുഹാലിഖിതങ്ങളും മലയാള ഭാഷയുടെ പഴക്കത്തിന് സൂചകങ്ങളായിട്ടുണ്ട്.

തമിഴിനും മലയാളത്തിനും പൊതുവായ ഭാഷാചരിത്രഘട്ടം ഉണ്ടായിരുന്നു. തമിഴിന്റേതെന്ന് അവകാശപ്പെടുന്ന സംഘസാഹിത്യം മലയാളത്തിനും അവകാശപ്പെട്ടതാണ്. *ചിലപ്പതികാര* കർത്താവായ ഇളങ്കോവടികളടക്കം പല പ്രമുഖ കവികളും കേരളനാട്ടിൽ പിറന്നവരാണ്. *ചിലപ്പതികാര*ത്തിൽനിന്ന് ഉദ്ധരിക്കാൻ കഴിയുന്ന മലയാളവാക്കുകളും

റിപ്പോർട്ടിലുണ്ട്. പോരും (മതി), തെല്ല് (അല്പം), ചാന്തി (ശാന്തിക്കാരൻ), കൂറ് (പങ്ക്) പള്ളി (നിദ്ര), പനി (ജ്വരം) എന്നിങ്ങനെ ഒട്ടേറെ വാക്കുകൾ റിപ്പോർട്ടിൽ ഉദ്ധരിച്ചിട്ടുണ്ട്.

സംഘകാലകൃതികളിൽ 2381 കവിതകളുള്ളതിൽ 350 നുമേൽ പാട്ടുകളിൽ ചേരനാട്ടിനെക്കുറിച്ചുള്ള പരാമർശങ്ങളുണ്ട്. സംഘകാലാനന്തര കവികളായ ചേരമാൻ പെരുമാൾ, കുലശേഖര ആഴ്‌വാർ, വേണാട്ടടികളും മലനാട്ടുവഴക്കമുള്ള ഭാഷയിൽ കവിതകൾ എഴുതിയിട്ടുണ്ട്. *രാമചരിതം* വരെയുള്ള സാഹിത്യകാലത്തെ പൂർവ്വ ക്ലാസിക് ഘട്ടമെന്നും തുടർന്ന് എഴുത്തച്ഛൻ കൃതികളുടെ ആവിർഭാവം വരെയുള്ള ഘട്ടത്തെ ഉത്തര ക്ലാസിക് ഘട്ടമെന്നും വിളിക്കാം. എഴുത്തച്ഛൻ മുതൽ ആധുനിക കാലഘട്ടം തുടങ്ങുന്നു. ക്ലാസിക് സ്വഭാവം പുലർത്തുന്ന കൃതികൾക്കൊപ്പം വൈജ്ഞാനിക ഗ്രന്ഥങ്ങളുടെ ശേഖരവും മലയാളത്തിന് സ്വന്തമായുണ്ട്. ഇതൊക്കെ പരിഗണിച്ച് മലയാളത്തിന് ക്ലാസിക് പദവി അനുവദിക്കണമെന്നാണ് കേരളം പ്രധാനമന്ത്രിയോട് ആവശ്യപ്പെടുന്നത്.

(*മാതൃഭൂമി*, 2011 ജനുവരി 14)

f) ശ്രേഷ്ഠഭാഷാപദവി: വിദഗ്ദ്ധസമിതി റിപ്പോർട്ട് തള്ളണമെന്ന് കേരളം

മലയാളത്തിന് ശ്രേഷ്ഠ ഭാഷാപദവി നിഷേധിക്കുന്ന കേന്ദ്രസാഹിത്യ അക്കാദമി വിദഗ്ദ്ധസമിതിയുടെ നിർദ്ദേശം തള്ളണമെന്ന് സംസ്ഥാനം ആവശ്യപ്പെടും. ഇക്കാര്യം പ്രധാനമന്ത്രിയെ നേരിട്ട് അറിയിക്കാനും മുഖ്യമന്ത്രിയുടെ അദ്ധ്യക്ഷതയിൽ ചേർന്ന യോഗം തീരുമാനിച്ചു. ജൂലായ് രണ്ട്, മൂന്ന് തീയതികളിൽ ഡൽഹി സന്ദർശിക്കുന്ന മുഖ്യമന്ത്രിയുടെ നേതൃത്വത്തിലുള്ള മന്ത്രിതല സംഘം ഇതിനായി പ്രധാനമന്ത്രിയെക്കാണും.

സാഹിത്യ അക്കാദമി സംസ്കാരിക വകുപ്പിന് കൈമാറിയ വിദഗ്ദ്ധരുടെ റിപ്പോർട്ട് മന്ത്രിസഭ പരിഗണിക്കുന്നതിനുമുമ്പ് സംസ്ഥാനവുമായി ചർച്ച ചെയ്യണമെന്നും പ്രധാനമന്ത്രിയോട് ആവശ്യപ്പെടും. ശ്രേഷ്ഠഭാഷാപദവി നിഷേധിക്കുന്ന സമിതിയുടെ വാദങ്ങളെ ഖണ്ഡിക്കുന്ന സപ്ലിമെന്ററി റിപ്പോർട്ട് കേരളം പ്രധാനമന്ത്രിക്ക് കൈമാറും. സംസ്ഥാനത്തിന്റെ വാദം പരിഗണിച്ചേ ഇക്കാര്യത്തിൽ തീരുമാനം എടുക്കാവൂ എന്നാണ് സംസ്ഥാനത്തിന്റെ ആവശ്യം. ഇക്കാര്യത്തിൽ രാഷ്ട്രീയസമ്മർദ്ദം വേണമെന്നും യോഗത്തിൽ നിർദ്ദേശം ഉയർന്നു.

സാഹിത്യ അക്കാദമിയുടെ വിദഗ്ദ്ധ സമിതിയിലുള്ളവർ പക്ഷപാതപരമായാണ് പെരുമാറിയതെന്ന് യോഗത്തിൽ പങ്കെടുത്ത ഒ എൻ വി കുറുപ്പ് പറഞ്ഞു. സാഹിത്യ അക്കാദമി തീരുമാനത്തെ എതിർക്കാൻ സാഹിത്യകാരന്മാരുടെയും ജനങ്ങളുടെയും സമ്മേളനം വിളിക്കണമെന്ന് കവയിത്രി സുഗതകുമാരി നിർദ്ദേശിച്ചു.

1500 വർഷത്തെ പഴക്കമില്ലെന്ന കാരണം പറഞ്ഞാണ് മറ്റ് മാനദ

ണ്ഡങ്ങളെല്ലാം പാലിച്ചിട്ടും മലയാളത്തിന് ശ്രേഷ്ഠഭാഷാപദവി നിഷേധിച്ചത്. തമിഴിനും കന്നഡയ്ക്കും ഈ പദവി നൽകുമ്പോൾ ആയിരം വർഷത്തെ പഴക്കം മാത്രമായിരുന്നു മാനദണ്ഡം. മലയാളത്തിന് 2500 വർഷത്തെ പാരമ്പര്യം അവകാശപ്പെടാനാകും. പ്രോട്ടോ തമിഴ് മലയാളം പാരമ്പര്യം തമിഴിനും മലയാളത്തിനും ഒരുപോലെ അവകാശപ്പെട്ടതാണ്. മലയാളം തമിഴിൽനിന്ന് പരിണമിച്ചതാണെന്ന തങ്ങളുടെ സിദ്ധാന്തം ന്യായീകരിക്കാനാണ് വിദഗ്ദ്ധസമിതിയിൽ ഉണ്ടായിരുന്ന ബി എച്ച് കൃഷ്ണമൂർത്തിയും സുബ്രഹ്മണ്യവും ശ്രമിച്ചതെന്ന് പ്രൊഫ. നടുവട്ടം ഗോപാലകൃഷ്ണൻ യോഗത്തിൽ ആരോപിച്ചു.

മന്ത്രി കെ സി ജോസഫ്, മുൻമന്ത്രി എം എ ബേബി, പാലോട് രവി എം എൽ എ, പെരുമ്പടവം ശ്രീധരൻ, പുതുശ്ശേരി രാമചന്ദ്രൻ, ജോർജ്ജ് ഓണക്കൂർ, ചീഫ് സെക്രട്ടറി. കെ ജയകുമാർ എന്നിവരും യോഗത്തിൽ പങ്കെടുത്തു.

(*മാതൃഭൂമി*, 2012 ജൂൺ 30)

g) മലയാളഭാഷയും ക്ലാസിക്കൽ പദവിയും

മലയാളത്തിന് ക്ലാസിക്കൽ പദവി നൽകേണ്ടതില്ലെന്ന തീരുമാനം നിർഭാഗ്യകരവും പ്രതിഷേധാർഹവുമാണ്. കേന്ദ്ര സാഹിത്യ അക്കാദമിയുടെ ഭാഷാസമിതിയാണ് മലയാളത്തിനുള്ള അംഗീകാരത്തിനെതിരായ നിലപാട് കൈക്കൊണ്ടത്. കേരളം ആവശ്യമായ എല്ലാ ചരിത്രരേഖകളും അനുബന്ധമായി ചേർത്ത് നൽകിയ നിവേദനം കേന്ദ്രസർക്കാർ അക്കാദമിക്ക് വിടുകയും അക്കാദമി നിയോഗിച്ച സമിതി തീരുമാനമെടുക്കുകയുമായിരുന്നു.

കേന്ദ്രസാഹിത്യഅക്കാദമിയുടെ പ്രസിഡന്റ് സുനിൽ ഗംഗോപാധ്യായ അധ്യക്ഷനും ബി എച്ച് കൃഷ്ണമൂർത്തി, പി എസ് സുബ്രഹ്മണ്യം, ശ്രീനാഥ് എന്നീ ഭാഷാ വിദഗ്ദ്ധർ അംഗങ്ങളുമായ സമിതിക്കുമുമ്പിൽ ഒരു മാർഗ്ഗനിർദ്ദേശ രേഖയുണ്ടായിരുന്നു. അത് കേന്ദ്ര സർക്കാർ ഇടക്കാലത്ത് ഭേദഗതിപ്പെടുത്തി വിജ്ഞാപനം ചെയ്ത രേഖയാണ്. ആയിരം വർഷത്തെ പഴക്കമുള്ള ഭാഷാസാഹിത്യം ക്ലാസിക്കൽ പദവിക്ക് അർഹമാണെന്ന ആദ്യരേഖ ആയിരത്തഞ്ഞൂറു വർഷത്തെ പഴക്കമുണ്ടാവണമെന്ന നിലയ്ക്കാണ് കേന്ദ്രം ഭേദഗതിപ്പെടുത്തിയത്. ഇതിന്റെ അടിസ്ഥാനത്തിലാണ് മലയാളഭാഷയ്ക്കും സാഹിത്യത്തിനും ആയിരത്തഞ്ഞൂറുവർഷത്തെ പഴക്കമില്ലെന്ന തീർപ്പോടെ കേരളത്തിന്റെ ആവശ്യം ഭാഷാസമിതി നിരാകരിച്ചത്.

ഇനി ഒരു വഴിയേയുള്ളൂ. ആയിരംവർഷ കാലാവധി നിശ്ചയിച്ചിറക്കിയ പഴയ വിജ്ഞാപനം സാധുവാക്കുകയും പുതിയത് അസാധുവാക്കുകയും ചെയ്യുക. അതിനുള്ള രാഷ്ട്രീയ ഇച്ഛാശക്തി കാട്ടേണ്ടത് കേന്ദ്ര സർക്കാരാണ്. അത് ചെയ്യാൻ കേന്ദ്രം മടിക്കേണ്ട കാര്യമില്ല. തമിഴ് ഭാഷയ്ക്ക് ക്ലാസിക്കൽ പദവി അനുവദിച്ചത് ആയിരംവർഷമെന്ന് വ്യവ

സ്ഥയുള്ള വിജ്ഞാപനത്തിന്റെ അടിസ്ഥാനത്തിലാണ്. തമിഴ്, തെലുങ്ക്, കന്നട എന്നീ ദ്രാവിഡഗോത്ര ഭാഷകൾക്കും സംസ്കൃതത്തിനുമുള്ള പദവി 'തമിഴിന്റെയും അമ്മയാവാൻ യോഗ്യതയുള്ള ഭാഷ' എന്ന് *കേരള സാഹിത്യ ചരിത്രത്തിൽ* തമിഴ് സംസ്കാരവേരുകളുള്ള മഹാകവി ഉള്ളൂർ തന്നെ വിശേഷിപ്പിച്ചിട്ടുള്ള മലയാളത്തിന് നിഷേധിക്കുന്നതിന് ഒരു ന്യായീകരണവുമില്ല.

അക്കാദമി നിയോഗിച്ച ഭാഷാസമിതിയുടെ ഘടന ശ്രദ്ധയിൽ വന്ന വേളയിൽത്തന്നെ ഈ ആപത്ത് മലയാളക്കര ഭയന്നിരുന്നതാണ്. സമിതിയിലെ ബി എച്ച് കൃഷ്ണമൂർത്തിയും പി എസ് സുബ്രഹ്മണ്യവും തമിഴിന്റെ ഉപഭാഷമാത്രമാണ് മലയാളമെന്ന നിലപാട് തങ്ങളുടെ ഭാഷാചരിത്രസിദ്ധാന്തങ്ങളിലൂടെ മുമ്പേ പ്രഖ്യാപിച്ചവരാണ്. തങ്ങളുടെ സിദ്ധാന്തത്തെ അസാധുവാക്കുന്ന ഒരു നിലപാട് ഭാഷാസമിതിയിൽ അവർ കൈക്കൊള്ളുമെന്ന് കരുതാൻ ന്യായമുണ്ടായിരുന്നില്ല. ഇങ്ങനെ പക്ഷപാതിത്വവും കടുംപിടുത്തവുമുള്ളവർ സമിതിയിൽ ഉണ്ടാവാൻ പാടില്ലാത്തതായിരുന്നു. ഇവർ ഉൾപ്പെട്ട സമിതി മലയാളഭാഷയ്ക്കും സാഹിത്യത്തിനും തൊള്ളായിരം വർഷത്തെ പഴക്കമേയുള്ളൂവെന്നും നിലവിലുള്ള മാനദണ്ഡപ്രകാരം അതുകൊണ്ടുതന്നെ മലയാളം ക്ലാസിക്കൽ പദവിക്ക് അർഹമാവുന്നില്ല എന്നുമാണ് തീർപ്പാക്കിയത്.

തമിഴ് ഭാഷയ്ക്ക് ക്ലാസിക്കൽ പദവി വേണമെന്ന ആവശ്യവുമായി തമിഴ്നാട് സമീപിച്ചപ്പോഴാണ് കേന്ദ്രം ഇക്കാര്യത്തിൽ വ്യവസ്ഥയും മാനദണ്ഡങ്ങളുമുണ്ടാക്കാൻ കേന്ദ്രസാഹിത്യ അക്കാദമിയോട് ആവശ്യപ്പെട്ടത്. ഭാഷയ്ക്കും സാഹിത്യത്തിനും ആയിരം വർഷത്തെ പഴക്കമുണ്ടാവണമെന്നും അതിൽ മറ്റ് ഭാഷകളിലേതിന്റെ അനുകരണമല്ലാത്ത മൗലിക സാഹിത്യരൂപങ്ങൾ ഉണ്ടായിരിക്കണമെന്നും തലമുറകളായി പാലിക്കപ്പെട്ടു പോരുന്ന ജീവിതപാരമ്പര്യങ്ങളും ദർശനങ്ങളും പ്രതിഫലിച്ചിരിക്കണമെന്നും ഒക്കെയുള്ള മാനദണ്ഡങ്ങൾ അക്കാദമി മുമ്പോട്ടു വെച്ചു. അത് അടിസ്ഥാനമാക്കി തമിഴിന് ക്ലാസിക്കൽ പദവി അനുവദിച്ചു. തമിഴിനു പുറമേ കന്നടയ്ക്കും തെലുങ്കിനും അനുവദിച്ചു. ഇതിനുശേഷം ഇത് മറ്റൊരു ഭാഷക്ക് പ്രത്യേകിച്ചും മലയാളത്തിനു കിട്ടരുതെന്ന ദുരുദ്ദേശ്യത്തോടെയാണോ കേന്ദ്രം 1500 വർഷമെന്ന് പുനർനിശ്ചയിച്ചതെന്ന് സംശയിക്കാൻ തോന്നും അനാവശ്യമായ രണ്ടാമത്തെ ഭേദഗതി വിജ്ഞാപനം വായിച്ചാൽ.

ക്രിസ്തുവർഷം ഒമ്പത്, പത്ത് നൂറ്റാണ്ടുകളോടെയെ മലയാളം രൂപപ്പെട്ടിട്ടുള്ളൂവെന്ന സമിതിയുടെ നിഗമനം ചരിത്രത്തിന് നിരക്കുന്നതല്ല. മലയാളഭാഷയുടെ അസ്തിത്വം തെളിയിക്കുന്ന ഏറ്റവും പുരാതനമായ ആദ്യരേഖ പുളിമാങ്കൊമ്പ് വീരക്കൽ ശാസനമാണ്. ബി സി രണ്ടാം നൂറ്റാണ്ടിലേതാണിത്. ഭാഷയുടെ വ്യാകരണപ്രത്യയ സാന്നിദ്ധ്യം തെളിഞ്ഞു നില്ക്കുന്ന ഈ രേഖ രാജ്യത്തെ അറിയപ്പെടുന്ന എപ്പിഗ്രാഫിസ്റ്റ് ഐരാവതം മഹാദേവൻ കണ്ടുപിടിച്ചതാണ്. ഈ രേഖ തന്നെ മതി രണ്ടാ

യിരം വർഷത്തിലേറെ പഴക്കം ഭാഷയ്ക്ക് എന്നത് തെളിയാൻ.

വയനാട്ടിലെ എടയ്ക്കൽ ഗുഹയിൽനിന്ന് ക്രിസ്തുവർഷം രണ്ടുമുതൽ അഞ്ചുവരെ നൂറ്റാണ്ടുകളിലെ ശാസനങ്ങൾ കണ്ടുകിട്ടിയിട്ടുണ്ട്. ഇതിലും കൃത്യമായ മലയാളഭാഷാസന്നിദ്ധ്യമുണ്ട്. പട്ടണം പര്യവേക്ഷണത്തിൽകിട്ടിയ ഓട്ടക്കലക്കഷണത്തിൽ ഊർപാവ എന്നു കാണുന്നുണ്ട്. തമിഴായിരുന്നെങ്കിൽ, പാവൈ, എന്നുവരണമായിരുന്നു. ഇവയും വാഴപ്പള്ളി ചെപ്പേടും എല്ലാം ഭാഷയുടെ അതിദീർഘമായ ചരിത്രത്തിന്റെ തെളിവുകളാണ്. യാത്രക്കളിയിലെ നാലുപാദം പാട്ടുകൾക്ക് ക്രി. വ. ആറാം നൂറ്റാണ്ടോളം പഴക്കമുണ്ട്. ഇളങ്കോവടികളുടെ *ചിലപ്പതികാരം*, ചേരരാജാക്കന്മാരുടെ അപദാനങ്ങൾ വാഴ്ത്തുന്ന *പതിറ്റുപ്പത്ത്* എന്നിവയൊക്കെ കേരളത്തിലാണുണ്ടായത്! അതും എത്രയോ നൂറ്റാണ്ടുകൾക്കു മുമ്പ്. സംഘം കവികളിൽ 28 പേർ കേരളീയരായിരുന്നു. കപിലർ, പരണർ തുടങ്ങിയ മലയാളികൾ എഴുതിയ പാട്ടുകൾ സംഘം സാഹിത്യത്തിലുണ്ട്. സംഘസാഹിത്യത്തിലെ ഭാഷയുടെ നാൽപ്പതുശതമാനമേ തമിഴർക്ക് മനസ്സിലാകുന്ന വിധത്തിലുള്ളൂ. 60 ശതമാനവും മലയാളികൾക്കാണ് മനസ്സിലാവുക. അപ്പോൾ പിന്നെ തമിഴിനനുവദിച്ചുകൊടുക്കുന്ന സംഘസാഹിത്യപൈതൃകം മലയാളത്തിന് നിഷേധിക്കുന്നതെങ്ങനെ? 1500 വർഷത്തെ പഴക്കമുള്ള ലിപിയാണ് നമ്മുടേത്. പല്ലവ രാജാക്കന്മാരുടെ കാലത്ത് സംസ്കൃതമെഴുതാനുപയോഗിച്ചിരുന്ന ഗ്രന്ഥാക്ഷരത്തിൽനിന്നാണ് ഈ ലിപി രൂപംകൊണ്ടത്. ഇതര ദ്രാവിഡഭാഷകൾക്കില്ലാത്ത അക്ഷരങ്ങൾപോലും മലയാളത്തിലുണ്ട് എന്നിരിക്കെ മലയാളം എങ്ങനെ ഉപഭാഷയാവും? ഈ വസ്തുതകളെല്ലാം തെളിയിക്കുന്നത് മലയാളം ക്ലാസിക്കൽ പദവിക്ക് സർവ്വഥാ അർഹമാണെന്നാണ്. ജീവൽഭാഷയായ മലയാളത്തിന് അത് നിഷേധിക്കുന്നത് നീതിയല്ല.

മലയാളത്തിന്റെ അർഹതയും യോഗ്യതയും എം എ ബേബി സാംസ്കാരികമന്ത്രിയായിരിക്കെ പ്രധാനമന്ത്രി മൻമോഹൻസിങ്ങിനെ കണ്ട് ബോദ്ധ്യപ്പെടുത്തിയതാണ്. ഒ എൻ വിയും സുഗതകുമാരിയും അടക്കമുള്ളവർ നേരിട്ടുകണ്ട് പ്രധാനമന്ത്രിക്ക് വിശദീകരിച്ചുകൊടുത്തതാണ്. പല ഡോക്ടറേറ്റുകൾ ഒരുമിച്ചുകൊടുക്കാൻ പാകത്തിൽ യോഗ്യമായ വിധത്തിൽ ഡോ. നടുവട്ടം ഗോപാലകൃഷ്ണനെപ്പോലുള്ള പ്രഗത്ഭമതികൾ ഉറക്കമിളച്ചിരുന്ന് ഗവേഷണം നടത്തി കണ്ടെത്തിയ ഭാഷാചരിത്രരേഖകൾ കേന്ദ്രത്തിന് സമർപ്പിച്ചതാണ്. എന്നിട്ടും അനുഭാവപൂർവ്വമായ സമീപനം മലയാളത്തിന് നേർക്കുണ്ടായില്ല. ആയിരം വർഷമെന്ന പഴയ വ്യവസ്ഥ പുനഃസ്ഥാപിച്ച് അക്കാദമി സമിതിയുടെ ശുപാർശയെ മറികടക്കാനുള്ള ആർജ്ജവം കേന്ദ്രം കാട്ടണം. ഇതിന് കേന്ദ്രത്തെ നിർബന്ധിക്കാനുള്ള ചുമതല സംസ്ഥാന ഭരണത്തിനുണ്ട്. നിർഭാഗ്യവശാൽ ഇത്തരം കാര്യങ്ങളിലൊന്നുമല്ല സർക്കാരിന് താല്പര്യം. കേന്ദ്ര അക്കാദമി ഉപസമിതിയുടെ മലയാള വിരുദ്ധമായ ഇപ്പോഴത്തെ തീരുമാനത്തിനു പിന്നിൽപ്പോലും സംസ്ഥാന സർക്കാരിന്റെ പിടിപ്പുകേടുണ്ട്. കഴിഞ്ഞ

സർക്കാർ ഏറെ മുമ്പോട്ടുകൊണ്ടുപോയ ക്ലാസിക്കൽ പദവി പ്രസ്ഥാനത്തെ ഇവർ പൂർണ്ണമായും കൈവിട്ടു കളഞ്ഞു. സത്യം സമിതിയെ ബോധിപ്പിക്കാനോ കേന്ദ്രത്തെ അനുകൂലമായി ഇടപെടുവിക്കാനോ ചെറുവിരൽപോലും അനക്കിയില്ല. ഹൈദരാബാദിൽ ചേർന്ന സമിതി യോഗത്തിൽ പങ്കെടുക്കേണ്ടിയിരുന്ന മലയാളിയായ ഐ എ എസ് ഉദ്യോഗസ്ഥനെ അതിൽ നിർബന്ധമായും പങ്കെടുക്കാൻ പ്രേരിപ്പിച്ചുപോലുമില്ല. അദ്ദേഹത്തിന്റെ അസാന്നിദ്ധ്യത്തിലാണ് സമിതി തീരുമാനമുണ്ടായതെന്നത് ശ്രദ്ധേയമാണ്. മാപ്പർഹിക്കാത്ത കുറ്റകൃത്യമാണ് നാടിനോടും ഭാഷയോടും സംസ്കാരത്തോടും സംസ്ഥാനസർക്കാർ ചെയ്യുന്നത്. ഈ വൈകിയ വേളയിൽ സത്യത്തിലേക്ക് കേന്ദ്രത്തെ നയിക്കാനുള്ള ഭാഷാഭിമാനബോധം കേരളത്തിലുണ്ടാവണം. കേരളമെന്നു കേട്ടാലോ തിളയ്ക്കണം ചോര നമുക്ക് ഞരമ്പുകളിൽ എന്നു പാടിയ കവിയുടെ ഭാഷയാണല്ലോ ഇത്.

(*ദേശാഭിമാനി,* 1187 മിഥുനം 8)

h) മലയാളം ശ്രേഷ്ഠപദവിയിലേക്ക് - പി കെ മണികണ്ഠൻ

മലയാളത്തിന് ശ്രേഷ്ഠഭാഷാപദവി ലഭിക്കാനുള്ള തടസ്സങ്ങളെല്ലാം നീങ്ങി. കേന്ദ്രസർക്കാർ രൂപവൽക്കരിച്ച ഉപസമിതിയുടെ ശുപാർശ കേന്ദ്ര സാംസ്കാരിക മന്ത്രാലയവും അംഗീകരിച്ചു. സാഹിത്യ അക്കാദമിയുടെ നേതൃത്വത്തിലുള്ള ഉപസമിതി ഡിസംബറിൽ സാംസ്കാരികമന്ത്രാലയത്തിന് ശുപാർശ സമർപ്പിച്ചിരുന്നു.

മലയാളത്തിന് ശ്രേഷ്ഠഭാഷാ പദവി നൽകാനുള്ള ശുപാർശ കേന്ദ്ര മന്ത്രിസഭയുടെ പരിഗണനയ്ക്ക് അയച്ചതായി കേന്ദ്ര സാംസ്കാരികമന്ത്രി ചന്ദ്രേഷ് കുമാരി കടോജ് അറിയിച്ചു. മലയാളത്തിന് ശ്രേഷ്ഠഭാഷാ പദവി നൽകാൻ മന്ത്രാലയം തീരുമാനിച്ചതായും ഇനി കേന്ദ്രമന്ത്രിസഭയാണ് അന്തിമാനുമതി നൽകേണ്ടതെന്നും മന്ത്രി വ്യക്തമാക്കി.

മലയാളമൊഴികെയുള്ള ദക്ഷിണേന്ത്യൻ ഭാഷകൾക്കെല്ലാം ഇതിനകം ശ്രേഷ്ഠഭാഷാ പദവി ലഭിച്ചു കഴിഞ്ഞു. ഇടതുപക്ഷ സർക്കാരിന്റെ കാലത്താണ് മലയാളത്തിന് ശ്രേഷ്ഠഭാഷാ പദവി ലഭ്യമാക്കാനുള്ള നീക്കങ്ങൾ ഊർജ്ജിതമായത്. തുടർന്ന് യു ഡി എഫ് സർക്കാർ ഈ ശ്രമവുമായി മുന്നോട്ടു പോയി. പക്ഷേ, സാഹിത്യ അക്കാദമിയുടെ ഉപസമിതിയിൽ ആവശ്യം നിരസിക്കപ്പെട്ടു. ശ്രേഷ്ഠപദവി നൽകാനായി രണ്ടായിരം വർഷത്തെ കാലപ്പഴക്കം മലയാളത്തിനില്ലെന്നുള്ള കാരണത്തെത്തുടർന്നാണ് നിരസിക്കപ്പെട്ടത്.

എന്നാൽ, മുഖ്യമന്ത്രി ഉമ്മൻചാണ്ടിയുടെ നേതൃത്വത്തിലുള്ള മന്ത്രിതലസംഘം നേരിട്ടും അല്ലാതെയും പ്രധാനമന്ത്രിയടക്കമുള്ളവരെ സന്ദർശിച്ച് സമ്മർദ്ദം ശക്തമാക്കി. കേരളത്തിന്റെ വാദം വിശദമായി കേട്ടില്ലെന്ന പരാതിയും ഉന്നയിച്ചു. തുടർന്ന് ആവശ്യം വീണ്ടും പരിഗണിക്കാൻ കേന്ദ്രം നിർദ്ദേശിച്ചു.

ഡിസംബറിൽ ചേർന്ന ഉപസമിതി യോഗം വിഷയം വീണ്ടും പരിഗണിച്ചു. ഈ യോഗത്തിൽ മലയാളത്തിന് രണ്ടായിരത്തിലേറെ വർഷത്തെ കാലപ്പഴക്കമുണ്ടെന്ന് തെളിവുകളുടെ അടിസ്ഥാനത്തിൽ സമർത്ഥിക്കാൻ കേരളത്തിനു കഴിഞ്ഞു. മലയാളത്തിന് ശ്രേഷ്ഠഭാഷാ പദവി നൽകാൻ സമിതി കേന്ദ്ര സംസ്കാരിക മന്ത്രാലയത്തിന് ശുപാർശ സമർപ്പിക്കുകയും ചെയ്തു.

മുൻധാരണ മാറ്റാൻ കഴിഞ്ഞു - കെ ജയകുമാർ

മലയാളം പ്രാചീന ഭാഷയല്ലെന്ന നിരീക്ഷണത്തിൽ പ്രസക്തിയില്ലെന്നാണ് പുതിയ തീരുമാനത്തിലൂടെ വ്യക്തമായിരിക്കുന്നതെന്ന് മലയാളം സർവ്വകലാശാല വൈസ് ചാൻസലർ കെ ജയകുമാർ പറഞ്ഞു.

പ്രാചീന ഭാഷ നിശ്ചയിക്കുന്ന സമിതിക്ക് നേരത്തെ തെറ്റിദ്ധാരണയുണ്ടായിരുന്നു. ആ തെറ്റിദ്ധാരണ നീക്കാൻ കഴിഞ്ഞതാണ് ശ്രേഷ്ഠഭാഷാ പദവി മലയാളത്തിനു നൽകാനുള്ള തീരുമാനം ക്യാബിനറ്റിനു മുന്നിൽ എത്തിക്കാൻ കഴിഞ്ഞത്.

നേരത്തെ കേരളത്തിൽനിന്നുള്ള സമിതിയിൽ മാറ്റം വരുത്തിയ ശേഷം അവർ കേന്ദ്രവിദഗ്ദ്ധ സമിതിയെക്കണ്ട് പുതിയ വാദഗതികൾ ഉന്നയിച്ചാണ് മലയാളഭാഷയുടെ പ്രാചീനത്വം ബോദ്ധ്യപ്പെടുത്താനായതെന്ന് കെ ജയകുമാർ പറഞ്ഞു.

(*മാതൃഭൂമി*, 2013 ഫെബ്രുവരി 24)

i) മലയാളത്തിന് ശ്രേഷ്ഠഭാഷാ പദവി

ദ്രാവിഡഭാഷകളിൽ തമിഴിനും കന്നടത്തിനും തെലുങ്കിനും ക്ലാസിക് പദവി കിട്ടിക്കഴിഞ്ഞു. ഇപ്പറയപ്പെട്ട ഭാഷകളോളം തന്നെ ഒരുപക്ഷേ, അതിൽകൂടുതലോ പഴക്കമുള്ള ഭാഷയാണ് മലയാളം. മൂല ദ്രാവിഡഭാഷയുടെ സ്വനപരവും രൂപിമപരവുമായ സ്വഭാവങ്ങൾ മിക്കവയും പരിരക്ഷിച്ചുപോരുന്ന ഭാഷയാണിത്. ഒരു ഭാഷയ്ക്ക് ക്ലാസിക്കൽ പദവി നൽകുന്നതിനായി ഭാരത സർക്കാർ അംഗീകരിച്ചിട്ടുള്ള മാനദണ്ഡങ്ങളെല്ലാം സംതൃപ്തിപ്പെടുത്തുന്ന ഭാഷയാണ് മലയാളം. ഭാഷാശാസ്ത്രപരമായ ഈ വസ്തുതയ്ക്ക് ഊന്നൽ നൽകിക്കൊണ്ടാണ് മലയാളത്തിന് ക്ലാസിക്കൽ പദവി നൽകണമെന്ന് രേഖകളുടെ അടിസ്ഥാനത്തിൽ കേരള സർക്കാർ ആവശ്യപ്പെട്ടത്.

1500 വർഷത്തിനുമേൽ പഴക്കമുള്ള ഭാഷകൾക്കാണ് കേന്ദ്രസർക്കാർ ക്ലാസിക് ഭാഷാപദവി നൽകുക. ദ്രാവിഡഭാഷാഗോത്രത്തിൽപ്പെട്ട തമിഴ്, കന്നട, തെലുങ്ക്, മലയാളം ഭാഷകൾക്ക് മാത്രമേ ഇത്രത്തോളം പഴക്കമുള്ളൂ. ഇൻഡോ-യൂറോപ്യൻ ഗോത്രത്തിൽപ്പെട്ടതും ഇന്ത്യയിൽ പ്രചരിച്ചിട്ടുള്ളതുമായ മറ്റുഭാഷകൾക്ക് 1200 വർഷത്തിനുമേൽ പഴക്കമില്ല. സാഹിത്യപ്പെരുമയുടെ കാര്യത്തിൽ മലയാളത്തിന്റെ സ്ഥാനം ഇന്ത്യൻ ഭാഷകളിൽ മൂന്നാമതാണ്. ആധുനിക സാഹിത്യത്തിന്റെ കാര്യത്തിൽ

ഇന്ത്യയിലെ ഏറ്റവും സമ്പന്നമായ ഭാഷകൾ മലയാളവും കന്നടവും ബംഗാളിയുമാണ്.

ജനസംഖ്യാനുപാതികമായി പരിശോധിച്ചാൽ ദ്രാവിഡ ഭാഷകളിൽ മലയാളത്തിന്റെ സ്ഥാനം നാലാമതാണ്. സ്വന്തം ലിപിയും സാഹിത്യവും മാനദണ്ഡമാക്കി യുനസ്കോ തയ്യാറാക്കിയിട്ടുള്ള ഭാഷാപട്ടികയിൽ 26–ാമത് സ്ഥാനമാണ് മലയാളത്തിനുള്ളത്. മൂന്നേമുക്കാൽ കോടിയോളം ജനങ്ങളുടെ മാതൃഭാഷയാണത്. മലയാളം മാതൃഭാഷയായിട്ടുള്ള ഭൂവിഭാഗമാണ് കേരളം, മലയാളികളിൽ 96. 56 ശതമാനം പേർ മലയാളം മാതൃഭാഷയായി ഉപയോഗിക്കുന്നു. മാതൃഭാഷാ ഉപയോഗം തമിഴിൽ 89 ഉം തെലുങ്കിൽ 84 ഉം കന്നടത്തിൽ 63 ഉം ശതമാനമാണ്. വിദ്യാഭ്യാസരംഗത്ത് മലയാളത്തിന് വേണ്ടത്ര പരിഗണന ലഭിച്ചിട്ടില്ല എന്നതൊഴിച്ചാൽ മലയാളം അവഗണിക്കപ്പെടുന്നു എന്ന വാദത്തിന് വലിയ പ്രസക്തിയില്ല. കേരളം എന്ന വാക്ക് കാണുന്ന ഏറ്റവും പഴയരേഖ അശോകന്റെ രണ്ടാം ശാസനമാണ്. ബി. സി 300–270 ൽ എഴുതിയ ഈ ശാസനത്തിൽ 'കേതലപുത' എന്ന് പരാമർശിച്ചിട്ടുള്ളത് കേരളത്തെപ്പറ്റിയാണ്. ക്രി. വ ഒന്നും രണ്ടും നൂറ്റാണ്ടുകളിൽ കേരളത്തെപ്പറ്റി തങ്ങളുടെ ഗ്രന്ഥങ്ങളിൽ പ്ലിനിയും ടോളമിയും പെരിപ്ലസ്കാരനും 'കേരബത്രോസ്' എന്ന വാക്കിലൂടെയാണ് പരാമർശിച്ചിട്ടുള്ളത്. 'കേതലപുത'യാണ് വിദേശികളുടെ 'കേരബത്രോസ്'. ദക്ഷിണേന്ത്യൻ ഭാഷകളിൽ കകാരം ചകാരമാകുന്ന വർണ്ണ പരിണാമം ഉടലെടുക്കുന്നതിന് മുമ്പുതന്നെ 'കേരളം' എന്ന പദമുണ്ടായിരുന്നു. കകാര ചകാര വികാരം സംഭവിച്ചതിനുശേഷമാണ് ചേരം, ചേരമാൻ, ചേരലാതൻ തുടങ്ങിയ പദങ്ങൾ ഉണ്ടായത്. കേതലപുതയുടെയും ചേരമാന്റെയും അർത്ഥം ഒന്നുതന്നെ. ചേരമകനാണ് ചേമരാൻ. കേതലപുത കേരളപുത്രനാണ്.

തമിഴ്നാട്ടിലെ തേനിയിൽനിന്ന് ലഭിച്ച പുളിമാങ്കൊമ്പ് വീരക്കൽ ലിഖിതം എടയ്ക്കൽ ലിഖിതങ്ങൾ, പട്ടണം ലിഖിതങ്ങൾ, നിലമ്പൂരിലെ നെടുങ്കയം ലിഖിതം എന്നിവ മലയാളത്തിന് 1,500 വർഷത്തിനുമേൽ പഴക്കമുണ്ടെന്ന് തെളിയിക്കുന്ന രേഖകളാണ്. ഭദ്രകാളിപ്പാട്ടിലെ 'കേശാദിപാദ'സ്തുതിക്കും യാത്രക്കളിയിലെ 'നാലുപാദ'ത്തിനും ക്രി. വ ആറാം നൂറ്റാണ്ടോളം പഴക്കമുണ്ട്. സംഘകാലസഹിത്യം കേരളത്തിനുംകൂടി അവകാശപ്പെട്ടതാണ്. സംഘകാലകവികളിൽ നാൽപ്പത്തഞ്ചോളം പേർ കേരളീയരാണ്. *ചിലപ്പതികാര*വും *ഐങ്കുറുനുറും പതിറ്റുപ്പത്തും* കേരളത്തിന്റെ സംഭാവനയാണ്. സംഘകൃതികളിലെ ഭാഷയിൽ മലനാട്ടുവഴക്കങ്ങൾ ധാരാളമുണ്ട്. സംഘംകൃതികളിലെ ഭാഷയിൽനിന്ന് തെളിയുന്ന ഒരു വസ്തുത തമിഴ്, മലയാള ഭാഷകൾക്ക് പൊതുവായ ഒരു പ്രാക്ഭാഷയുണ്ടായിരുന്നുവെന്നാണ്. ഈ പൊതുപ്രാക്ഭാഷയിൽനിന്ന് സ്വതന്ത്രമായി ഉരുത്തിരിഞ്ഞവയാണ് ഇന്നത്തെ തമിഴും മലയാളവും. *തൊൽകാപ്പിയ*ത്തിലെ ഭാഷാനിയമങ്ങളിൽ ചിലത് ഇന്നത്തെ തമിഴിൽ അപ്രസക്തമായിരിക്കെ ഇന്നത്തെ മലയാളത്തിൽ അവ പ്രസക്തമായി

രിക്കുന്നു എന്ന വസ്തുത തീർച്ചയായും മലയാളഭാഷയുടെ പ്രാക്തനയ്ക്ക് തെളിവാണ്.

നാട്യശാസ്ത്രത്തെ അനുപദം ദീക്ഷിക്കുന്ന ഏക ദൃശ്യകല കേരളത്തിലെ 'കൂടിയാട്ട'മാണ്. ഈ ദൃശ്യകലയുടെ പ്രയോഗസംബന്ധമായി രചിക്കപ്പെട്ടിട്ടുള്ള 'ആട്ടപ്രകാര'ങ്ങൾക്കും 'ക്രമദീപിക'കൾക്കും ഉള്ള പഴക്കം എത്രയെന്ന് നിർണ്ണയിക്കപ്പെട്ടിട്ടില്ല. ചിലപ്പതികാര കാലത്തോളം ഈ ഗ്രന്ഥങ്ങൾക്ക് പഴക്കമുണ്ടാകണം. കാരണം കൂത്തിനെപ്പറ്റി പരാമർശിച്ചിട്ടുള്ള ഏറ്റവും പ്രാചീനകൃതി *ചിലപ്പതികാര*മാണ്. മലയാളത്തിന്റെ ഗദ്യസാഹിത്യവും പദ്യസാഹിത്യവും സർവ്വാതിശായിയായ സൃഷ്ടികളാൽ സമ്പന്നമാണ്. കൗടില്യന്റെ *അർത്ഥശാസ്ത്ര*ത്തിന് ആദ്യമുണ്ടായ വിവർത്തനവും വ്യാഖ്യാനവും മലയാളത്തിന് അവകാശപ്പെട്ടിരിക്കുന്നു. ശാങ്കരഭാഷ്യപ്രകാരമുള്ള ഏറ്റവും പഴയ ഭാഷാനുവാദം *ഭഗവദ്ഗീത*യ്ക്കുണ്ടായത് മലയാളത്തിലാണ്. പാട്ടും മണിപ്രവാളവും കിളിപ്പാട്ടും ആട്ടക്കഥയും തുള്ളലും മലയാളസാഹിത്യത്തിലെ ഈടുറ്റപ്രസ്ഥാനങ്ങളാണ്. പാട്ടും മണിപ്രവാളവും നാമമാത്രമായിട്ട് തമിഴിലും തെലുങ്കിലും കന്നടത്തിലും ഉണ്ടെങ്കിലും ഒരു സാഹിത്യപ്രസ്ഥാനമായി അവ പടർന്ന് പന്തലിച്ചത് മലയാളത്തിലാണ്.

ക്ലാസിക്കെന്ന് വിശേഷിപ്പിക്കാവുന്ന വിവിധ ഘട്ടങ്ങൾ മലയാളഭാഷയ്ക്കുണ്ട്. ക്രി. വ 8-ാം നൂറ്റാണ്ടുവരെയുള്ള കാലം പ്രോട്ടോ തമിഴ്, മലയാളത്തിന്റേതാണ്. സംഘകൃതികളും ഭദ്രകാളിപ്പാട്ടും പുളിമാങ്കൊമ്പ്, എടയ്ക്കൽ പട്ടണം, നിലമ്പൂർ ലിഖിതങ്ങളും ഈ കാലഘട്ടത്തിന്റേതാണ്. ക്രി. വ 800 മുതൽ 1,300 വരെയുള്ള കാലമാണ് പ്രാചീന മലയാള ക്ലാസിക്കൽ ഘട്ടം. 200 ൽപ്പരം, ശിലാരേഖകൾ, ചെപ്പേടുകൾ, *ഭാഷാ കൗടലീയം*, ആട്ടപ്രകാരങ്ങൾ, ക്രമദീപികകൾ, *രാമചരിതം*, പ്രാചീന ചമ്പുക്കൾ, പ്രാചീന മണിപ്രവാളകൃതികൾ, ഗദ്യപ്രബന്ധങ്ങൾ എന്നിവ ഈ കാലഘട്ടത്തിന്റെ ഈടുവെപ്പുകളാണ്. ക്രി. വ 1300 മുതൽ 1600 വരെയുള്ള കാലം മധ്യകാലമലയാളം ക്ലാസിക്കൽ ഘട്ടമാണ്. കണ്ണശ്ശക്കവികളും പുനംനമ്പൂതിരിയും ചെറുശ്ശേരിയും ലീലാതിലകക്കാരനും മദ്ധ്യകാലഘട്ടത്തിൽപ്പെട്ടവരാണ്. ക്രി. വ 1600 മുതൽക്കുള്ള കാലം. ആധുനിക ഘട്ടത്തിന്റേതാണ്. എഴുത്തച്ഛൻ കൃതികളിലൂടെ ഒരു നിലവാരപ്പെട്ട ഭാഷ സാഹിത്യരചനയ്ക്കുണ്ടായതാണ് ഇവിടെ എടുത്തു പറയേണ്ടുന്ന വസ്തുത. ഭാഷാ പ്രശ്നത്തിൽ എഴുത്തച്ഛനെടുത്ത ക്രമക്കണക്ക് മലയാളഭാഷയെ ഏതുപ്രയോഗവും കൈകാര്യം ചെയ്യാൻ കെൽപ്പുള്ളതാക്കിത്തീർത്തു.

ഈ വസ്തുതകളെല്ലാം രേഖകളുടെ അടിസ്ഥാനത്തിൽ സമർത്ഥിച്ചിട്ടുള്ള റിപ്പോർട്ടാണ് കേരള സർക്കാർ കേന്ദ്രസർക്കാരിന് സമർപ്പിച്ചത്. വിദഗ്ദ്ധ സമിതി 2012 ഡിസംബർ 19 ന് മലയാളത്തിന് ക്ലാസിക് പദവി ശുപാർശ ചെയ്തു. ഈ ശുപാർശ കേന്ദ്രസർക്കാരിന്റെ സാംസ്കാരിക വകുപ്പ് അംഗീകരിച്ച് മേൽ നടപടികൾക്കായി പ്രധാനമന്ത്രിയുടെ കാര്യാ

ലയത്തിലേക്ക് അയച്ചുകഴിഞ്ഞു. താമസിയാതെ ക്യാബിനറ്റ് തീരുമാനം ഉണ്ടാകും. ക്ലാസിക് പദവി ലഭിക്കുന്നതോടെ മലയാളഭാഷയുടെയും സാഹിത്യത്തിന്റെയും സംസ്കാരത്തിന്റെയും സമഗ്രപഠനത്തിനായി ഒരു കേന്ദ്രം കേന്ദ്രസർക്കാരിന്റെ മേൽനോട്ടത്തിൽ ആരംഭിക്കും. സെൻട്രൽ യൂണിവേഴ്സിറ്റികളിൽ മലയാളഭാഷാ വിഭാഗങ്ങൾ തുടങ്ങാൻ നടപടികളുണ്ടാകും. അന്തർദ്ദേശീയ നിലവാരം പുലർത്തുന്ന ഭാഷാസാഹിത്യ പഠനങ്ങൾക്ക് പുരസ്കാരങ്ങൾ ഏർപ്പെടുത്തും. കേന്ദ്രസർക്കാരിൽനിന്ന് കിട്ടുന്ന ഈ അംഗീകാരം തീർച്ചയായും മലയാളത്തിന്റെ അന്തസ്സും പ്രൗഢിയും പതിന്മടങ്ങ് വർദ്ധിപ്പിക്കുക തന്നെ ചെയ്യും.

മലയാളത്തിന് ശ്രേഷ്ഠഭാഷാ പദവി അനുവദിച്ചാലുടനെ 100 കോടി രൂപ കേരളത്തിലേക്ക് ഒഴുകുമെന്ന് ഒരു വർത്തമാനം എങ്ങനെയോ പ്രചരിച്ചിട്ടുണ്ട്. ആരുടെയോ ഭാവനയിൽ വിരിഞ്ഞ ഒരു ആകാശ കുസുമമാണിത്. 2004 ഒക്ടോബർ 14 ലെ കേന്ദ്രസർക്കാർ വിജ്ഞാപനത്തിലെ പ്രസക്ത ഭാഗം നോക്കിയാൽ ഇക്കാര്യം വ്യക്തമാകും.

(നടുവട്ടം ഗോപാലകൃഷ്ണൻ, *മാതൃഭൂമി* ദിനപ്പത്രം, 2013 മാർച്ച് 26)

j) മലയാളം നമ്മുടെ അഭിമാനമാകണം

മാതൃഭാഷ പഠിക്കാനുള്ള അവകാശത്തിനും അതിന്റെ നിലനിൽപ്പിനുംവേണ്ടി സ്വന്തം നാട്ടിൽ സമരം ചെയ്യേണ്ടിവരിക എന്നതിനെക്കാൾ ലജ്ജാകരമായി മറ്റൊന്നുമില്ല. ദൗർഭാഗ്യവശാൽ, അതാണ് ഇപ്പോൾ കേരളത്തിലെ സ്ഥിതി. ആശയവിനിമയോപാധി മാത്രമല്ല, മാതൃഭാഷ. ഒരു ജനതയുടെ സ്വത്വത്തിന്റെയും സംസ്കാരത്തിന്റെയും മുദ്രയും ജീവിതവ്യവഹാരത്തിന്റെയും ആത്മാവിഷ്കാരത്തിന്റെയും മുഖ്യോപാധിയും കൂടിയാണത്. എന്നാൽ ഇന്ന് കേരളത്തിൽ മലയാളത്തിന്റെ നിലനിൽപ്പിന് കടുത്ത വെല്ലുവിളി നേരിട്ടുകൊണ്ടിരിക്കുന്നു. മലയാളത്തിന് ക്ലാസിക്കൽ ഭാഷാപദവി നേടാൻ സംസ്ഥാന ഭരണകൂടവും പണ്ഡിതരും ചേർന്ന് ശ്രമിച്ചുകൊണ്ടിരിക്കുമ്പോൾത്തന്നെ മലയാളം, ക്ലാസിൽ പഠിക്കുന്ന ഭാഷയല്ലാതായിത്തീരുന്നു എന്നത് ദുഃഖകരമായ വാസ്തവമാണ്. മാതൃമൊഴിയായി മലയാളം പഠിക്കാതെ തന്നെ ഒരു കുട്ടിക്ക് കേരളത്തിൽ പത്താം തരം ജയിക്കാനാവും. കോളേജ് തലത്തിലാകട്ടെ മലയാളത്തിന് രണ്ടാം ഭാഷയുടെ സ്ഥാനമേയുള്ളൂ. അത് നിർബന്ധിതവുമല്ല. സ്കൂൾതലത്തിലും മലയാളം നിർബന്ധിതമല്ല എന്നതാണ് സത്യം. കേരള പാഠ്യപദ്ധതിയുള്ള വിദ്യാലയങ്ങളിൽത്തന്നെ സ്പെഷ്യൽ ഇംഗ്ലീഷ് പഠിച്ചുകൊണ്ട് മലയാളം ഒഴിവാക്കാം.

സംസ്കൃതം, അറബി വിദ്യാലയങ്ങളിൽ ആ ഭാഷകൾ പഠിച്ചാൽ മതി. സി ബി എസ് ഇ പോലുള്ള പാഠ്യപദ്ധതികൾ പിന്തുടരുന്ന കേരളത്തിലെ വിദ്യാലയങ്ങളിലും മലയാളം നിർബന്ധിതമല്ല. ചുരുക്കത്തിൽ, മലയാളം പഠിക്കാതെതന്നെ നമുക്ക് മലയാളിയാകാം. ഈ ദുരവസ്ഥ

ക്കെതിരെ കേരളത്തിന്റെ പല ഭാഗങ്ങളിലും ആശങ്കകൾ ഉയരുകയാണിപ്പോൾ. അതിന്റെ പ്രതിഫലനമായിരുന്നു നവംബർ 29 ന് തിരുവനന്തപുരത്ത് സെക്രട്ടേറിയറ്റിന് മുന്നിൽ കോഴിക്കോട്ടെ മലയാള ഐക്യവേദി, കൊച്ചിയിലെ മലയാള സംരക്ഷണവേദി, തിരുവനന്തപുരത്തെ മലയാള സമിതി എന്നീ സംഘടനകളുടെ ആഭിമുഖ്യത്തിൽ നടന്ന പ്രകടനവും ധർണ്ണയും. എഴുത്തുകാരും അദ്ധ്യാപകരും വിദ്യാർത്ഥികളും ഉൾപ്പെടെയുള്ളവർ പങ്കെടുത്ത ആ മാതൃഭാഷാവകാശയോഗം മലയാളം നിർബന്ധിത ഒന്നാം ഭാഷയാക്കണമെന്ന് ആവശ്യപ്പെട്ടു. ഈ ആവശ്യത്തിൽ ഏതെങ്കിലും തരത്തിലുള്ള അയുക്തി കാണാൻ ആർക്കെങ്കിലും കഴിയുമെന്നു തോന്നുന്നില്ല. കേരളത്തിൽ വിദ്യാഭ്യാസം ചെയ്യുന്നവർ മലയാളം പഠിച്ചിരിക്കണമെന്നത് സാംസ്കാരികവും രാഷ്ട്രീയവുമായ ആവശ്യമാണുതാനും. തമിഴ്നാട്ടിൽ സർക്കാർ ജോലി കിട്ടണമെങ്കിൽ തമിഴ് പഠിച്ചിരിക്കണമെന്നുണ്ട് അല്ലാത്തവർ പത്താംതരത്തിലെ തമിഴ് തുല്യതാ പരീക്ഷ ജയിക്കണം. സി ബി എസ് ഇ വിദ്യാലയങ്ങളിലും തമിഴ് നിർബന്ധിതമാക്കുന്നതിലേക്ക് നീങ്ങുകയാണ് അവിടത്തെ സർക്കാർ.

നമ്മുടെ ഭരണകൂടങ്ങളാവട്ടെ മലയാളത്തിന്റെ കാര്യത്തിന്റെ കടുത്ത അനാസ്ഥയാണ് കാണിക്കുന്നത്. രാഷ്ട്രീയകക്ഷിക്കും മാതൃഭാഷയുമായി ബന്ധപ്പെട്ട വ്യക്തമായ നയം ഉയർത്തിക്കാണിക്കാനില്ല. മലയാളം നിർബന്ധിത ഒന്നാം ഭാഷയായി പ്രഖ്യാപിക്കുമെന്ന്, തിരഞ്ഞെടുപ്പിലെ പ്രകടനപത്രികയിൽ പറയാൻ മുന്നണികളും കക്ഷികളും തയ്യാറാകണമെന്നാണ് മാതൃഭാഷാ സ്നേഹികൾ ആവശ്യപ്പെടുന്നത്. മലയാളത്തിനു വേണ്ടിയുള്ള നിലപാട് എന്നും കേരളരാഷ്ട്രീയത്തിന്റെയും സാംസ്കാരിക ജീവിതത്തിന്റെയും ആധാരമായിരുന്നു. "മറ്റുള്ള ഭാഷകൾ കേവലം ധാത്രിമാർ! മർത്യനു പെറ്റമ്മ തൻഭാഷതാൻ" എന്നെഴുതിയ മഹാകവി വള്ളത്തോളിന്റെ മഹിതപാരമ്പര്യമാണ് മലയാളിയുടേത്. മാതൃഭാഷയെ രാഷ്ട്രീയായുധമായി ഉപയോഗിച്ചതാണ് *മാതൃഭൂമി*യുടെ പാരമ്പര്യവും. സ്വാതന്ത്ര്യസമരകാലത്ത് മലയാളത്തിൽ പ്രസംഗിക്കാൻ ഇംഗ്ലീഷുകാരനായ കളക്ടർ അനുവദിക്കാത്തതിനാൽ ഇറങ്ങിപ്പോയ കെ പി കേശവമേനോനാണ് *മാതൃഭൂമി*യുടെ സ്ഥാപകപത്രാധിപർ. 1916 ൽ കോഴിക്കോട് ടൗൺഹാളിൽ അന്നത്തെ മദ്രാസ് ഗവർണർ പെന്റലൻഡിന് സ്വീകരണം നൽകുന്നതിനെപ്പറ്റി ആലോചിക്കാൻ ചേർന്ന ആ യോഗത്തിൽ മലയാളം വിലക്കപ്പെട്ടതിനാൽ "സ്വാഭിമാനമുള്ള മലയാളികൾ ഈ യോഗത്തിൽ പങ്കെടുക്കുകയില്ല" എന്നു പറഞ്ഞുകൊണ്ട് അദ്ദേഹം നടത്തിയ ഇറങ്ങിപ്പോക്ക് രാഷ്ട്രീയ പ്രതിഷേധമെന്ന നിലയിൽ ഒരുപക്ഷേ, ഇന്ത്യയിൽ നടന്ന ആദ്യത്തെ ഇറങ്ങിപ്പോക്കായിരിക്കാം. ഐക്യകേരളത്തിനുവേണ്ടി സമരം ചെയ്ത മലയാളി ഇന്ന് ഐക്യമലയാള

പ്രസ്ഥാനമുണ്ടാക്കി മാതൃഭാഷയ്ക്കുവേണ്ടി പൊരുതേണ്ടിയിരിക്കുന്നു. കേരളമെന്നു കേൾക്കുമ്പോൾ മാത്രമല്ല മലയാളമെന്നു കേൾക്കുമ്പോഴും തിളയ്ക്കണം ചോര നമുക്ക് ഞരമ്പുകളിൽ.

(*മാതൃഭൂമി* എഡിറ്റോറിയൽ)

മലയാളത്തെ തകർക്കുന്നതിൽ നിന്ന് പിൻമാറണമെന്ന് എഴുത്തുകാർ

സർവ്വകലാശാലകളിലെ ബിരുദ പുനഃസംഘടനാ മാർഗരേഖയിൽ മലയാള ഭാഷയെയും സാഹിത്യത്തെയും അവഗണിക്കുന്ന പരിഷ്കരണ നിർദേശങ്ങളിൽ നിന്ന് സംസ്ഥാന ഉന്നത വിദ്യാഭ്യാസ കൗൺസിൽ പിന്മാറണമെന്ന് മലയാളവേദി രക്ഷാധികാരി ഡോ. പുതുശ്ശേരി രാമചന്ദ്രൻ, ചെയർമാൻ ഡോ. നടുവട്ടം ഗോപാലകൃഷ്ണൻ, കോ ഓർഡിനേറ്റർ ഡോ. പി പവിത്രൻ കൺവീനർ അജയപുരം ജ്യോതിഷ്കുമാർ എന്നിവർ പത്രസമ്മേളനത്തിൽ ആവശ്യപ്പെട്ടു.

ബിരുദപഠന സിലബസിൽ രണ്ടാം ഭാഷയെന്ന നിലയിൽ രണ്ടു വർഷം മൂന്നു പേപ്പറിലായി പഠിക്കാനുള്ള സാഹിത്യം ആറുമാസത്തേക്കുള്ള ഒരു പേപ്പർ മാത്രമായി പരിമിതപ്പെടുത്തിയിരിക്കുന്നു. ഭാഷാപഠനത്തിനുള്ള സമയവും പകുതിയാക്കി ചുരുക്കി. ഭാഷയുടെ സാങ്കേതികമായ പ്രയോഗക്ഷമതയ്ക്ക് ഊന്നൽ നൽകി സാഹിത്യപഠനത്തെ പൂർണമായും ഒഴിവാക്കുകയാണ് കൗൺസിൽ ചെയ്തിരിക്കുന്നത്. ഇംഗ്ലീഷ് ഉൾപ്പെടെയുള്ള എല്ലാ ഭാഷകൾക്കും ഈ ശോഷണം ബാധകമാണെന്നും അവർ ചൂണ്ടിക്കാട്ടി.

മലയാള ഭാഷയെ ക്ലാസിക് പദവിയിലേക്ക് ഉയർത്തുന്നതിനുള്ള ചർച്ചകൾ സംഘടിപ്പിക്കണമെന്നും അവർ ആവശ്യപ്പെട്ടു. മാനവികതയ്ക്കുവേണ്ടിയുള്ള സർഗാത്മക ശ്രമങ്ങൾ പുതുതലമുറയ്ക്ക് അന്യമാക്കുന്ന പരിഷ്കരണങ്ങളിൽ നിന്ന് സർക്കാർ പിൻവാങ്ങണം. ബിരുദപുനഃസംഘടനയിൽ സാഹിത്യപഠനത്തെ പൊതുവെയും മലയാള ഭാഷാസാഹിത്യപഠനത്തെ വിശേഷിച്ചും അവഗണിക്കുന്നതിനെതിരെ ഡോ. സുകുമാർ അഴീക്കോട്, ഡോ. എം ലീലാവതി. ഡോ. എം ആർ രാഘവവാര്യർ, എം മുകുന്ദൻ, സേതു, സുഗതകുമാരി, സാറാ ജോസഫ്, ഹൃദയകുമാരി, ഡോ. എം എൻ കാരശ്ശേരി, വിഷ്ണുനാരായണൻ നമ്പൂതിരി. ഡി വിനയചന്ദ്രൻ, കെ പി ശങ്കരൻ, പന്മന രാമചന്ദ്രൻനായർ, ഡോ. ടി ബി വേണുഗോപാലപ്പണിക്കർ തുടങ്ങി ഒട്ടേറെപ്പേർ ഒപ്പിട്ട നിവേദനം ചൊവ്വാഴ്ച വിദ്യാഭ്യാസമന്ത്രിക്ക് സമർപ്പിക്കും.

(*മാതൃഭൂമി*, 2013 മാർച്ച് 13)

I) ശ്രേഷ്ഠം മലയാളം

നൂറ്റാണ്ടുകളുടെ പാരമ്പര്യവും ആധുനിക വിജ്ഞാനത്തിന്റെ തലയെടുപ്പുമുള്ള കേരളത്തിന്റെ മാതൃഭാഷയ്ക്ക് ശ്രേഷ്ഠഭാഷാ പദവി മല

യാളികളുടെ ദീർഘകാലമായുള്ള ആവശ്യം വ്യാഴാഴ്ച ചേർന്ന കേന്ദ്രമന്ത്രിസഭാ യോഗം അംഗീകരിച്ചു. രാജ്യത്ത് ശ്രേഷ്ഠനിരയിലേക്ക് ഉയർന്ന അഞ്ചാമത്തെ ഭാഷയായി ഇതോടെ മലയാളം.

മലയാളഭാഷയുടെ സമഗ്രവളർച്ച ലക്ഷ്യമിട്ട് കഴിഞ്ഞ എൽ ഡി എഫ് സർക്കാർ തുടക്കമിട്ട പ്രവർത്തനത്തിനാണ് നീണ്ട കാത്തിരിപ്പിനൊടുവിൽ ശുഭസമാപ്തി, ശ്രേഷ്ഠഭാഷാ പദവിക്ക് മലയാളത്തെ ശുപാർശചെയ്തുള്ള കേന്ദ്രസാഹിത്യ അക്കാദമിയുടെ തീരുമാനം കഴിഞ്ഞ ഫെബ്രുവരിയിലാണ് സാംസ്കാരിക മന്ത്രാലയം മന്ത്രിസഭയുടെ പരിഗണനയ്ക്ക് വിട്ടത്. മലയാളത്തിന്റെ പഴക്കവും തനതു സവിശേഷതകളും മറ്റ് ശ്രേഷ്ഠ ഭാഷകളോട് കിടപിടിക്കുന്നതാണെന്ന വസ്തുത മന്ത്രിസഭ അംഗീകരിച്ചു. മന്ത്രിസഭായോഗത്തിനു ശേഷമുള്ള വാർത്താ സമ്മേളനത്തിൽ ധനമന്ത്രി പി ചിദംബരമാണ് പദവി ഔദ്യോഗികമായി അറിയിച്ചത്. തമിഴ്, സംസ്കൃതം, കന്നട, തെലുങ്ക്, ഭാഷകൾക്കു പിന്നാലെയാണ് മലയാളത്തിനും അഭിമാനകരമായ പദവി.

സാംസ്കാരികമന്ത്രിയായിരിക്കെ എം എ ബേബിയുടെ നേതൃത്വത്തിലാണ് ശ്രേഷ്ഠഭാഷാ പദവിക്കുള്ള പ്രവർത്തനങ്ങൾ. ഒ എൻ വി പുതുശ്ശേരി രാമചന്ദ്രൻ, സച്ചിദാനന്ദൻ, സുഗതകുമാരി തുടങ്ങിയവർ ഉദ്യമത്തിൽ സർക്കാരിനൊപ്പം നിലകൊണ്ടു. ആവശ്യം ഉന്നയിച്ച് ബേബിയുടെ നേതൃത്വത്തിൽ ഇവർ പ്രധാനമന്ത്രിക്ക് നിവേദനം നൽകി. ഇടതുപക്ഷ എംപിമാർ പാർലമെന്റിൽ പല പ്രാവശ്യം വിഷയം ഉന്നയിച്ചു. എന്നാൽ, കേരളത്തിൽ സർക്കാർ മാറിയതോടെ പ്രതീക്ഷ മങ്ങി. മലയാളത്തിന് ശ്രേഷ്ഠഭാഷാ പദവിക്ക് അർഹതയില്ലെന്ന് കഴിഞ്ഞവർഷം കേന്ദ്ര സാഹിത്യ അക്കാദമിക്കു കീഴിലുള്ള ഉപസമിതി വിധികൽപ്പിച്ചു. 1500 മുതൽ 2000 വർഷംവരെ പഴക്കം, മറ്റു ഭാഷകളിൽനിന്ന് വേറിട്ട സാഹിത്യപ്രസ്ഥാനം, തനതു സംസ്കാരവും ചരിത്രവും ഭാഷയുടെ വളർച്ചയുമായി ബന്ധപ്പെട്ട് വേറിട്ട് കാണിക്കാവുന്ന വ്യത്യസ്ത കാലഘട്ടങ്ങൾ എന്നിവയാണ് ശ്രേഷ്ഠഭാഷാ പദവി നൽകാനുള്ള മാനദണ്ഡങ്ങൾ. മലയാളം ഇവ പാലിക്കുന്നില്ലെന്നായിരുന്നു സമിതിയുടെ നിലപാട്.

തീരുമാനം തിരുത്തണമെന്നവശ്യപ്പെട്ട് തുടർന്ന് സംസ്ഥാന സർക്കാർ പ്രധാനമന്ത്രിക്കും സാംസ്കാരികമന്ത്രിക്കും നിവേദനം നൽകി. കേരളത്തിന്റെ പ്രതിനിധികളെ ഉൾപ്പെടുത്തി ഉപസമിതി പുനസംഘടിപ്പിച്ചു. കെ ജയകുമാർ, നടുവട്ടം ഗോപാലകൃഷ്ണൻ, ബി ഗോപിനാഥൻ നായർ എന്നിവരായിരുന്നു കേരളത്തിന്റെ പ്രതിനിധികൾ. മലയാളത്തിന് ശ്രേഷ്ഠഭാഷാ പദവി ലഭിക്കാൻ ആവശ്യമായ പഴക്കമുണ്ടെന്ന് ഇവർ ബോധ്യപ്പെടുത്തി. ബി സി രണ്ടാം നൂറ്റാണ്ടിലെ എടയ്ക്കൽ ഗുഹാ ലിഖിതങ്ങൾ മലയാളത്തിന്റെ പ്രാചീന രൂപമാണെന്നും ഇത് പഴക്കത്തെ

സംബന്ധിച്ച സംശയങ്ങൾ ദൂരീകരിക്കുന്നതാണ് എന്നുമായിരുന്നു പ്രധാന വാദം. കേന്ദ്രസാഹിത്യ അക്കാദമി ഇത് അംഗീകരിച്ചു. തുടർന്നാണ് വിഷയം സാംസ്കാരികമന്ത്രാലയം കേന്ദ്രമന്ത്രിസഭയുടെ പരിഗണനയ്ക്ക് വിട്ടത്. തമിഴൊഴിച്ചുള്ള ഭാഷകൾക്ക് ശ്രേഷ്ഠഭാഷാ പദവി നൽകുന്നതിനെതിരെ ഒരു ഹർജ്ജി മദ്രാസ് ഹൈക്കോടതിയുടെ പരിഗണനയിൽ നിലനിൽക്കുന്നുണ്ട്. സർക്കാർ തീരുമാനം കോടതിവിധിക്ക് വിധേയമായിരിക്കും.

(*ദേശാഭിമാനി*, 2013 മെയ് 24)

www.ingramcontent.com/pod-product-compliance
Lightning Source LLC
LaVergne TN
LVHW100844051026
849519LV00006B/2407
* 9 7 8 9 3 8 3 9 0 3 4 4 3 *